வாஸவேச்வரம்

வாஸவேச்வரம்

கிருத்திகா

எழுத்து
பிரசுரம்

Title: Vaasavechvaram
Author's Name: Krithika

Published by Ezutthu Prachuram

Ezutthu Prachuram
(An imprint of Zero Degree Publishing)
No. 55(7), R Block, 6th Avenue,
Anna Nagar,
Chennai - 600 040

Website: www.zerodegreepublishing.com
E Mail id: zerodegreepublishing@gmail.com
Phone : 89250 61999

Ezutthu Prachuram First Edition: January 2024
ISBN: 978-93-91748-69-2
TITLE NO EP: 492

Cover Design & Layout: Vijayan, Creative Studio

என் பிரியமான பகவதி அக்காவுக்கு

சமர்ப்பணம்

பொருளடக்கம்

இந்த நாவலில் தோன்றும் கதாபாத்திரங்கள் யாவும் கற்பனையே.
இதிலுள்ள பெயர்கள் எல்லாம் யாரையும் குறிப்பிடுவனவல்ல.

பிரம்ம தேவன் விளையாட்டு

I

பெரிய தெரு கீழக்கோடியாத்துத் திண்ணையில் உட்கார்ந்தபடி சுப்பிரமணிய சாஸ்திரிகள் (அவரை எல்லோரும் சுப்புக்குட்டி சாஸ்திரியென்று கூப்பிடுவது வழக்கம்) உபந்நியாசம் செய்து கொண்டிருந்தார். கணீரென்ற அவர் குரல், கனமான இருளைத் துளைத்துக்கொண்டு, தெரு நெடுக ஒலித்தது. அவர் நல்ல ராகபாவத்துடன் சுலோகங்களை உச்சாரணம் செய்து, விளக்கம் சொல்லிக்கொண்டிருந்தார். அன்று அரிச்சந்திர புராணம்; சோக கட்டம். சந்திரமதி கணவனைப் பிரிந்து வருந்தும் உருக்கமான பாகம்.

‘அரிச்சந்திரனைப்போல யார் இருக்கமுடியும்?’ என்று கேட்டபடி சாஸ்திரிகள் நாலாபக்கமும் திரும்பிப் பார்த்தார்.

தெருவை அடைத்துப் பரவியிருந்த பந்தலில் ஒரே கூட்டம். அவர் ஆண்கள் வீற்றிருந்த பக்கமாகத் திரும்பினார். ‘நான்’ என்று பதில் சொல்லுவதுபோல் முன்வரிசையின் முகப்பில் உட்கார்ந்திருந்தார், பெரிய பாட்டா. அவர் தங்கத்துக்கு மாத்திரமல்ல, ஊருக்கே, ‘பெரிய பாட்டா’ ஆவார். நல்ல உரம் படைத்த தேகம். இந்த வயதிற்கூட, முஷ்டியை

இறுகப்பிடித்தாரானால், புஜம் கண்டு கண்டாக திரண்டு உப்பி நிற்கும். அத்தனை வலிமை. தீர்க்கமான நாசி, கம்பீரப்பார்வை, எடுப்பான பேச்சு; அவரைக் கண்டால் ஊரில் எல்லோருக்கும் மதிப்பு - பயங் கூட. அந்த கிராமத்திற்கே அவர் நடு நாயகம் போன்றவர்.

பஞ்சாயத்தில் தலைமை வகிப்பதால் அல்ல. வெகுநாட்களாக தன்னந்தானாகவே இந்த கௌரவம் அவரை வந்தடைந்திருந்தது. அவருடைய திறனுக்கும் பகுத்தறிவுக்கும் அத்தனை மகத்துவமுண்டு. ஊரில் சுபமானாலும் சரி, துன்பமானாலும் சரி, அவர் அறியாமல் ஒன்றுமே நடக்காது. ஆம். அந்த ஊருக்கு அவர் ராஜாவானால், அவரைச் சுற்றி உட்கார்ந்திருந்தவர்கள், மந்திரிகள் போல.

அவர்களில், திருவோணம் நடேசய்யர், பெரியவீட்டு முத்துஸ்வாமி, மேலக்கோடியாத்து சந்திரசேகரய்யர், இவர்கள் சுப்புக்குட்டி கண்ணில் பட்டார்கள்.

‘நம்மூர், நம்மூர்க்காரா, இவாளாட்டமா எங்கும் இருக்க முடியாது’ என்று நினைக்கும்போது சுப்புக்குட்டியின் உடல் பூரித்தது.

இரட்டை நாடியாகக் கொழுத்த சரீரம், தொந்தியில் மடிப்பு, ரோஜா நிறம். சந்திரசேகரய்யர் முகத்தில் பெண்களுக்குரிய வெட்கம் தோய்ந்த ஒரு புன்னகை; உதடுகள் இடையே சிறு துடிப்பு.

“எத்தனை ஏக்கரா? முன்னூறா... நானூறா! இருந்தாலும் ஒரு துளி கர்வம் இருக்கணுமே! என்ன அடக்கம்! இத்தனைக்கும் அறிஞர். இருந்தா சந்திரசேகரய்யரைப் போல அல்லவா இருக்கணும்.”

சுப்புக்குட்டி கனைத்துவிட்டுக்கொண்டார். “சந்திரமதி ஒரு பதிவிரதை, மேலும் அரசகுமாரி, அழகுடையவள்” என்று கூறியபடியே, அவர் பெண்கள் இருந்த இடத்தை நோக்கினார்.

நீண்ட வாழைக்காய் முகங்கள், உருண்டைக் கன்னங்கள், குழி விழுந்த கண்கள், தாறுமாறாக எடுத்துச் செருகிய கூந்தல் முடிச்சுகள். சை... இந்த ஊரில் அழகுப் பெண்களே கிடையாதா? அப்போது அவருக்குத் திருநாகனூர் சம்பு சாஸ்திரி சொன்னது நினைவுக்கு வந்தது.

“வாஸவேச்வரத்திலே, ஆம்புள்ளேள் எல்லாம் கம்பீரமா, எடுப்பா, பாக்க நன்னா இருப்பா. சுறுசுறுப்பா, கடுபிடியா காரியங்களே சாதிச்சுக்கவும் செய்வா. இந்தப் பொண்ணா பொறந்தவாதான் என்னமோ தன்னந்தானே அலங்கோலஞ் சேஞ்சுண்டமாதிரி மோசமா இருப்பா” என்று.

அவர் சொன்னதில் என்ன தவறு? இந்த ஊரிலேயே அழகுப் பெண்கள் குறைவுபோல் தோன்றுகிறது. இல்லை என்றால், அவர்கள் வேண்டுமென்றே மறைவில் இருக்கிறார்கள். அடா, அழகு இல்லாவிட்டாலும் சந்தியாகால வேளையில், முகம் கழுவி, பளிச்சென்று பொட்டிட்டு கூந்தலைச் சீவிக்கட்டமாட்டார்களா? அழகு தெய்வத்தின் பிரதிநிதிகளான இப் பெண்களுக்கு இந்தத் துப்புக்கெட்ட அசிரத்தை எப்படி வந்தது?

ஒருவேளை... ஒருவேளை அந்த அழகு தேவதை பேரில் எரிச்சல் கொண்டுதான் இப்படி இருக்கிறார்களோ? அவர், அம்முகங்களைச் சற்று அனுதாபத்துடன் பார்த்தார். ஆமாம், வேண்டுமென்றேதான் - ரதிதேவியை எதிர்த்து அலட்சியம் செய்ய வேண்டுமென்றேதான் - இவர்கள் இப்படி அவலட்சணக் காட்சியளிக்கிறார்கள்.

அந்தப் பெண்களோ, அவரையே உற்றுப்பார்த்துக் கொண்டிருந்தார்கள். பார்க்காமல் எப்படியிருப்பது? அவர் தாமே உபந்நியாசம் செய்கிறார்? பார்த்தாலும் நன்றாயிருப்பார். மந்தஹாஸம் பொருந்திய முகம். சந்தனப் பொட்டிற்கு நடுவே செறிந்த குங்கும வட்டம் அவர் நெற்றியில் செம்பொறி ஒளி வீசிற்று. தேகம் சற்று தளர்ந்து விட்டாலும், மெருகு குன்றவில்லை. ஜரிகை அங்கவஸ்திரத்தின் விசிறி மடிப்புகள் இடையே, சதை

மார்பும் உருண்டை புஜங்களும் வெள்ளித்திவலைகளைப் போல் தளதளத்து அலைமோதின.

அப்போது, தங்கம், தற்செயலாக, அவர் கண்ணில் தென்பட்டாள். 'மொகத்தைப் பார்த்தாலே தெரியறதே, பெரிய பாட்டா பேத்தீன்னு' என்று எண்ணினார். அழகென்று சொல்ல முடியாவிட்டாலும், தங்கத்தின் பாவத்தில் ஒரு பெருந்தன்மை கூடியிருந்தது. அவளுடைய அகன்ற கரிய விழிகள், உணர்ச்சிகள் ததும்பி நிற்பது போல் பளபளத்தன. இனிய பல்வரிசை, அழகான சிரிப்பு; வாஸவேச்வரத்துப் பெண்களைப் பழிக்கும் சம்பு சாஸ்திரிகூட, தங்கத்தைப் பற்றிக் குறைகூற முடியாது.

வாஸவேச்வரத்துப் பெண்கள் என்று நினைத்துக்கொண்டாரோ இல்லையோ, சுப்புக்குட்டி சாஸ்திரி குரல் கடுத்தது. அவர் அவர்களைக் கண்டிக்கும் தோரணையில் பேச வாரம்பித்தார்.

"சந்திரமதியை நினைவில் வைத்துக்கொள்ளுங்கள். பெண்களுக்குக் கற்பே அழகு பூஷணம். பதி பக்தியில் தவறுகிறவர்கள் வாஸவனுக்கு இணங்கிய மாண்டவ ரிஷி பத்னியைப் போல இகழ்ச்சிக்கு உள்ளாவார்கள். பெண்கள் என்ன? அடாது செய்தால் ஆண்களும் இந்திரனுடைய கதியை அடைவார்கள். அவன் செய்தது நியாயமா? இருந்தாலும், தனக்கென்று படைத்த ஒரு பெண்ணை, ஏதோ எண்ணிக்கொண்டாற்போல், பிரம்மதேவர், மாண்டவரிடம் கொடுத்ததை மாத்திரம் அவனால் சகிக்க முடியவில்லை. எப்படியாவது அவளை அடைய வேண்டுமென்று துடித்தான். நான் சொல்லப்போவது நம்மூர் தல புராணம் தான். உங்களுக்கெல்லாம் தெரிந்த கதை. இருந்தாலும் பாப சிந்தைகளை அடக்கி ஆளாவிட்டால், என்னென்ன விளையலாமென்று எச்சரிக்க இதை எத்தனை தரம் சொன்னாலும் போதாது." அதன் பிறகு சாஸ்திரிகள் இந்திரனுடைய காதற்கதையை ருசியுடன் வர்ணித்துக்கொண்டு போனார். அந்த வர்ணனை நீடித்துக் கொண்டே போயிற்று. மனவெழுச்சியென்றால், இன்னதென்று தெரிந்தால்தானே, அதைத் தவிர்க்க ஜனங்கள் முன்ஜாக்கிரதையாக இருக்க

முடியும்? அதனால், அதை நன்றாக எடுத்துக் காட்டவேண்டியது முக்கியமல்லவா?

"காதல் தீ இந்திரனைச் சுட்டெரித்தது. பொறுக்க முடியாத தாபத்தினால் அவன் தவித்தான். என்ன முயன்றும் அவனால் அவளை மறக்க முடியவில்லை."

கூட்டத்திலிருந்த பிச்சாண்டியின் கண்கள் மேலக்கோடியாத்துத் திண்ணைக்குப் பாய்ந்து சென்று, அங்கே தூண் மறைவில் நின்றுகொண்டிருந்த ரோகிணியைப் பற்றிக் கொண்டன. கூரம்பைப் போல அதி தீவிர வேகத்துடன் வந்த அந்தப் பார்வை அவளைத் தகித்தது. அக் கண்களுக்குத்தான் எத்தனை துணிவு! என்ன இறுமாப்பு. இருந்தும் அவனிடம் ஒரு ஜாக்கிரதை. பிறர் அறிய அவன் அவளை முகங்கொண்டு நேரடியாகப் பார்த்ததே கிடையாது. இப்போதும், அங்குள்ள அத்தனை பேர்களுடைய கவனமும் சாஸ்திரிகளிடம் பொருந்தி இருந்தபோதுதான், அவன் அவளை தைரியத்துடன் பார்த்தான். ஆமாம். இப்படி அடிக்கடி பார்ப்பது இயலாத காரியம். அதற்காகத்தான் இப்போது அந்த ஒரு பார்வையில் அவன் தான் நினைப்பதை யெல்லாம் சொல்ல முயல்கிறானோ? அப்பா! அதில் எத்தனை ஆர்வம், பொங்கும் துடிப்பு, இறைஞ்சும் அழைப்பு! பல மனிதர்கள் சூழ, அத்தனை தூரத்தில் அவன் இருந்தபோதுங்கூட, அவளுக்கென்னமோ, அவன் அருகில் வந்து, அவள் தன்னந்தனியாக இருக்கும்போது, ரகசியமாகக் கூப்பிடுவது போலுள்ள கூச்சம் ஏற்பட்டது. மேனி கொதித்தது. நெஞ்சு படபடத்தது. உடனே தூண் நிழலின் விளும்புக்குள் தன்னைப் புதைத்துக்கொள்ள முயன்றாள்.

"மேலும் மேலும், அவளையே நினைத்து நினைத்து ஏங்கினான், இந்திரன். காமநோய் அவனை வெகுவாக வாட்டிற்று" என்று தொடர்ந்தார் சாஸ்திரிகள்.

என்ன நினைத்துக் கொண்டானோ, பிச்சாண்டி எழுந்தான். அவனை ஒருவரும் கவனிக்கவில்லை. வாஸவனுடைய விரகதாபம் அங்குள்ளோர் மனதில் அப்படியொரு

உணர்ச்சியைக் கிளப்பிவிட்டிருந்தது. கூட்டத்திலிருந்து விலகிய பிச்சாண்டி, மெதுவாக சுவரோடு ஒட்டிய வண்ணம், இருட்டோடு இருட்டாகப் பொருந்தியபடி, மேலக்கோடியாத்துப் பக்கம் நகர்ந்தான். அவன் கண்கள் ரோகிணியை விட்டு அகன்றபாடில்லை. ஒரு பார்வைக்கு இத்தனை வேகமா? ரோகிணியின் தேகம் வெடவெடத்தது.

"இனிமேல் ஒரு நிமிஷங்கூட அவளை அடையாமல் இருக்கமுடியாது என்ற அளவுக்கு அந்தக் கொடும் நோய் அவனைப் பாதித்தது. பார்த்தான் இந்திரன். தனக்கென்று விதித்ததை தான் ருசி பார்ப்பதில் யாதொரு பிழையுமில்லை என்று எண்ணி, மாண்டவரின் பத்னியை அணுகினான்."

பிச்சாண்டி பதுங்கிப் பதுங்கி நடந்தான். ரோகிணி அவன் வருவதை பீதியுடன் பார்த்துக்கொண்டிருந்தாள். ஆனால் அவளால் நகர முடியவில்லை. அப் பார்வையாற் கட்டுண்டு, திக்பிரமை பிடித்தவள்போல், அப்படியே சமைந்து விட்டாள்.

"துணிவுடன் அருகில் சென்று ரிஷிபத்னியைக் கலவிக்கழைத்தான் இந்திரன். தோஷமில்லாத தன் அழகைக் கண்டு சொக்கி தேவேந்திரனே வந்துவிட்டான் என்ற பூரிப்பில் அவளும் மதிமயங்கி இருந்துவிட்டாள். அந்தச் சமயத்தில் எதிர்பாராத விதத்தில், முனிவர் அங்கே தோன்றினார். சூழ்நிலை இன்னதென்று ஊகித்ததும், ரௌத்திர மூர்த்தியாக மாறினார். அவர் கண்கள் கனலைக் கக்கின. விருத்திரனை அடித்த வாஸவனா அதற்குப் பயப்படுவான்? 'என்னைக் கண்டவுடனேயே உங்கள் மனைவியின் கண்களில் இன்பம் பொங்கிற்று' என்றான், துடுக்குடன். ஆனால் அப்படிச் சொல்லி முடிக்கும்போதே, அவன் நா குழறிற்று. மனம் துணுக்குற்றது. பூர்வத்தில் அவனை வருத்தியுள்ள மற்ற ரிஷி சாபங்கள் நினைவிற்கு வந்தன."

திண்ணையை அடைந்த பிச்சாண்டி ரொம்ப உருக்கத்துடன் அவளை நோக்கினான். அவன் அருகில் வந்ததும், ரோகிணிக்குத்

தன் சுய நினைவு வந்து விட்டது. சிரமத்துடன் வலக்கையால் விம்மும் தன் மார்பை அழுத்திக்கொண்டாள். பிறகு தலையை நிமிர்த்தி அவனை ஒரு கணம் பார்த்தாள். அக்கண்களில் ஒளித்த சீறலைக் கண்டு அவன் மிரண்டுவிடுகிறான்.

“அவ்வளவுதான். மாண்டவ ரிஷியின் சீற்றல் அந்த இடத்தையே அக்னி குண்டமாக்கி விடுகிறது. அவர் இந்திரனை சபிக்கிறார். வாஸவனும் தேவலோகத்திலிருந்து நழுவி, தலைகுப்புற பூலோகத்தில் விழுகிறான்.”

அப்பா! என்ன ஈவிரக்கமில்லாத பார்வை! அதற்குத் தான் எத்தனை உரப்பு? பிச்சாண்டி வெருண்டு விடுகிறான். எந்த இடத்திலும் அஞ்சாமல் தைரியத்துடன் பிடித்த பிடியை விடாமல் நிற்பவன் இங்கே வெந்த புழுவைப்போலத் துடிதுடித்துவிட்டான். அவன் முகம் சுருங்கிக் கறுத்துவிடுகிறது. தலையைக் கவிழ்த்தியபடி இருட்டில் மறைகிறான். அவனை வருத்தப்பட அடித்துவிட்டோமேயென்று எண்ணும்போது ரோகிணியின் உதிரம் கசிந்தது.

“பிற பெண்கள் மேல் மோகங்கொண்ட இந்திரனுடைய வீழ்ச்சியை நீங்கள் அறிவீர்கள். மறுபடியும் இந்திரப் பதவியைச் சேரவேண்டி அவன் பல்லாண்டுகள் இந்தப் புண்ணிய தலத்தில் தபமிருந்தான். வாஸவேச்வரர் என்ற ஸ்படிக லிங்கத்தை இந்திரன்தான் இந்தக் கதம்ப வனத்தில் பிரதிஷ்டை செய்தான். இங்கேதான் அவன் தபமிருந்தான். இந்த இடத்தில்தான் ஈசுவரன் அவனுக்கு பிரத்தியட்சமாய் விமோசனம் அளித்தான். இந்திரன் மனதை விட்டு விட்டான். அப்படி விடாமல் அதை அடக்குவதே உயர்ந்த விரதமாகக் கொள்ள வேண்டும். வாழ்க்கையில் மனிதனை நேர்மையிலிருந்து வழுவ ஆசையூட்டும் நாட்கள் சிலவையே. காலம் முதிர, காமம் குன்றும். பிறகு விண்டு காற்றுடன் சிதறிவிடும். அதனால் பார்க்கப்போனால் பொறுதியும் அடக்கமும் காட்டுபவன் கற்பை அடைவான். அதில்லாமல், பெண்களைக் கெடுக்கும் இந்தத் தீமையைப் புரிவோர் நரகத்தைத்தான் பார்ப்பார்கள்...” சாஸ்திரிகள் நரகத்தை வர்ணிக்க ஆரம்பித்தார். குரூரமான

அந்த வர்ணனையைக் கேட்கத் தாளாமல் ரோகிணி உள்ளே போனாள்.

சாஸ்திரிகளுக்கென்ன? பொறுதி கற்பின் துணையென்று சுலபமாக வாயால் சொல்லி விட்டார். அவள்தான் எத்தனை நாட்களாக பொறுத்துக் கொண்டு வருகிறாள். ஆசை, ஆர்வம், மனவெழுச்சி எல்லாம் சில நாட்களுக்குத்தானா? அப்போது அவளுக்கு எப்போது சாந்தி கிடைக்கும்? திண்ணையில் நடந்ததை நினைத்து அவள் ஒரு நெடுமூச்செறிந்தாள்.

அது வெகு நாட்களாக நடந்துவரும் ஒரு பல்லவி. இருந்தும் பல்லவி முடிந்து, அவர்கள் சரணத்தை எட்டியதே கிடையாது. அனுபல்லவியைக் கூடத் தொட்டதில்லை. காரணம், ஊருக்கெல்லாம் முரடன், வாயாடி, புரட்சிக்காரன் என்று இருந்து வந்தவன், அந்த இடத்தில் மாத்திரம் வெகு நுட்பமான இங்கிதம் காட்டினான். அவளைப் பற்றிய வரையில் ஒரு விதமான பேச்சுக்கும் இடங்கொடுக்க அவன் சகியான் போல நடந்து கொண்டான். எத்தனையோ முறை குளம், கோவில் என்று, அவளைத் தனியாகச் சந்திக்க நேரிடும் போதெல்லாம், அவளிடம் உள்ளதை உள்ளபடி சொல்ல வேண்டும் என்று அவன் ஆத்திரப்படுவதுண்டு. ஆனால் கிட்டே போனவுடன், அவன் கால்கள் தடுமாறும், கண்கள் நிலைகொள்ளாமல் பறக்கும், நாவடைத்துவிடும். அவளிடம் தோன்றும் அந்த நிதானமான உறுதி அவன் துணிவைக் குலைத்துவிடும். ஒன்றுமே சொல்லாமல் அப்புறமாகப் போய்விடுவான். ஆனால் அவன் மனதை அவள் எப்படியோ அறிந்துகொண்டாள். இத்தனை அன்பா? இவ்வளவு மதிப்பா? அத்தனைக்கும் அவள் அருகதை உடையவளா? அவள் கண்கள் கலங்கின.

அவர் மாத்திரம் அவளை இப்படிக் கௌரவப்படுத்தியிருந்தால்? இதில் நூற்றில் ஒரு பங்கு மரியாதை காட்டினால் கூடப் போதுமே! அதைவிட்டு... அன்று சாயங்காலம் நடந்தது அவளுக்கு நினைவுக்கு வந்தது. அன்று என்ன? தினமும் அதேதானே.

ரோகிணிக்கு வயது முப்பது இருக்கும். பிறந்த வீட்டில்

அவள் வாழ்விற்கு ஒரு மெருகு இருந்தது. அவள் தகப்பனார் பட்டணத்தில் வக்கீலாக இருந்தவர். பெண்ணை உயர்தர ரீதியில் படிக்க வைத்துப் பண்பேறிய சுதந்திர வாழ்வில் நிலைநாட்ட வேண்டும் என்பது அவர் திட்டம். ரோகிணியும், கல்வியில் படிப்படியாக சிறப்புடன் உயர்ந்து வந்தாள். அவர் ஆசை நிறைவேறும்போல் தோன்றிற்று. அந்தச் சமயத்தில் அற்பாயுசில் அவர் திடீரென்று இறந்துவிட்டார். அவள் தாயார் என்ன செய்வாள், பாவம். வயது வந்த பெண்ணை, படித்து முன்னுக்கு வரும் வரையில் தைரியத்துடன் வீட்டில் வைத்துக்கொள்ள அவளுக்குப் போதுமான மனோபலமில்லை. பெண்ணைப் பாதுகாப்பது ஒரு பாரமாக இருந்தது. அந்தச் சுமையை ஏற்றுக்கொள்ள ஒரு வரனைத் தேடினாள். சந்திரசேகரய்யர் அகப்பட்டார். ரோகிணி, தான் எதிர்பார்த்ததற்கு நேர் மாறுபாடாகக் கிராம வாழ்க்கையில் ஈடுபட்டாள்.

படித்துவிட்டு நவீன முறையில், எப்படியெல்லாமோ வாழ வேண்டுமென்று கனாக்கண்ட அவளுக்கு மணவாழ்வு ஒரு கூண்டு போலிருந்தது. அதற்குள் புகுந்ததும், டணார் என்று ஏதோ ஒரு பெரிய இரும்புக் கதவு அழுத்தமாய் சாத்திக்கொண்டதைப் போலுள்ள ஒரு பிரமை உண்டாயிற்று. முற்றிற்று. சுதந்திரம் மட்டுமல்ல, யௌவனத்தின் இச்சைகளும், என்று அவள் எண்ணிக்கொண்டாள். என்ன செய்வாள்? வேறு விதமான நோக்கங்களுடன் வளர்க்கப்பட்டதால், மனம் கிராம வாழ்க்கையில் பொருந்த ஒப்பவில்லை. சுதந்திரமும் பண்பும் நிறைந்த சொந்த வாழ்விற்கும் இந்த முறை வாழ்விற்கும் எத்தனை தூரம்? சம்பிரதாய வாழ்க்கைக்கு நடுவே சிக்கிக்கொண்டு அவள் திண்டாடினாள், திணறினாள். கடைசியில் தனியானாள். பகட்டான நிறத்துடன், தன்னைத் தானாக விளம்பரப்படுத்திக் கொள்ளும் காட்டுப்பூக்களிடையே காணப்படும் மிருதுவான ரோஜாப்பூவாகத் தென்பட்டாள். சற்று கர்வத்துடன் ஒதுங்கி நிற்கும் அந்த ரோஜாவைப் பார்த்தால் மற்ற கிராமப் பெண்களுக்கு ஏன் அசூயை தோன்றாது? கிராமாந்திரக் கொள்கைகளை முழு மனதுடன் ஏற்று அவற்றுடன் ஒன்றாய் இயங்க அவள் இஷ்டப்படவில்லை என்பது அவர்கள்

ஆத்திரத்தை அதிகப்படுத்தியது. இவளுக்கு நாங்கள் என்ன குறைந்துவிட்டோம். இத்தனை தூரம் எங்களையும், எங்கள் வாழ்க்கையையும் உதாசீனம் செய்ய இவள் யார் என்று மனத்தாங்கலுடன் கேட்காமல் அவர்களால் இருக்க முடியுமா? அவர்கள் என்ன? சந்திரசேகரய்யருக்குக்கூட இது விஷயத்தில் மனதிற்குள் ஒரு ஆக்கிரமம்தான். தன் வாழ்வை, தன் கிராமத்தை அலட்சியம் செய்தால், அது தன்னைச் செய்வது போல்தானே?

“குளிச்சுட்டு போறாடி, மேலக்கோடி ரோகிணி - பார், பார்” என்று அக்கம்பக்கத்துத் திண்ணைகளிலிருந்து குசுகுசு வென்று பேச்சுக் கிளம்பும். அவர்கள் கூட தம் ஆதங்கத்தை மறந்து பாராட்டும்படியாக இருக்கும் பொங்கியெழும் அவள் பொலிவு. அழகு தெய்வத்தை எப்போதும் போற்றிக்கொண்டேயிருக்க வேண்டும். இது இயற்கையின் ஒரு தன்மை. அதைவிட்டு சந்திரசேகரய்யர்... அதுவும் அன்று மாலை.

அவருக்கு வயலிலிருந்து வீடு திரும்பவே மனம் வராது. அப்படி தன் உயிரையே பூமாதேவிக்கு அர்ப்பணம் செய்திருந்தார். வெய்யிலில் வறண்டு, மழையில் நனைந்து சேற்றுடன் குழம்பும், அந்த மண்ணே அவருக்கு எல்லாமாகும். காலடியில் குழையும் அதில் அவர் உணர்ச்சி ததும்பும் உயிர் சதையைக் கண்டார். ஏன் பாசம் வளராது? அது அவர் இருதயத்தில் வேரூன்றி விட்டது. மழை, வேனல் என்று பாராமல் அவர் அதனுடன் ஓயாமல் விளையாடினார். போராடினார். நன்செய், புன்செய் என்று நிலங்களை சாகுபடி செய்வது. பலா, மா, வாழை, தென்னை என்று தோட்டங்களைக் கவனிப்பது. கத்தரி, வெண்டை, துவரை என்று பயிரிடுவது, உண்மையில் அந்தப் புண்ணிய பூமியில் இருந்து அவர் எடுக்காத பொருள் கிடையாது. அந்தப் பூமியே அவர் உடல், உள் எல்லாவற்றையும் நிரப்பும் சக்தி - தேவி. ரோகிணியைப் பார்க்கும்போதெல்லாம் கூட அவருக்கு அந்தத் தேவியையே பார்ப்பதுபோல் உடலெல்லாம் கிளுகிளுக்கும். தளதளவென்ற அவள் ஒற்றை நாடிச் சரீரம் கொடியாடுவது போல அவர் எதிரில் துவளும்போது, சிலுசிலுத்து நடுநடுங்கும் தம் வாழைக் கன்றுகளை நினைவுறுத்திக்கொள்ளுவார். அந்தப்

பூமியின் வரமளிப்புத்தானே எல்லாம் - ரோகிணி, பாலவாழை, பொன்நெற்கதிர்... யாவுமே.

வயலை விட்டு வீட்டுக்கு வந்தால், அவருண்டு ராமாயண முண்டு என்று உட்கார்ந்து விடுவார். சமஸ்கிருத இலக்கியத்தில் அத்தனை ஆர்வம். அதுவும் ராமாயணத்தைக் கண்டால் அப்படியொரு மோகம். சந்தியாகாலம் வீடு திரும்பினால் அதை எடுத்து வைத்துக்கொண்டு உட்கார்ந்து விடுவார். வேறு வம்புதும்புக்குப் போகமாட்டார். ஆனால் ரோகிணிக்கு ஆத்திரமாக வரும். எப்போப் பார்த்தாலும் இந்தப் புத்தகம் வாசிப்பதுதானா வேலை?

கிராமத்துப் பெண்ணாய் இருந்தால் கணவன் திரும்பி வந்ததை ஒரு பொருட்டாக எண்ணமாட்டாள். அல்லது ஏதாவது ஏவல் வேலை கொடுத்து அவனை மறுபடியும் வெளியில் விரட்டுவாள். அவன் அவளை வம்புக்கு இழுத்துத் தொல்லை செய்தால், போங்கோன்னா, வேலை மெனக்கட்டு என்று சிணுங்கிக் கொண்டே அப்புறம் போவாள். அதற்குள் உள்ளே குழந்தை அழும், அடுப்பில் பால் பொங்கும். அந்தப் பொய்க் கோபத்தைக் கண்டு, சிறிதும் அதிராமல் அவனும் இளித்துக்கொண்டே வெளியே போய்விடுவான்.

ஆனால் ரோகிணி ஒரு அழகி. குழந்தையுமில்லாதவள். அதனால் புருஷன் தன்னையே குழந்தையைப்போல கொஞ்சவேண்டுமென்ற எண்ணங்கொண்டவள். அவரோ? இதென்ன முகத்தைக்கூட நிமிர்ந்து பார்க்கக்கூடாதா? முதலில், தோப்பு, வயற்காடு என்று ஆண்மக்களுடனேயே அதிகமாகப் பழகிவந்ததால், நுண்ணிய உணர்வு பெற்ற பெண்களுடன் பேசக் கூச்சப்படுகிறார் என்று எண்ணினாள். பெண்ணின் நுட்பமான உணர்ச்சிகளைப் புரிந்துகொள்ளத் தெரியவில்லையென்று நினைத்தாள். அப்புறம்தான் வர வர அவள் ஆதுரம் அதிகப்பட்டது. கம்பர், காளிதாஸன் என்று கதைப்பவருக்கு பெண்கள் உள்ளம் தெரியாமல் போகுமா என்ன? வேண்டுமென்றேதான்... அதாவது போகட்டும். அனாவசியமாக, ஒரு காரணமும் இல்லாமல் அவளைப்

பார்க்கும் பொழுதெல்லாம் வெள்ளென்று விழுவதை நினைத்தால்...? ரோகிணியின் தொண்டையில் ஏதோ உருண்டு அடைத்துக்கொண்டது. அதை விழுங்க முயன்றாள். தொண்டை வலித்தது.

“ஓ... ஓ... ரோகிணி, உளுந்தை உலரப் போட்டாயோடி? நாளைக்கானாலும் எண்ணெய் தடவி உடைக்கணுமே!” என்றாள் மீனக்கா அடுக்களையிலிருந்து. தன் நாத்தியின் குரலைக் கேட்டதும், ரோகிணி திடுக்கிட்டு வாசலைப் பார்ப்பதை நிறுத்திக்கொண்டு உள்ளே போனாள்.

“மறந்துட்டேனே, அக்கா.”

“போகட்டும் போ. நாளைக்காகட்டும். இப்போத்தான் நெனவு வந்தது. கேட்டேன். ஆமா... நேத்திக்கி முன்னைய் யனுக்கு என்ன அவசரமோ தெரியலை. புண்ணாக்கு சாக்கை அப்படியே கொட்டில்லே போட்டுட்டு ஓடிப் போயுட்டான். திரும்பியும் பொண்டாட்டிக்கு அதிகமாயுடுத்தோ என்னவோ. ஊரத் தொட்டியைக் கூட அலம்பாமே போட்டிருக்கான். நீயானாலும் அந்த சாக்கை எடுத்துவையேன், சத்தே.”

“சரி, அக்கா”

“ஊம்.”

ஓயாமல் வேலை. அவளும் சளைக்காமல் செய்தாள். மீனக்கா என்ன பண்ணுவாள்? அவளும் உழைத்தாள். பெரிய பண்ணை; மாங்காயென்றும் தேங்காயென்றும் அவரை துவரையென்றும் வயலிலிருந்து சாமான்கள் வந்தபடி இருக்கும். அவற்றை எல்லாம் எடுத்து பத்திரப்படுத்தி வைப்பதற்கே பொழுது சரியாக இருக்கும்.

கொட்டிலில் இருந்த புண்ணாக்கு சாக்கை எடுத்து வைத்துவிட்டு, மாட்டுக்குப் பருத்திக் கொட்டையைக் கரைத்துக் கொடுத்து விட்டு அவள் திரும்புவதற்கும், சந்திரசேகரய்யர் வாசற்படி ஏறுவதற்கும் சரியாக இருந்தது. சில பேர்களைப் போல அவர் ஏ... ஊ... என்று வாசலிலிருந்தே கூப்பாடு போட்டு மனைவியை

அழைக்கமாட்டார். ரோகிணிதான் அவர் வருவதைப் பார்த்து, சோப்பு, செம்பு, துண்டு, என்று எடுத்துக்கொண்டு வந்தாள். அவர் நடை, ரேழி, கூடமென்று உள்ளே வருவதற்குள் அவை அவருக்காக மித்தத்தில் காத்துக்கொண்டிருந்தன. ரோகிணியைக் காணவில்லை. அவரும் அவளைத் தேடவில்லை. கை, கால் கழுவி விட்டு, பிறகு சுவரோரமாக இருந்த ராமாயணப் பலகையை இழுத்து வைத்துக் கொண்டு உட்கார்ந்தார்.

அப்போதுதான் டண்டண்ணென்று அங்கே ரோகிணியின் மெட்டி ஓசைப்பட்டது. வாழைக் குருத்து போல மிளிரும் நிறம். சிரித்த முகம். குளிர்ந்த கண்கள். கன்னத்தில் டால் வீசும் கரிய இமைகள். நடக்கும்போது அவள் இடை ஒய்யாரமாகச் சரியும். ஆனால், அவளை நிமிர்ந்து பார்க்கவேண்டுமென்ற எண்ணங்கூட அவருக்குப் போகவில்லை. பட்சணத் தட்டையும் காப்பியையும் வைத்து விட்டு அவள் அங்கே நின்றாள்.

"என் அழகைப் பார்க்கவில்லையா? என்னுடன் பேசவில்லையா?" என்று வாய்திறவாமலே அவள் கேட்பது போலிருந்தது. அந்தச் சமயத்தில் சந்திரசேகரய்யருக்குத் தன் பிழை இன்னதென்று தெளிவாகத் தெரிந்தது. அவர், அவள் அழகையும் குணத்தையும் இப்படி அசட்டை செய்வதைத்தான், அவள் சொல்லாமல் விளக்குகிறாள். இதை அவள் அடிக்கடி செய்வதுண்டு; இப்போதும் செய்தாள். அவர் நெஞ்சு குறுகுறுவென்றது. பிறகு எரிச்சலுண்டாயிற்று. பேசாமல் தாடையை உறைத்துக்கொண்டு, மௌனம் சாதித்தார்.

தன்னிடம் ஒரு வார்த்தை சொல்வது கூட இத்தனை கஷ்டமாக இருக்கிறதா? அன்பைக் கொடுப்பதில் என்ன சிக்கனம்? கவனக்குறைவா? சிரத்தையில்லையா? காலையில் எழுந்ததும் அவசர அவசரமாகத் தம் கடன்களை முடித்துக் கொண்டு வயலைப் பார்க்க ஓடும்போது மாத்திரம் சிரத்தை எப்படி வருகிறது? அதெல்லாம் ஒன்றுமில்லை. உணர்ச்சிச் சோம்பல். இந்த ஊரிலேயே ரத்த ஓட்டம் குறைவு. முகங்களைப் பார்த்தால் தெரியவில்லை? உதிரம் உறிஞ்சிவிட்டாற்போல் வெளிறிக் கிடக்கின்றனவே. ஆனால் அவன்? அவன் மாத்திரம் இந்த

மாந்தம் பிடித்த ஊரிலே எப்படி விறுவிறுப்புடன் வளைய வருகிறான்? இந்த சோர்வு வாதத்திற்கு நடுவில் அவன் மாத்திரம் எப்படி உயிர் துடிப்புடன் காணுகிறான்? ரோகிணி யோசனை பண்ணிப் பார்த்தாள்.

"அம்பி வந்துட்டானா?.... இந்தா சுடச்சுட தோசை கொண்டுவந்திருக்கேன்" என்று சொல்லிக்கொண்டே மீனக்கா கூடத்திற்கு வந்தாள்.

'அக்காளும் தம்பியும் பேசிக்கொள்ளட்டு' மென்று சொல்லுவது போல ரோகிணி முகத்தைச் சுளித்துக்கொண்டே உள்ளே போய்விட்டாள்.

"ஏத்தங்கா தாறெல்லாத்தையும் கட்டி அனுப்பிச்சாச்சா?" என்று கேட்டாள் மீனக்கா.

உடனே உறைந்த நெய்த்திரியை தூண்டி விட்டாற்போல அவர் முகம் பிரகாசிக்கத் தொடங்கியது. தன் கோபத்தை மறந்து, உற்சாகத்துடன் தமக்கையிடம் வாழைத் தோட்டத்தைப் பற்றிப் பேச ஆரம்பித்தார். மீனக்காவும் அந்த மண்ணில் பிறந்தவள்தானே. அக்கறையுடன் கேட்பதும், நடு நடுவே யோசனைகள் சொல்லுவதுமாக இருந்தாள்.

வாஸவேச்வரத்து தல புராணத்தைப் போல வாழைப் பழ வகைகளும் பிரசித்தி பெற்றவை. குழிவாழை, மட்டி, பூவம், கதளி, பாளையம் கோட்டான், என்பவை மிகவும் ருசியானவை. அதில் மட்டிப்பழம் மிக மிக உயர்ந்த ரகத்தைச் சேர்ந்தது. 'எங்களூர் மட்டி' என்று ஊர்க்காரர்கள் தனிப் பெருமையுடன் சொல்லிக்கொள்ளுவார்கள். வாஸவேச்வரருக்குப் பிரியமான பழம் அது. கோவில் நைவேத்தியப் பிரதமனுடன் அதை உண்டால், அதன் மணமும் ருசியும் அலாதி. சுந்தாவைக் கேட்டால் சொல்லுவான், அந்தச் சுவையின் இன்பத்தை அமராவதி வாழ் தேவர்கள் கூட அனுபவித்திருக்க மாட்டார்கள் என்று. சின்னஞ்சிறுபழம் - மெலிதான தோல்; அதை உரிக்கும் போதே வாசனை தூக்கியடிக்கும். நாவில் ஜலம் ஊறும். வாயில் போட்டுக்கொண்டாலோ, அமிர்தம்தான். தடவை ஒன்றுக்கு,

உட்கார்ந்தால், சுந்நா நூறு, இருநூறுயென்று ஒரு தாரையே புஜித்து விடுவான். அந்தப் பழத்தின் சிறப்பு, அதை ஆசையுடன் பயிரிடும் சந்திரசேகரய்யரைப் போல உள்ளவர்கள்தான் உணரமுடியும்.

"ஆமா... இந்த வகை சுப்பைய்யா தோப்பு எப்படி?" என்று கேட்டாள் மீனக்கா.

"உருப்பட்டாப்போலதான். எப்படி இருக்கும்? கொஞ்சமாவது சிரத்தை வைக்க வேண்டாம். சுத்த சோம்பேறி இன்கறேன்."

"நீயாவது நல்ல புத்தி சொல்லப்படாதா?"

"சொல்லாதயா? எம்புட்டோ சொல்றேன், அதையெல்லாம் அவன் வகை வெச்சாத்தானே. மட்டிக்கு புண்ணாக்கு ஏதுக்கு இன்னு தர்க்கம் பண்ணறான்."

"அப்போ அம்புட்டும் பாழ்தானா?"

"குழி வாழையெல்லாம் மோசமா போயிடுத்து. எரு போட்டு, நீர் பாய்ச்சறத்தே அவன் கவனிக்கவில்லை. இப்போ என்னான்னா தாரெல்லாம் சூம்பிக்கிடக்கு. அப்பவே சொன்னேன்... உன்னாலே முடியல்லேன்னா நானாவது செஞ்சு தரேன்னு. அதுக்கும் என் மேலே எரிஞ்சு விழுந்தான். எப்போதும் இப்படித்தான். ஏதாவது நல்லது சொல்லப்போனா அவனுக்குப் படு கோபம் வரது. நேத்திக்கிப் பார்த்துக்கோ, அடிக்கவே வந்துட்டான், போருமா?"

"யாரு? சுப்பைய்யாவா? அவன் ரொம்ப பாவமாச்சே, ஒன்றுமே சொல்லமாட்டானே. பேசக்கூடத் தெரியாதே, அவனுக்கு."

"என்னமோ! என்னைக் கண்டா அப்படி மொகத்தைத் தூக்கறான். ஏதாவது சொல்லப்போனாலோ, அப்பொறம் அபத்தம்தான்."

"எல்லாம் விச்சுவோட குத்தம். வீட்டிலே அவனைப் போட்டுப் பிராணனை வாங்கறாளாம். பாலுண்ணிப் பாட்டி சொன்னா."

உள்ளே இருந்தபடியே அவர்கள் பேசுவதைக் கவனித்தாள் ரோகிணி. மீனக்காவுடன் பேசும்போது மாத்திரம் அவருக்கு இத்தனை சௌசந்நியம் எப்படி உண்டாகிறது?

இத்தனை சினேகமும் அன்னியோன்னியமும் எங்கிருந்து வருகிறது? எப்படித்தான் இவர்களுக்கு எப்போப் பார்த்தாலும் கன்று, மாடு, மாங்காய், தேங்காயென்று பேசப் பிடிக்கிறதோ! ஒரு வேளை அந்த விநாடி மீனக்கா தோசையுடன் வந்திராவிட்டால் அவர்... ஒருவேளை அவர்... ஆனால் மீனக்கா வந்துதானே தீர்ப்பாள். அவளுக்கு அவர்கள் தனியாக இருக்கும் செய்தி எப்படியோ எட்டிவிடுமே. அந்தச் சமயத்தில் வந்து ... சட்டென்று ரோகிணியின் முகம் சிவந்தது. மீனக்கா அவளிடம் எத்தனை அன்பு வைத்திருக்கிறாள்? அவளைப் பற்றியா இப்படி எண்ணுகிறாள்? தன் மனப்போக்கை நினைத்து அவள் வெட்கமுற்றாள்.

மீனக்கா சிறுவயதில் விதவையானவள். சிறுகுமுறுகென்று, மூக்கும் விழியுமாக நன்றாக இருப்பாள். கொக்கிறகைப் போல நல்ல வெள்ளைப் புடவையை உடுத்திக் கொண்டு பார்த்தால் எப்போதும் பளிச்சென்று சுத்தமாகத் தென்படுவாள். சிடுமுடுக்கும் சுபாவமே அவளுக்குக் கிடையாது. அதுவும் ரோகிணியிடம் அப்படியொரு பிரியம் வைத்திருந்ததால், அவளை ஒன்றுமே சொல்லமாட்டாள். இருந்தும்... ரோகிணிக்கு ஒருவிதக் குறை - அதிருப்தி. காரணம்?

மீனக்காவுக்கு வீட்டுக் காரியங்களிலே திறமை அதிகம். எந்த வேலையை எடுத்தாலும் துப்புரவாகச் செய்து முடிப்பாள். ஆனால், தான் செய்ததைப் பற்றி ஓயாமல் சொல்லிக் கொண்டிருப்பது அவளுக்கு ஒரு இயல்பு. அதுவுமல்லாமல், அப்படி அல்லவா செய்ய வேண்டும், இப்படி அல்லவா இருக்க வேண்டும் என்று பிறரைப் பிழை கூறும் பாவனையில் இருக்கும் அந்தப் பேச்சு. ரோகிணிக்கு, அவள் தன்னைத்தான் இகழ்ந்து பேசுகிறாள் என்று தோன்றும். வீண் கற்பனை. இருந்தாலும் மனக் குரங்கை என்ன சமாதானம் சொன்னாலும் அது கேட்டால்தானே!

ரோகிணி வீடு முழுவதும் இழை கோலம் போட்டு நிமிர்ந்ததும், "பெருக்கினா மொழுகின மாதிரி இருக்கணும், மொழுகினா மண்ணிட்ட மாதிரி இருக்கணு" மென்று சொல்லி வைப்பாள். இவ்வார்த்தைகள் ரோகிணியைச் சுருக்கென்று தைக்கும். தன்னுடைய ஒப்பற்ற காரியங்களுக்கு இது எந்த மூலை என்று மீனக்கா அவளை இறக்குவதாக நினைத்துக்கொள்ளுவாள். என்ன செய்தாலும், எப்படியிருந்தாலும் இவர்கள் வாயிலிருந்து பாராட்டே வராதா? 'இவர்கள்' என்று எண்ணும்போது தன் கணவனையும் நாத்தியுடன் சேர்த்துக்கொண்டாள் போலும்.

மீனக்கா வேறுவிதமாக குறைபட்டுக் கொள்ளுவது ரோகிணிக்குத் தெரிந்திருக்க முடியாது. இவ்விதமாகச் சில சமயங்களில் ரோகிணி முகம் சுருங்குவதைக் கண்டால் அது தன்னுடைய இங்கிதக் குறைவினால்தான் என்று அறிய அவளுக்கு அத்தனை தூரம் மனத் தெளிவு ஏது? மனம் நைந்து, உணர்ச்சிகளைப் பின்னிழுத்துக் கொண்டதால் ரோகிணி முகம் அப்படிச் சுண்டிவிட்டது என்று மீனக்கா கண்டாளா? தான்தான் பட்டிக்காடு, படிக்காதவள்; அதனால் தன் பேச்சைத்தான் லட்சியம் செய்யாமல் ரோகிணி இப்படி அசட்டையாக இருக்கிறாள். பதில் கூடச் சொல்லாமல் போகிறாள் என்று அவள் நினைப்பாள்.

"பாத்தேளா, பாட்டி, இம்புட்டு வருஷமாயும், ரோகிணி நம்மைப்போல இருக்கிறதில்லை. கவனிச்சேளா? பட்டணத்துக்காரி அல்லவா? இவா என்ன ஒசத்தீன்னு நம்ம காரியத்தை இளப்பமா நெனக்கிறா, இல்லையா?" என்று மீனக்கா பாலுண்ணிப் பாட்டியிடம் சொல்லி வருத்தப்பட்டுக் கொள்ளுவாள்.

தோசையும் காப்பியும் உள்ளே சென்றதும், பசி அடங்கியது. களைப்பும் தீர்ந்தது. வாழைத்தார்களைப் பற்றி விமரிசனம் செய்ததில் மனமும் நிரம்பிவிட்டது. அவருக்கு ரோகிணி நினைவு வந்தது. தன்னுடைய சினத்தை எண்ணி வெட்கம் கொண்டார். பெண் அழகி. தன்னை மெச்ச வேண்டுமென்று எதிர்பார்ப்பது அவள் உரிமை. அவர் உள்ளம் இளகியது.

நொய்மையான சிந்தனைக்கு இடம் கொடுக்கலானார். அவளையே நினைத்துக்கொண்டு வெற்றிலைப் பெட்டியை அருகில் இழுத்துக் கொண்டார். பிறகு புகையிலையை எடுத்து விரலால் நிமிண்ட ஆரம்பித்தார். அடுக்களை வாசற்படியிலிருந்து இதைப் பார்த்து விட்ட ரோகிணிக்கு ஒரே புகைச்சலுண்டாயிற்று. சட்டென்று கைக்காரியத்தை உதறிவிட்டு அவரிடம் வந்தாள்.

“எம்புட்டுத்தரம் சொல்லியாச்சு! இந்தப் புகையிலை வழக்கம் சப்பட்டை, நிறுத்துங்கோன்னு...”

அவ்வளவுதான். அவர் மன இளக்கம் எங்கேயோ ஓடி மறைந்து விட்டது.

“ஆரம்பிச்சுட்டாயா - அதிகாரம் பண்ண? நீ சொல்றாய் இன்கறத்துக்காகவே அதை நிறுத்த மாட்டேன். தெரிஞ்சுதோ.”

ரோகிணிக்குத் தொண்டை அடைத்தது. இருந்தாலும் விடாமல் அவரை அடக்க முயன்றாள்.

“ஏன் இப்படிச் சத்தம் போடறேள்? உங்களுக்கு நல்லதூன்னுதானே சொல்றேன்?”

“நோக்கு என்னைக் கட்டுப்படுத்தணும். உன் இஷ்டப்படித்தான் எல்லாருமே நடக்கணும், என்னா?”

“அப்படி அகம்பாவம் பிடிச்சவளா நான்?” அவள் அவரை நிதானத்துடன் பார்த்தாள். கண் கொட்டாமல் உற்றுப்பார்த்தாள். அமைதியான அந்தப் பார்வை அவர் எரிச்சலை அதிகமாக்கிற்று. மனதையும் உறுத்திற்று.

“பின் என்னவாம்?” என்று சொல்லி அவரும் வெறித்துப் பார்த்தார். அவள் புரிந்துகொண்டாள். ‘நீ அழகி, நான் உன்னை விரும்புகிறேன் என்பதை வைத்துக்கொண்டுதானே, என்னை அடிமையாக்கப் பார்க்கிறாய்? இது அகம்பாவமில்லாதே வேறு என்னது?” என்றது அந்தப் பார்வை.

அதைக் கண்டதும் ரோகிணி அடங்கிவிட்டாள். அதுதானே அவர் நோக்கமும். சீறி விழுந்து, குத்திப் பேசினால் அவள் ஒடுங்கிவிடுவாள் என்பது அவருக்குத் தெரியுமே.

படித்தவர், பெருந்தன்மை கொண்டவர், மென்மையான சுபாவம் படைத்தவர் என்றெல்லாம் ஊரில் இவருக்கு எப்படிப் பெயர் வந்தது என்று அவள் வியந்தாள். தன்னிடம் மாத்திரம் இந்தச் சிறுமையைக் காட்டுகிறார் என்றால் யாராவது நம்புவார்களா?

அது சிறுமையல்ல; தான் என்ற பெருமைக்கு ஏற்பட்ட பங்கத்தினால் உண்டான உரப்பு என்று அவள் கண்டு கொள்ளவில்லை. இப்படிப் பிழையை எடுத்துக்காட்டுவதால், அவள், அவருக்குத் தன் மேலுள்ள நம்பிக்கையைக் குலைக்கிறாள் என்றும் அறியவில்லை. ஆணின் தன்னம்பிக்கை, பெண் அவனைப் பாராட்டுவதில்தான் இருக்கிறது. அவள் அவனை தினம் போற்றி வந்தால், அவன் உறுதி கொள்வான். வெளியே போவான், ஆடுவான், சாடுவான், யுத்தங்கள் புரிவான், உலகங்கள் ஜெயிப்பான். உற்சாகத்தினால் உந்தப்பட்டு எதையும் தாக்க அஞ்சாமல் துணிவான். அவளே அவனைப் பன்மடங்கு பெரிதாக எடுத்துக்காட்டும் பூதக் கண்ணாடியாக இருக்கிறாள். அதைத்தான் ரோகிணி செய்யவில்லை. அவர் தேர்ச்சியுடன் வாழைக்கன்றுகளைக் கையாளும் வித்தையைப் புகழவில்லை. பயிற்சியுடன் தக்கசமயத்தில் பயிர்களைக் காப்பாற்றும் திறமையையும் அறியவில்லை. போகட்டும், பரவாயில்லை. ஆனால் அவரைக் கண்டிக்காமலாவது இருக்கக் கூடாதா? அதையுஞ் செய்தால் ஒரு மனிதன்தான் எப்படிப் பொறுப்பது? நண்பன் சொல்லுவது தண்டனையாக இருந்தாலும் ஏற்கலாம். ஆனால் மனைவி சொல்லும் ஆட்சேபணையை எப்படி ஒப்புக்கொள்ளுவது? அதுவும் ரோகிணியின் அழகும் கர்வமும் பார்ப்போர் மனதில் சிறுமையைப் பொரிக்கும் வாய்ப்பு வாய்ந்தது.

ரோகிணி தலை குனிந்து கொண்டே உள்ளே போய்விட்டாள். அவள் செல்லுவதை அவர் கடைக்கண்ணாற் பார்த்துக் கொண்டிருந்தார். இப்படிச் சொல்லிவிட்டோமே என்று

அச்சங்கொண்டாரோ என்னமோ, அவர் கௌரவம் அவளைக் கூப்பிட்டு ஆறுதல் சொல்ல இடங்கொடுக்கவில்லை.

★★★

பிச்சாண்டி நல்ல உயரம். வாட்டசாட்டமாக இருப்பான். செழிப்பான உடம்பு. நீளமான கையை நீட்டி ஒரு அறை கொடுத்தானானால், எவனானாலும் சரி, தரையில் சுருண்டு விழவேண்டியதுதான். கூட்டத்தில் தேர்ந்தெடுக்கக் கூடிய தோற்றம், அவனுடையது. அப்படி இருந்தும் அவன் எழுந்து போனதை யாரும் கவனிக்கவில்லை. அப்படி சாதுர்யமாக அவன் இருட்டோடு இருட்டாய் ஊர்ந்து போய், கம்பி நீட்டி விட்டான்.

அடுத்தாற்போல் கட்டைரங்கன் எழுந்து போனதும், பல கண்கள் அவனைப் பின்பற்றின. எதனால்? அவன் கட்டையாக இருப்பதாலா? அல்லது அவன் கட்டைக்கால்களை வீசி வீசி நடக்கும் வேடிக்கையைப் பார்க்கவா? பெரிய பாட்டாவின் கண்களும் அவனைத் தொடர்ந்தன. அவர் அவன் போவதை நிராகரிப்புடன் கவனித்தார். ரங்கன் அதைப் பார்க்கவில்லை. ஆனால் அவருடைய அந்தக் கண்டன தோரணை எப்பேர்ப்பட்டது என்று கிராமத்தில் எல்லாரும் அறிவார்கள். பாவூக்கா பெண் கல்யாணத்தின் போது மயிற்கண் ஜரிகை வேட்டி கொடுக்காவிட்டால் கல்யாணமில்லை என்று சொன்ன அந்த சம்பந்தி பிராமணர் அதை நன்றாக அறிவார்.

“ஓ... வரதட்சணை தான் கொஞ்சமுன்னா, இதுவுங்கூட இல்லாமே எப்படித் தாலி கட்டறது?” என்றார் அவர். பாவூக்காவுக்கு சுற்றத்தார் யாரும் கிடையாது. ஊருக்கு எல்லாம் உதவும் பெரியபாட்டாதான், அவளுக்கும் அடிக்கடி உபகாரம் செய்வார்; சொல்ப நிலத்தைக் கண்காணிக்க, வரிகட்ட, எரு போட என்று உதவுவார். அறுவடை காலத்தில் தன் காரியத்துடன் அவளுடையதையும் சேர்த்து முடிப்பார். கல்யாணமென்றதும் முன்னே வந்து நின்றார்.

“என்ன ஓய், ரொம்ப பேசறேள். அப்பவே நாலு பேர்

முன்னாலே , என்ன செய்வோமுன்னு நாங்க சொல்றத்தே, உம் வாய் ஏன் அடைச்சுப்போச்சு. இப்போ ஏதோ புதுசா சொல்ல வந்துட்டேள். முடியாதுன்னா, முடியாது, போம்." பெரிய பாட்டா அதட்டலுடன் பேசினார்.

"அப்போன்னா, முகூர்த்தம் நடக்காது."

"அப்படியா? பாத்துப்பிடுவோமா? நாளைக்கி இதே முகூர்த்தத்திலேயே பாவூக்கா பெண் கழுத்திலே தாலி ஏற்றதா இல்லையா... பாரும்."

பெரிய பாட்டா கண்கள் கனல் வீசின. அவர் விறு விறுவென்று எழுந்து புறக்கடைக்குப் போனார்.

"யாருடா அங்கே? வண்டியைக் கட்டு" என்று கர்ஜித்தார். உடனே புறப்பட்டு ஆறு மைல் தள்ளியிருந்த தன் ஒன்றுவிட்ட மாமன் மகனைப் பார்க்கச் சென்றார்.

நடுநிசி. ஊர் நித்திரையில் ஆழ்ந்திருந்தது. ஆனால் தெருவெல்லாம் நிலவின் வெள்ளி வெளிச்சம் சிதறிக் கிடந் தது. அந்த ஒளியின் தோய்வில் காளைகள் வெள்ளை முகில் களைப்போல் உருண்டு திரண்டு விரைந்தன. ஜிலு ஜிலு வென்ற சதங்கை ஓசையுடன் வண்டி மேலத்தெருவுக்குள் புகுந்து, ஒரு வீட்டின் எதிரில் நின்றது. திண்ணையில் படுத் திருந்த பெரியவர் வாரிச் சுருட்டிக்கொண்டு எழுந்தார்.

"அத்தான்! என்ன... இப்படி.... பாதி ராத்திரியிலே இம்புட்டுத் தூரம்?" தூக்கக் கலக்கத்தில் அம்மாஞ்சிக்கு பேச்சே எழும்பவில்லை.

"பிள்ளையாண்டானைக் கூப்பிடு , வண்டியைக் கட்டு" என்று பெரிய பாட்டா சுருக்கமாய் உத்தரவு இட்டார்.

அம்மாஞ்சி விழித்தார்.

அப்போதுதான் விஷயம் இன்னதென்று சொல்லவில்லை என்பது பெரிய பாட்டாவுக்குப் புலனாயிற்று. அவர் சங்கதியை

விளக்கினார். அம்மாஞ்சி பதிலே பேசாமல் உள்ளே சென்று மனைவியையும், பிள்ளையையும் எழுப்பினார்.

பொல பொலவென்று விடியும் சமயம் புது மாப்பிள்ளை யும் அவன் சுற்றத்தாரும் வாஸவேச்வரம் வந்து சேர்ந்தார்கள். பாவூக்கா பெண்ணுக்கு அதே முகூர்த்தத்தில் விமரிசையாக விவாகம் நடந்தேறியது.

கல்யாணப் பந்தலில் முகூர்த்த விருந்தின் போது பாட்டாவுக்கு உபசாரம் பிரமாதமாக இருந்தது.

"ஏ... பாயாஸம்டா பாட்டாவுக்கு..."

"எலே... லட்டு கொண்டா... டா..."

"எங்கே பப்படம் வரலே."

அந்த உபசாரங்களையெல்லாம் மிக்க ரசிப்பது போல பெரிய பாட்டா முகத்தில் ஒரு அருமையான புன்னகை தாண்டவமாடிற்று. இருள் மேகத்தில் மின்னல் புரையோடுவதுபோல் அந்த மந்தஹாஸத்திற்கு ஒரு தனி பொலிவு இருந்தது. சிரிக்காதவர் சிரித்தால்? இத்தனைக்கும் சின்ன வயசில் அவரைப்போல பரிகாசமும் விளையாட்டும் செய்பவரைக் காண்பது அரிது. ஹா... ஹா என்று வாய் விட்டு சிரிப்பது வழக்கம். இப்போது?

அவர் ஒரு பெருமூச்சுடன் இருளில் தேயும் கட்டை ரங்கன் முதுகைக் கூர்ந்து பார்க்க முயன்றார். அந்த ஒரு விநாடிக்கு அவர் தோற்றத்தில் ஊர்ஜிதம் குன்றிற்று. ஒரு நிமிடத்திற்கு அவர் முகத்தில் வேதனைப் படலமொன்று தோன்றி மறைந்தது. மறுகணம் நானா சளைப்பவன் என்று கேட்பது போல அவர் இறுமாப்புடன் தலையை நிமிர்த்திக்கொண்டார். ஊம், ஊருக்குப் பெரியவரென்று எத்தனையோ செய்தாய் விட்டது. எத்தனையோ பெயர் கேட்டாய் விட்டது. எத்தனையோ பொல்லாப்புகளையும் வாங்கிக் கட்டிக் கொண்டாய் விட்டது. அவர் வாழ்க்கை அகண்ட காவேரியைப் போன்றது. விரிவாயும், ஆழமாயும் ஆனால் அமிழ்ந்த சுனைகள் உள்ளதாயும் தென்பட்டது. இப்போது, எங்கிருந்தோ, அந்த அடிச்சுழற்கள், நினைவு

திரையில் வெடித்தெழுந்தன. லட்சுமி, நாராயணன், வெங்குட்டு... அப்புறம், அவள். எங்கேயோ இருதயத்தில் புதைத்து வைத்து, துயரத்தில் மல்கிய படங்கள், அவை. லட்சுமி - பளபளக்கும் மேனியழகு, மனதை ஈர்க்கும் குறுநகை, ரோஜாப்பூவையொத்த கோமள தேகம். நாராயணன், கண்ணாடி போல் பிரதிபலிக்கும் முகம், ஆஜானுபாகு, இனிமையான பேச்சு. வெங்குட்டு - உயர்தரப்படிப்பு, கெட்டிக்காரன், மேதாவி என்று கூட சொல்லலாம். ஸ்ரீதானபுரத்தில் முன்சீப்பாய் இருந்தான். நல்லவேளை தங்கம் அவனைப் போலிருக்கிறாள். அவள். பளீரென்ற குங்குமப் பொட்டு ஒளிரும் அந்த இனியமுகம். பெரியபாட்டா மறுபடியும் நீண்ட மூச்சு விட்டார். பிறகு தன்னைச் சமாளித்துக் கொண்டு, தளர்ந்த உள்ளத்தைக் கெட்டிப் படுத்திக் கொண்டார். இத்தனையும் ஒவ்வொன்றாக பறிகொடுத்தும் அவர் ஒரு தடவை கூட ஹா வென்று விம்மியது கிடையாது. ஊ உம்... பேசக்கூடாது. அத்தனை மனோதைரியம் அவருக்கு... ஆமாம். இதென்ன? ரங்கன் எதற்கு டாக்டர் வீட்டிற்குள் போகிறான்? அதுதான் தங்கம் கூட அங்கே இல்லையே? கதை கேட்டுக்கொண்டு கூட்டத்தில் அல்லவா உட்கார்ந்திருக்கிறாள்? பாட்டா முகத்தைச் சுளுக்கினார். ஹ¬ம். இப்போது இதுதான் அவருக்கு மிஞ்சி நின்றது. இந்த குட்டையான கறுப்பு மனுஷன். அதுவும் அசத்து வேறு; அசமஞ்சம். சொல்லி லாபம்? மற்றவர்கள் தான் போயாயிற்றே...

உள்ளே போன ரங்கன் ரேழி வாசற்படியில் குறுக்கே படுத்திருந்த அம்மாளுவைத்தாண்டிப் போக முடியாமல் திணறிப் பின்வாங்கினான். அவள் பூஜையறையில் தானே படுப்பது வழக்கம். இங்கே எங்கே வந்தாள் என்று மனத்துள் சபித்துக்கொண்டே திரும்பிப் போய் திண்ணையை விட்டிறங்கி இருட்டில் மறைந்தான்.

"யாரடி அது? ரங்கன் மாதிரிக்கி இருந்ததே?" என்றாள் தங்கத்தின் மாமியார் அம்மாளு.

"தெரியாது பாட்டி. நான் பாக்கலை" என்றாள் கோமு.

அவளுக்கா ரங்கன் வருவான் என்று தெரியாது. அவள் மார்பு திக் திக்கென்று அடித்துக் கொண்டது.

★★★

பெரிய தெருவில் உபந்நியாசம் நிகழும் சமயத்தில், தாழத்தெரு வெங்காச்சம் வீட்டுத்திண்ணையில் சீட்டுக் கச்சேரி பலமாய் நடந்து கொண்டிருந்தது.

"போடுடா, ஆடு தன் ஆஸை.... அப்படீ" என்று வெங்காச்சம் கொக்கரித்தான்.

டாக்டர் சுந்தாவுக்கு தன் கூட்டாளி சுப்பைய்யா பேரில் கோபம் பொத்துக் கொண்டு வந்தது.

"என்னடா, மடையா, இம்புட்டு புத்திகூட இல்லே? என்கிட்டே விட்டுட்டா பாத்துக்கமாட்டேன்?" என்று இரைந்தான்.

"ஓய்! துருப்பு இருந்தா ஆடித்தானே தீரணும்" என்று வெங்காச்சம் அவனுக்காக பரிந்து பேசினான்.

உள்ளே குழந்தைகள் தூங்கிவிட்டார்கள். அவர்கள், தினம் இப்படி அட்டகாசம் செய்வதைப் பார்த்து பாலுண்ணிப் பாட்டிதான் முணுமுணுப்பது வழக்கம். அவளும் அன்று உபந்நியாசம் கேட்கப் போயிருந்தாள். வேறு அங்கே யார்? வெங்காச்சம் மனைவிதான் சென்ற வருடம் காலமாகிவிட்டாள். அத்தைப் பாட்டியான பாலுண்ணிப் பாட்டியே குழந்தைகளுக்குத் துணையாக இருந்து, சமைத்துப் போட்டுக் கொண்டிருந்தாள்.

"ஓய்... பாத்தயா? எப்படி? என்னோட ஆட்டம்?" வெங்காச்சம் மார்பை விரித்துக் கொண்டான்.

"ஓய், ரொம்ப பேசாதேயும். அடுத்த ஆட்டத்திலே பாரும்" என்று வீரம் பேசினான், சுந்தா.

அப்போது திண்ணை ஓரமாக ஒரு உருவம் வந்து நின்றது.

"ஐயா, டாக்டர் ஐயா, கொஞ்சம் வறீங்களா?" என்றான் ஒரு

பையன். நல்ல கறுப்பு முகத்தில் அவனுடைய வெள்ளைப்பற்கள் ஒளி வீசின.

“யாரடா அது? முன்னைய்யன் மகனா? என்ன சங்கதி?” என்று கேட்டான் வெங்காச்சம்.

அவன் இடுப்பில் சுத்தமான வெள்ளை வேட்டி கட்டி இருந்தான். அந்த வெண்மை அவனுடைய கரிய நிறத்தை இன்னும் அதிகமாக உரைத்துக் காட்டிற்று. கண்கள் புறு புறு வென்று பிரகாசிக்க, அவன் டாக்டரையே ஆவலுடன் பார்த்துக் கொண்டு சொன்னான்.

“எங்க தெருப்பக்கம் வறீங்களா, டாக்டர்? ஆத்தாக்கு உடம்பு அதிகமாயுடுத்து.”

“ஏய், ஆட்டத்தை நடுவிலே விட்டுட்டு இப்போ கிளம்பினயோ, தெரியும் தேதி” என்று மிரட்டினான் வெங்காச்சம்.

“எலே... ஒத்திப்போ, இப்போ வரமுடியாது” என்று டாக்டர் கையை வீசினான்.

ஆட்டம் கொழுக்க கூச்சலும், களிப்பும் வலுத்தன.

‘இன்னும் ரண்டே ரண்டாட்டம் போட்டுட்டா, உன் கிட்ட ஒரு சல்லிக்காசு இருக்காமே அடிச்சுடுவோம்’ என்றான் நான்காவது ஆட்டக்காரனான முத்து.

“என்ன ஓய், பேச்சு பலமா இருக்கு. காரியத்திலே காட்டும் இன்கறேன். அஞ்சாட்டம் இருந்தா நான் எல்லாத்தையும் திரும்பி வாங்கிட மாட்டேன்?” என்று சுந்தா பிதற்றினான்.

“சரி இந்தா பிடி.... கிளாவர் ராணி” என்று முத்து ஆட ஆரம்பித்தான்.

அந்தப் பையனும் பொறுமையுடன் அங்கேயே காத்திருந்தான். கடைசியில் ஆட்டம் கலைந்தது. துண்டை எடுத்து மேலே போட்டுக்கொண்டு டாக்டர் வீட்டை நோக்கி நடந்தான். முன்னைய்யன் மகனும் நிழலைப் போல அவனைப் பின்தொடர்ந்தான்.

இரவில் முதல் ஜாமம். கிராமம் துயில் கொண்டிருந்தது. டாக்டர் சுந்தா மனைவி தங்கம், தூங்கி வழிந்து கொண்டே கதவைத் திறந்தாள்.

அவனைக் கண்டதும், "முன்னைய்யன் மகன் வந்துட்டுப் போச்சு. அவளுக்கு அதிகமாயுடுத்துப் போல இருக்கு. போய் என்னான்னு பாத்துட்டு வாங்கோ" என்றாள்.

சுந்தா பதில் சொல்லாமல் அவளைத் தாண்டிக் கொண்டு உள்ளே போனான். அவளும் பின்னோடு வந்தாள்.

"ஏன்னா, கேட்டுதா, நான் சொன்னது" என்று அவனை அழைத்தாள்.

"ஏது? நான் என்ன மனுஷன்தானே! நேக்கு தூக்கம் கீக்கம் வேண்டாமா?"

"பாவம். ரத்தமா வாயிலெடுக்கறதுன்னு அந்தப் பிள்ளை சொல்லித்து."

"அப்படீன்னா, நான் போயும் லாபமில்லை. இதுக்குள்ளே போனாலும் போயிருக்கும்."

சுந்தா படுக்கை மேலே துண்டை விரித்துக்கொண்டு படுத்தான்.

"போயுட்டுத்தான் வாங்களேன்."

சுந்தா நறுக்கென்று படுக்கையில் எழுந்து உட்கார்ந்தான்.

பிறகு, "ஏய், என்ன ரொம்ப தைரியம் வந்துடுத்து" என்று இரைச்சல் போடவாரம்பித்தான்.

"இல்லை, ஆபத்துன்னு உண்டானா, போகத்தான் வேணும்."

"அட.... சை நான் அப்பவே சொன்னேனே, கண்டதையெல்லாம் தின்னக்கூடாதுன்னு... எத்தை சாப்பிட்டாளோ?" சுந்தா கத்திப் பேசினான்.

அண்டை அயலில் இருப்பவர்களுக்குத் தூக்கம் கலைந்தது. எப்போதும்போல் டாக்டர் வீட்டில் வாக்குவாதம் என்று

புரிந்து கொண்டார்கள். தங்கமா அவனுக்குப் பயப்படுகிறவள்? அவள் மேலும் மேலும் அவனை வற்புறுத்தினாள். அவனும் பிடிவாதமாய்ப் போக மறுத்துக்கொண்டே கூச்சலிட்டான்.

கடைசியில் அவள் சொன்னாள். “ஏதோ, ஏழை பாவங்கள். காசு பணம் இல்லையின்னு...”

இதைக் கேட்டதும் சுந்தா தும்மென்று எழுந்து குதித்தான்.

“ஏய், என்ன சொன்னே? பணம் கிடைக்காதுன்னா நான் போகலையின்னு சொல்றாய்?”

“பின்னே என்னவாம்?”

அவன் அவளைக் கோபத்துடன் ஒருகணம் வெறித்துப் பார்த்தான். மறுநிமிடம் கூடத்து மேஜைமேலிருந்த மருந்துப் பெட்டிப் பக்கம் தாவினான்.

“இரு, இரு, திரும்பி வந்ததும் உனக்கு வெக்கறேன் வழி” என்று கருவிக்கொண்டே விறு விறுவென்று வாசலுக்கு நடந்தான்.

தங்கம் தன் சிரிப்பை மறைக்க புடவை முன்றானையை இழுத்துச் சுருட்டி அதில் முகத்தைப் புதைத்துக்கொண்டாள். அவள் யுக்தி பலித்துவிட்டது.

வெளியே வந்தவுடன் சுந்தா ஓட்டமே எடுத்தான். நடந்தவற்றையெல்லாம் கவனித்துக்கொண்டு அங்கேயே பொறுதியுடன் காத்திருந்த முன்னைய்யன் மகனும் அவன் பின்னால் ஓடினான்.

★★★

உபந்நியாசம் முடிந்து எல்லாரும் போய்விட்டார்கள். தெரு வீடுகளின் விளக்குகள், ஒவ்வொன்றாக அணையத் தொடங்கின. சுப்புக்குட்டி சாஸ்திரிகள் அங்கவஸ்திரத்தை எடுத்து தன் மடிசஞ்சிக்குள் பத்திரப்படுத்தினார். பிறகு படபடவென்று திண்ணைப் படிகளைக் கடந்து, சுற்றும் முற்றும் பார்த்தபடி ஒரு

நிமிடம் நின்றார். தெரு வெறிச்சிட்டிருந்தது. ஆள் நடமாட்டமே இல்லை. இதுதான் சமயமென்று நினைத்து அவர் தாமதியாமல் ஓட்டமும் நடையுமாகப் பறந்து இருளில் மறைந்தார். ஒரே மை இருட்டு. நிசப்தம். சில்வண்டுகள் கூப்பிடுவது மாத்திரம் அந்த மயங்கும் மோனத்தை அறுப்பது போல் இரைச்சலுடன் ஒலித்தது. அந்த ஆரவாரம் சாஸ்திரிகளுக்கு அச்சத்தைக் கொடுத்தது. அவர் மேலும் துரிதப்பட்டார்.

மேலக் கோடியாத்துப் பக்கம் வந்ததும் குறுக்கே போகும் ஒரு சந்தில் வலப்பக்கமாகத் திரும்பினார். குறுகிய சந்து; மூலை முடுக்குகள்; நல்லிருள்; ஆனால் அவர் தயங்காமல் விரைந்தார். கடைசியில் பொந்தைப் போலிருந்த ஒரு சின்ன சந்தில் புகுந்து, அதன் ஓரத்தில் தெரிந்த ஒரு சிதைந்த வீட்டை அணுகினார். அவர் திண்ணைப் படிகளை ஏறுமுன் அவருக்காகக் காத்திருந்தாற் போல வாசற்கதவு திறந்து கொண்டது. அவர் உள்ளே நுழைந்ததும் சட்டென்று அது மூடிக்கொண்டது. நடையில் ஒரே இருட்டு. ரேழியிலும் அப்படியே. அவருக்குக் கண்ணே தெரியவில்லை. அதனால் என்ன? அவர் உணர்ச்சிகள் அவருக்கு வழி காட்டின. கூடத்தை அடைந்தார். மித்த வெளியிலிருந்து வந்த மங்கலான வானொளியில் சுவரோரமாக ஒரு சாயல் நிழலாடியது. சஞ்சிகையைப் பொத்தென்று கீழே போட்டு விட்டு சாஸ்திரிகள் அதை நோக்கிப் பாய்ந்தார்.

"எங்கே நீ வராமே போயுடுவயோன்னு பயந்துண்டே வந்தேன்" என்று சொல்லியபடி அவர் ஆனந்தாவின் கூம்பிய உதடுகளைத் தன் பற்களால் பற்றிக் கொண்டார். அந்தப் பெண் முரண் செய்து அவரை விலக்கினாள். பிறகு, "ஏது? இன்னிக்கி ஏதேனு முண்டோ இல்லையோ?" என்று கேட்டவாறு அவர் கொண்டு வந்த பையைத் துளாவினாள். முதலில் நாணயங்களை ஒவ்வொன்றாக எடுத்துச் சேர்த்து தன் புடவைத் தலைப்பில் உருண்டையாக முடிந்து கொண்டாள். பிறகு சுண்டல் பொட்டணத்தை அவிழ்த்து, கொஞ்சம் எடுத்து வாயில் போட்டுக்கொண்டு மென்றாள். நடுநடுவே சாஸ்திரிகள் அவளை அணுகும்போதெல்லாம், பொய்க் கோபத்துடன் விலகிப்போனாள். வேறு வழியில்லாமல், அவள்

சுண்டலைச் சுவைத்துத் தின்னும் வரையில், சாஸ்திரிகள் காக்க வேண்டியதாயிற்று. அவளும், "உங்களுக்கே - அவசரம்" என்று கொஞ்சலாகக் கடிந்து கொண்டே, சுண்டல் முழுவதையும் சாப்பிட்டுத் தீர்த்தாள். பிறகு சாஸ்திரிகள் பக்கமாகத் திரும்பி களுக்கென்று நகைத்தாள். இதற்குள் அவர் முகத்தைத் திருப்பிக் கொண்டு சற்று அப்பால் நகர்ந்து போயிருந்தார்.

"கோபமா?"

அவர் பதில் பேசவில்லை.

ஆனந்தா சிரித்துக் கொண்டே அவர் கழுத்தை தன் மென்கரத்தாற் சுற்றி வளைத்து பக்கத்தில் இழுத்துக்கொண்டாள். சாஸ்திரிகள் நெற்றியில் நரம்புகள் புடைத்து நின்றன. ரத்தம் தலைக்கேறியது. ஆசாபங்கத்தினால் வெறி கொண்ட அவரும் சட்டென்று திரும்பி அவளை ஆத்திரத்துடன் அணைத்துக் கொண்டார்.

அதே சமயத்தில் ரோகிணியும் ரேழிக் கதவை தாழ்ப்பாளிட்டு விட்டு மாடவிளக்கை தணித்தாள். கூடத்திலிருந்து, "கமலாம்பா, அம்பிகே, தாயே" என்று படுக்குமுன் மீனக்கா ஈசுவரியை துணைக்கு அழைப்பது அவள் காதில் விழுந்தது. அவளும் படுத்துக்கொண்டாள்.

சிறிது நேரம் அசையாமல் கிடந்து பார்த்தாள். அடுத்த படுக்கையில் ஒருவித இயக்கமும் இல்லை. ஆனால் அவரும் விழித்துக் கொண்டுதானிருக்கிறார் என்று அவளுக்குத் தெரியும். மெதுவாக தன் கையை அவர் மார்பின் மேல் வைத்தாள். அவர் நகரவில்லை. பட்பட்டென்று இருதயம் மாத்திரம் அடித்துக்கொள்வது புலனாயிற்று. கையெட்டும் வரையில் லேசாகத் தடவிக் கொடுத்தாள். அப்போதும் அவர் அசையவில்லை.

சற்றுமுன், பிச்சாண்டியின் அந்தத் தாக்குதலால் அவள் வெகுவாக அதிர்ந்து போயிருந்தாள். ஏக்கம் அவளைப் பிடித்து வாட்டியது. காரணம் அவளுக்கே புரியவில்லை.

ஆனால் எப்படியாவது கணவனிடமிருந்து ஒரு ஆறுதலான வார்த்தையோ, கனிவு பொருந்திய அணைப்போ பெறாவிட்டால் அன்று அவளுக்குத் தூக்கம் வராது என்று தோன்றிற்று. விறைத்தாற்போல் படுத்திருந்த அவரை மேலும், மேலும், மிருதுவாக வருடினாள். அப்போது சட்டென்று அவள் முற்றும் எதிர்பாராத விதத்தில் அவர் எழுந்து அவளை முரட்டுத்தனமாக அணைத்துக்கொண்டார். பிறகு பற்களை நறநறவென்று நொறுக்கினார்.

அவளோ அவருடைய கோபத்தைக் கவனித்ததாகத் தெரியவில்லை. அதற்குப் பதிலாக, ஆனந்தத்துடன் அவர் மார்புடன் ஒன்றிக்கொண்டாள்.

“என்னாலே உன்னைப் புரிஞ்சுக்க முடியலை. அப்படி மொகத்தே தூக்கிண்டு இருந்தாயே! இப்போ-” அவர் திரும்பவும் கோபத்துடன் பற்களைக் கடித்தார்.

“சத்தம் போடாதேயுங்கோ . அக்காக்கு காது கேக்கப் போறது.”

“நன்னாக்கேக்கட்டும்.” அவர் பற்கள் மறுபடியும் நொறுங்கின.

“ஏதுக்கு இப்படியொரு கோவம்? நீங்க பிரியமா இருக்கணுமுன்னுதானே நான் ஆசைப்படறேன்?” அவள் அவர்மேல் கொஞ்சலுடன் சாய்ந்தாள்.

“எப்படி இருக்கிறது? உன் மொகத்தைப் பார்த்தாலே கிட்டவர பயமா இருக்கே. ஏதோ சொல்லிப்பிட்டேன்னு அப்படி உர்ருன்னு இருந்தயே.”

ஆசையும் கோபமும் சேர்ந்து கொண்டதும் அவர் பிடி வலுத்தது.

“என் மொகம் அப்படீ... அதுக்காக என்னை பொல்லாதவளா ஆக்கணுமா?”

“என்னை நசுக்கி, உன்னிஷ்டப்படி நடக்க வைச்சு...”

“எப்போதாவது ஆம்படையான் தன்னிஷ்டம் போலிருக்கணு முன்னு எந்தப் பொண்ணுக்கானாலும் தோணாதா?”

“அப்போ , நான் கைகட்டி, கால் கட்டி, வாயில்லாப் பூச்சியா, உன் அடிமையா இருக்கணும். இல்லையா?” அவர் சீறினார்.

“ஆமாம்” என்று சொல்ல ரோகிணிக்குக் கூச்சமாக இருந்தது. ஆமாம். அன்பென்றால் அப்படித்தான். அன்பென்றால், ஈதல். காதலியிடம் தன் எல்லாவற்றையும் ஒப்படைத்துவிடுவது. “உன்ஆக்ஞை என் விருப்ப”மென்று சொன்னால்.... அந்த ஒரு இணக்கத்தில் அவள் சுவர்க்கத்தையே கண்டுவிடுவாளே. ஆனால்... ஆனால்... அவருக்கு கர்வம் கூடுதல், அதைச் சொல்ல மாட்டார். கர்வமிருக்கும் இடத்தில் பரிபூர்ண ஈதலும் உண்டாகாது. எப்படி உண்டாகும்? இதையெல்லாம் அவரிடம் சொல்லி அவரை மேலும் கோபப்படுத்த அவள் அஞ்சினாள். அதனால் கணவனை சமாதானப்படுத்தும் ரீதியில் அவர் கழுத்தை தன் தளிர்க் கரங்களால் வளைத்துக் கொண்டாள். அந்த ஒரு செய்கையால் அவள் தனக்குப் பணிந்து விட்டதாக அவர் கருதினார். இனிமேல் தன் சுயகௌரவத்திற்குப் பங்கமில்லை என்று எண்ணி, குனிந்து அவள் முகத்தை முகர்ந்தார்.

அதன் பிறகு அவர்கள் காதல் நாடகம் விதிப்படி நடந்து முடிந்தது. சம்பிரதாயத்திற்கு உட்பட்டு நடக்கும் இந்த வாழ்வில் காதலுக்கு மாத்திரம் இறக்கை முளைக்குமா? வேறு எவ்வளவோ புகழுரைகளை அவர் வாயால் கேட்க வேண்டுமென்று ஆசைப்பட்டும், ரோகிணி தன் தாபத்தை அடக்கிக்கொண்டாள். வாஸவேச்வர காதல் முறைகளுக்குக் கீழ்ப்படிந்து, தன்னால் இயன்றவரையில் அவற்றைத் திருப்தியுடன் ஏற்க முயன்றாள்.

இரண்டாவது ஜாமம். கதவை யாரோ தட்டும் சத்தம் கேட்டு தங்கம் ஆழ்ந்த நித்திரையிலிருந்து விழித்துக் கொண்டாள். எழுந்து போய் அதைத்திறந்ததும் சுந்தா உள்ளே வந்தான். தங்கம் கட்டுக்குட்டென்று உருண்டையாக இருந்தாலும், எலுமிச்சை நிறம், மிருதுவான சருமம். இத்தனை நேரமாய்ப் படுக்கையில் கிடந்துங்கூட அவள் ஆடைகள் குலையவில்லை. நெற்றிப் பொட்டும் அழியவில்லை. ரேழியில் மினுமினுத்த சின்ன ரா விளக்கின் ஒளியில் அவளுடைய முகம் அழகாய் மிளிர்ந்தது.

சுந்தாவுக்கு முன் இரவில் கேட்ட தலபுராணம் நினைவுக்கு வந்துவிட்டது. அவன் ரத்தம் திடீரென்று வெறிகொண்டது. அவன் அவள் கையைப் பிடித்து இழுத்தான்.

“இந்தாருங்கோ, விடுங்கோன்னா...” அவள் திமிறினாள்.

“ஏய், கட்டினவனுக்கு இல்லேன்னா பின் யாருக்காம்?”

“ஏது, இப்படி ரண்டாம் ஜாமத்திலே வந்து, எல்லாரும் தூங்கறத்தே, சமயம் நேரம் தெரியாமே கூத்தாடறேள்?”

“பின்னே, எல்லாரும் முழிச்சிண்டு இருக்கறத்தேயா? சரிதான், கூத்தா? இன்னும் பாரு. அப்போத் தெரியும்.”

“ஏன்னா, இதென்ன இது? வெக்கமா இல்லே?”

அவன் விடுவதாக இல்லை. அவள் தப்பித்துக்கொள்ளப் பார்த்தாள். அவன் அவளைப் பிடிக்கத் தலைப்பட்டான். தெரு முழுவதும், டாக்டர் சுந்தா மனைவியுடன் விளையாடுகிறான் என்று தெரிந்துகொண்டது. கடைசியில் அவளை இறுகப் பிடித்துக்கொண்டான். சில நிமிடங்களுக்கு அங்கே மௌனம். சுந்தா, சாஸ்திரிகள் விவரித்த இந்திரனுடைய காதல் உணர்ச்சிகளை நினைத்து அனுபவித்துக் கொண்டான். பிறகு அந்த வேட்கை அவனை உளைத்தது. அவன் உடம்பெல்லாம் முள்படர்ந்தது. அவன் அவள் தோட்களைப் பற்றி இறுத்தினான்.

அடுத்த வீட்டில் முத்து தன் மனைவியைப் பிடித்துக்கொண்டான். எதிர்ச் சாரியில், பெரியபாட்டா வீட்டிற்கு அடுத்த வீட்டிலிருந்த சுப்பைய்யா கூட பயந்து, பயந்து, இருளில் விச்சுவைத் தேடிச் சென்றான். அவன் கரம் பாலுண்ணிப் பாட்டிமேல் விழுந்தது.

“அடுமாண்டு போறவனே” பாட்டி நல்ல தூக்கத்திலிருந்து வாரிச் சுருட்டிக்கொண்டு எழுந்து, அவனை சாங்கோபாங்கமாக திட்டத் தொடங்கினாள். "போக் கழிஞ்சு போறவனே, இதென்ன அக்கிரமம்...”

இருட்டில் எப்படியோ தட்டித்தடவிக்கொண்டு சுப்பைய்யா செத்தேன், பிழைத்தேன் என்று தன் படுக்கைக்குத் திரும்பி வந்து சேர்ந்தான். அட விபரீதமே! பாட்டியுடைய குறட்டை சத்தம் மற்றோரு பக்கத்திலிருந்து வந்ததாக அல்லவா எண்ணி அவன் அங்கே வந்தான்! இந்தப்பாழும் காது எப்போதும் போல் சாதித்து விட்டதே. சுப்பைய்யாவுக்கு ஒரே அச்சம். வெட்கம் அவனைப் பிடுங்கித் தின்றது. தவறாக பாலுண்ணிப் பாட்டியை எழுப்பி விட்டானே! அவன், தான் இருந்த இடத்தைவிட்டு அசையாமல் அப்படியே கிடந்தான். பக்கத்தில் கைத்தடி இருக்கிறதாவென்று மாத்திரம் தடவிப்பார்த்துக் கொன்டான். அவனுக்கு அது ஒரு பழக்கம். எப்போதும் அருகில் ஒரு கைத்தடி இருக்கவேண்டும். அவன் எங்கே சென்றாலும் அது கூட வரும். அவன் முகம் அவமானத்தினால் கொதித்தது. இருட்டில் எழுந்து போகும்போது தடிமேல் சருக்கி விழுந்ததால் தான் அவன் திக்குமாறி பாட்டியிடம் போக நேர்ந்தது.

வசை மொழிகளின் அருவிப்பெருக்கு தானாகவே ஓய்ந்தது. பாட்டி தொணதொணத்துக்கொண்டே பாயைச் சுருட்டிக்கொண்டு கூடத்துக்குப் போய்விட்டாள். சற்று நேரம் கழிந்ததும், அவள் மறுபடியும் குறட்டை விடுவது அங்கிருந்து கேட்டது. அப்பாடா, நல்லவேளை, பாட்டி மறுபடியும் தூங்கிவிட்டாள். எப்போதானாலும், படுத்தால் மறுவிநாடி அயர்ந்து விடுவாள், பாட்டி. ஆனால், இரவு வேளையில் அவள் தூக்கமில்லாமல் சதா கஷ்டப்படுவதாக, புலம்புவது வழக்கம். இதைக் கேட்டவர்கள் அவள் வழக்கம் தெரிந்து, வாய்க்குள் சிரித்துக்கொள்வதுமுண்டு.

எங்கே ஓசை செய்தால் பாட்டி விழித்துக்கொண்டு விடுவாளோ என்று சுப்பைய்யாவுக்குப் பயம். இருந்தாலும் ஊரைக்கலக்கிவிட்ட அந்த வெறி அவனையும் தொத்திக் கொண்டது. அவனால் அதை அடக்க முடியவில்லை. மெல்ல விச்சு பக்கமாக நகர்ந்து போய் அவளை லேசாக அசக்கி விட்டான். விச்சுவுக்கு எரிச்சலெடுத்தது. இவனும் ஒரு ஆண்பிள்ளையா? ஆர்வத்துடன் பாயவேண்டிய இடத்தில்

இப்படியா...? சை. அவள் அவன் கையை உதறி எறிந்தாள். கோபித்துக் கொள்ளாதே என்று சமாதானம் சொல்லுவதுபோல், அவன் மறுபடியும் அவளை மெதுவாகத் தடவிக்கொடுத்தான். ஆனால் அவள் ரோசத்துடன் அவன் பக்கம் திரும்ப மறுத்தாள். சுப்பைய்யா பயந்த கைகளுடன், ஆனால் விடாமுயற்சியுடன், அவள் முதுகை வருடினான். இந்த ஜீவனற்ற முயற்சிகள் அவள் ஆத்திரத்தை இன்னும் அதிகமாகக் கிளப்பிவிட்டது. "விடுங்கோன்னா" என்று பிணங்கினாள். சுப்பைய்யா கை அலுக்காமல் வேலை செய்தது. அவன் மிருதுவாக மேலும் கீழுமாக அவள் கரத்தை தோள்பட்டையிலிருந்து, முழங்கை, முன் கை சதையென்று கணுக்கணுவாகத் தடவிக் கொடுத்துக் கொண்டே இருந்தான். அந்த லேசான உரசலினால், அவள் உதிரம் கொஞ்சங் கொஞ்சமாகக் கொழுத்தது. உடல் முழுவதும் பூச்சி பறப்பது போல் பிறுபிறுவென்று உணர்ச்சி வேகம் துடிக்கவாரம்பித்தது. இதை அறிந்ததும், அவன் அவளை தன் பக்கமாகத் திரும்பும்படி புரட்டினான். கடைசியில் இந்திரனைப்பற்றிய காமன் அவளையும் தீண்டினான். அவள் வேண்டா வெறுப்புடன் உடன்பட்டாள். ஏன் என்றால் அவன் அணைப்பில் இன்பமிருக்கவில்லை. வெட்கம், தயக்கம், குழப்பம், எல்லாமாகச் சேர்ந்து அவனைக் குமையச் செய்தது. அவன், தன் ஆர்வத்தைச் சீக்கிரமாகவே தீர்த்துக்கொண்டான். விச்சுவுக்கு ஒரே ஏமாற்றம்.

முத்து சில சமயங்களில் ஒவ்வொரு இரவும் களித்தான். மற்ற சமயங்களில் நெடு மாதங்களுக்கு மனைவி பக்கம் போகான். இது சபல மனதினால் அல்ல. விவசாயம், வியாபாரம் என்று ஏதாவது முக்கியமான காரியங்களில் ஈடு பட்டிருக்கும் போது காதல் புரிந்தால் அவ் விவகாரங்களுக்கு தடையுண்டாகுமோ என்று அவனுக்கு பயம். ஒரே மனதுடன் காரியத்தில் கண்ணாய் இருக்கும் போது சல்லாபம், ஊக்கத்தை விரயம் செய்துவிட்டால், அப்புறம் எப்படி வெற்றி பெற முடியும்? மனைவி அருகில் வந்தால் கூட, அப்புறம் ஆகட்டும், முதலில் காரியம் கைகூடட்டுமென்று சொல்லுவது போல அவளை விலக்கி விடுவான். இதென்ன? காதலில் லோபம் காண்பித்தால்

வியாபாரம் கொழுக்குமா? முத்து அன்றுதான் ஒரு முக்கியமான வியாபாரத்தை செவ்வனே முடித்திருந்தான். அவனுக்கு ஒரே சந்தோஷம். இரவும் இன்பமாகக் கழிந்தது.

நெற்றி வேர்வை நிலத்தில் சொட்ட சதா உழைப்பவனுக்கு காதல் வழியில் விதவிதமான நாடகங்கள் நடத்த பொழுதுண்டா? அதனால் என்ன? வாடிக்கையான அவனுடைய பாணிக்கு என்ன குறைவு? முதிர்ச்சியடைந்தவுடன் சம்பிரதாய வாழ்க்கையை மேற்கொண்ட வாஸவேச்வரத்து ஆண்கள், தம் இளவயதின் ரஞ்சித உணர்வுகளை மறக்க முயன்றார்கள். சிருங்காரமென்றால், அதற்கு ஒரு வரம்பை மீறி முக்யத்வம் ஏன் கொடுக்க வேண்டுமென்று கேட்டார்கள்.

இருந்தும் இந்திரன் கதை அவர்கள் மனதின் அடித் தளத்தில் ஊர்ந்த உணர்ச்சிகளைக் கிளப்பி விட்டது என்பது தெளிவாயிற்று. அதுவும் சாஸ்திரிகள் வர்ணித்த அந்தப் பெண்ணின் தோற்றம்! வாஸவேச்வரத்து ஆண்கள் உள்ளம் தவியாய்த் தவித்தது. மனத்திரையில் நிழலோடின காமனுடைய கட்டழகியைக் கண்டு மயக்கங் கொண்டார்கள். அழகே திரண்டு உயிர் கொண்டவள் ரதி. அவளை நினைக்கும் போது அவர்கள் ரத்தம் கொதித்துக் கொப்புளித்தது. துவளும் தேகம், வரிசைப் பற்கள், உதிரம் சிந்தும் இதழ்கள். அப்பா! என்ன வளைவுகள், சரிவுகள்! பார்த்த இடத்திலெல்லாம் அவள் தேகத்தில் இன்பக் குன்றுகள், பள்ளத் தாக்குகள், மேடுகள்! ரதியை மனதில் நினைத்துப் பார்த்துக் கொண்டே அவ்வாண்கள் தம் பெண்களிடம் போனார்கள். இந்தக் கற்பனை ரதிக்குத்தான் வாஸவேச்வரத்துப் பெண்கள் எவ்வளவு கடமைப் பட்டிருக்கிறார்கள்? அவளை நினைத்து, மனக்கண் முன் அந்த அபூர்வ ரூபத்தை ரசித்தபடியே அவர்கள் தம் பாமரப் பெண்களை அனுபவித்தார்கள். சப்பென்ற அப்பண்டங்களை ருசி பார்க்க அந்த கற்பனை பிம்பம் உதவிற்று. இரவின் இருள் மையத்தில், ரதிதேவி நட்சத்திரம் போல் ஒளி பரப்பினாள். அதே இருள், அவர்கள் மார்பில் கிடக்கும் கேவலம் அஸ்வாரஸ்யமான வடிவங்களை அணைக்கத் தைரியமூட்டிற்று.

முத்துவுக்குப் பரம திருப்தி. அவன் வெற்றியுடன் திரும்பிப் படுத்தான்.

“எல்லாம் இந்த சுப்புக்குட்டி சாஸ்திரியால் வந்தவினை. வாஸவேச்வரத்துத் தலபுராணத்தைத்தான் அப்படி வர்ணிப்பானேன்?” என்று எண்ணி வருந்தினான், கீழக் கோடியாத்துப்பரசு. அவன் மனைவி பிரஸவத்திற்காக பிறந்தகம் போயிருந்தாள்.

“ஆமா , முன்னைய்யன் பொண்டாட்டிக்கி எப்படியிருக்கு?” என்று கேட்டாள் தங்கம்.

மனைவியைக் கொஞ்சுவதில் ஈடுபட்டிருந்த சுந்தா காதில் அவள் கேட்டதுதான் விழவில்லையோ, இல்லை வேண்டுமென்றுதான் பேசாமல் இருந்தானோ. அவன் பதில் சொல்லவில்லை.

மூன்றாவது ஜாமத்தில் வாஸவேச்வர வீதிகளில் ஓசையே இல்லை. நடமாட்டமும் இல்லை. ஒன்று இரண்டு மாடுகளே தெரு பஞ்சாயத்துக் குப்பைத் தொட்டிகள் அருகில் படுத்த படி அசை போட்டுக்கொண்டிருந்தன. அடிக்கடி தூரயிருந்த நாய்கள் நீண்ட அலறலுடன் அழும் சத்தம் கேட்டது. அவை ஊளையிடவில்லை. விம்மி விம்மி அழுதன.

நான்காவது ஜாமம். பொழுது புலரும் சமயம். கொல்லைக் கதவைத் திறந்துகொண்டு ரோகிணி வெளியே எட்டிப் பார்த்தாள். முன்னைய்யனைக் காணவில்லை. பால் கறக்கும் நேரம் ஆகிவிட்டது. ஏன் இப்படி? தினம் கருக்கென்று கிழக்கே வெளிச்சம் படுமுன்னதாகவே வந்து விடுவானே, என்று அவள் மனத்தில் எண்ணியபடி மேலும் கீழும் பார்த்தாள்.

அந்தச் சமயத்தில் மேலக்கோடியாத்துப் புறக்கடை வாயிலை அடைந்த சுப்புக்குட்டி சாஸ்திரி, தொந்தி குலுங்க, சந்தின் முடுக்கு வழியாக ஓடி மறைவது அவள் கண்ணில் பட்டது. “இதென்ன கூத்து? இவர் இங்கே எங்கே வந்தார்” என்று நினைத்தபடி ரோகிணி உள்ளே போனாள்.

அப்போதுதான் குடியானத் தெருவிலிருந்து அழுகைக் குரல்கள் கேட்டன. முன்னைய்யன் மனைவி மாண்டுவிட்டாள் என்று தெரிந்தது.

★★★

வாஸவேச்வரம் எப்போது தோன்றிற்று? தலப் புராணம் எந்த சமயத்தில் உருவாயிற்று? இதைப்பற்றி அவ்வூர் ஜனங்கள் ஒருவராலும் உறுதியுடன் ஒன்றும் சொல்ல முடியவில்லை. ஆனால் ஊர் என்னமோ மிகப் பழமையானது. பாண்டியர் காலமோ என்று சந்தேகிக்கும்படியிருந்தன, கோவிலும் குளமும். சிற்பங்கள் சிலதான். அதிலும் முக்காலும் சிதைந்தவை. இருந்தாலும் இங்குமங்கும் ஆவுடையார் கோயில் பாணி லேசாகப் புலனாயிற்று. அதெங்கே, இதெங்கே? ஆனால் கலைக்கு ஒரு எல்லையுண்டா?

ஊர் ஒரு குன்றின் அடிவாரத்தில் அடக்கமாக துயில் கொண்டிருந்தது. தெற்கே போகும் முக்கியமான அந்தப் பாதை நீலக்குன்றுகள் இடையே வளைந்து வளைந்து ஓடிற்று. மாஞ்சோலைகள், பிறகு தென்னந்தோப்புகள்... இடை இடையே நெருக்கமாக வளர்ந்திருந்த கிராமங்கள். நூறு நூற்றைம்பது மைல்களுக்கு பச்சை வயற்கள் காடுகள், கரும்புத் தோட்டங்கள், முட்புதிர்கள் என்று நிலக்காட்சிகள் ஓடி மறைந்தன. கடைசியில் ஒரு வளைவில் வாஸவேச்வரம். குன்றின் சரிவில் ஒட்டிக்கொண்டது போலிருந்தது, கிராமம். வீடுகள் ஒன்றையொன்று இழைந்தபடி கூடிக் குவிந்திருந்தன. கிராமத்து மனிதர்கள் இப்படிக் கூடி வாழத்தான் இஷ்டப்பட்டார்களோ! ஊருக்குப்போக வயற்கள் நடுவே ஒரே ஒரு மேடான குறுகிய சாலைதான் உண்டு. நெடுந்தூரம் போனபின், கிராமத்தின் முகப்பில் வாஸ்வேச்வரர் கோவில், கோவில் வாயில், குறுக்கே ஒரு சந்து. அதன் முடுக்கைத் திரும்பினால் பெரிய தெரு. தாழத் தெரு, அதற்கு இணைகோடாக பாம்பைப் போல வளைந்து வளைந்து ஓடிற்று. எல்லையில் குன்றோரமாக பின்னையாறு.

குன்றேறும் போது பிச்சாண்டிக்குக்கூட இரைக்கும். அப்படி செங்குத்தான ஒரு ஒற்றையடிப்பாதை. போகும் வழியெல்லாம் கரடு முரடான பாறைகள், முட்புதர்கள், காட்டுச் செடிகொடிகள், வறட்சியான சரிவுகள். ஆனால் உச்சியை அடைந்த அளவில் திடீரென்று ஒரு குளுமை. நெடியான ஆல், அரசு, நாவல் என்று சலசலவென்று கிளை பாயும் பல மரங்கள் அங்கே அடர்ந்து பொருந்தியிருந்தன. அதற்கு நடுவே மற்றுமொரு சின்னஞ்சிறு சிவன் கோவில். இதென்ன! பழைய கோவில்களை புதுப்பிப்பதில் அளவிலா உற்சாகம் காட்டும் நம் மக்கள், இந்தக் கோவிலை மாத்திரம் இப்படித் தேய்ந்து நிற்க அனுமதித்து விட்டார்கள்? ஆயினும் அந்தத் தேய்வில் தோன்றிய பொலிவுதான் என்ன? அழகான அமைப்பு, கச்சிதமான பிரமாணங்கள், நாகரீகமான தூண்கள். ஆனால் யாவும் சிதைந்தவை. வெளிச்சுவர்களில் மழுங்கிய பிம்பங்கள் தென்பட்டன. அங்காங்கே இடுப்பின் ஒரு வளைவு, கொண்டையின் எடுப்பு, வாழைத் தண்டு துடை என்று சில சில சாயைகள், சென்ற கால சிற்பிகளின் கனவு உலகங்களை லேசாக எடுத்துரைத்தன. சிதைந்த தூண்களும் உடைந்த சிற்பங்களுமாக கோவிலைச் சுற்றி கற்கள் சிதறிக் கிடந்தன. அங்கே வந்து உட்கார்ந்து, அந்த ரம்மியமான காற்றை நுகரும் ஊர்வாசிகளுக்கு அவை ஆசனங்கள் வகுத்துக் கொடுத்தன.

கண்களை உயர்த்தினால் நீலவானம். பொதி பொதியாய் வெண் மேகங்கள் கூட்டம். கீழே கண்ணெட்டும் தூரம் வரையில் வயற்காடு. தென்றல் படர்ந்து, அந்தப் பச்சை நெற்கதிர்களைச் சிலுப்பிவிட்டு, மரகத ஒளிவீசச் செய்தது. குன்றின் உச்சியில் மோனம். இதுதானா பிரம்மானந்தத்தின் எல்லையென்று கேட்கும்படியாக இருந்தது - அந்த நிசப்தம். ஊம்... ஏகாங்கமாக... அதோ சூரியன் உதயமாகிறான் என்று அறிந்து உஷை தன் நொய்மையான இளம் சாயலை வாரியெடுத்துக் கொண்டு ஓடி ஒளிகிறாள். அவ்வெள்ளை வெய்யிலைக் கண்டுதான் அவள் வெட்கி மறைந்துவிட்டாள் என்று சொல்லுவது போல சட்டென்று குங்குமமாக சிவக்கிறது வானம். ஜாதிப் புதர்களிலிருந்து கம்மென்று ஒரு திவ்விய மணம்

வீசுகிறது. ஏகாங்கமாக இருந்து கொண்டு, தன்னந்தானாகவே அந்தரங்கத்தின் பிரம்மத்துடன் உரையாட வேண்டுமானால் நிசப்தம் தோய்ந்த அந்த இடத்திற்குத்தான் போகவேண்டும். ஆமாம். இங்கேதான் அந்த மோனக்கடவுளைக் குறித்து வாஸவன் தவமிருந்திருக்க வேண்டும். சூரியன் எழும்பி விட்டான். அதைக் கண்டு கூத்துக்களியுடன் கோலாகலம் செய்து, பட்சிகள் பலதிக்குகளிலிருந்து வெவ்வேறு சுருதிகளுடன் கூவி, வானவெளியெங்கும் ஒலியைப் பரப்பின.

அது உபந்நியாசம் நடந்த அடுத்தநாள் காலை. விடிந்து இரண்டு நாழிகள் ஆகிவிட்டன. சூரியனின் ஊசி ரேகைகள் பெரிய தெருவில் சரிந்து பாய்ந்து, சாணம் தெளித்துக் கோபமிட்டிருக்கும் சிங்காரத் தரைகள் மீது மிளிர்ந்தன. அந்தச் சித்திர விளக்கங்களுக்கு நேர் மாறுபாடாக நடுத் தெருவில் ஒரு குப்பைமேடு. பஞ்சாயத்து குப்பைத் தொட்டி சற்றுத் தள்ளியிருந்தது, அத்தனை தூரம் போகச் சோம்பற் பட்டுக்கொண்டு கிராமப் பெண்கள் குப்பைகளைத் தள்ளிப் பெருக்கி ஒருவருக்கும் சொந்தமில்லாத நடுவீதியில் குவித்திருந்தார்கள். மாடுகள் மேய்ச்சலுக்குப் போய்க்கொண்டிருந்தன. ஆனால் குப்பை மேட்டைக் கண்டவுடன், அங்கங்கே நின்று அதை ருசி பார்த்தன. மாட்டுக்காரன், சிகப்பு முண்டாசை எடுத்து தலையில் கட்டிக் கொண்டிருந்தான். ஐந்தாறு பெண்மணிகள் ஆற்றில் குளித்துவிட்டு, தோளில் ஈரத் துணிகள் தொய்ந்து தொங்க, இடுப்பில் குடங்கள் துலங்க, நடந்து போனார்கள். வரளிதட்ட கூடையில் சாணம் திரட்டிக் கொண்டிருந்தாள் ஒரு சிறு பெண்.

சுந்தாவின் பெண் வேம்பு, பாவாடையைத் தார் இழுத்துக் கட்டியபடி தெருவில் பந்தடித்துக் கொண்டிருந்தாள்.

யா பா ரா, தேனே வா,

ஔவ்வா குவ்வா, சா, சா,

அக்கர முக்கா, மூவர முக்கா -

“வேம்பு, வேம்பு, அம்மா தோசை தின்னக் கூப்பிடரா” என்றாள் கோமு, வாசலுக்கு வந்து.

“நான் வரமாட்டேன் போ. நீ பாப்பாக்குட்டியை அழைச்சிண்டு போமாட்டே? இங்கே எங்களே வாணாலே எடுக்கிறது.”

“வா, பாப்பா , ஒக்கல்லே வறயா?” கோமு பாப்பாக் குட்டியைத் தூக்கிக்கொண்டு உள்ளே போனாள்.

அவள் நடையைத் தாண்டிப் போகும்போது குச்சில் அறையிலிருந்து பப்பு என்னும் டாக்டரின் கம்பௌண்டர் அவளைத் திருட்டுத்தனமாக எட்டிப்பார்த்தான். கோமு வெட்கத்துடன் தலை குனிந்தாலும், கண்ணோரத்தால், அவனைப் பார்க்காமல், போகவில்லை. அந்தப் பார்வையின் ஆகார்யமான தோற்றம் அவனைப் பித்தனாக்கிற்று. அவன் அப்படியே சமைந்து போய் அவள் போனதிக்கை நோக்கினான். கோமுவின் பின்னல் கருநாகம் போல முதுகில் புரண்டது. அவள் ரேழிவழியாகப் போய் மறைந்தாள். ஆனால் கரும் மயிற் சுருளைகள் நெற்றியை வட்டங்கட்ட, மீன் விழிகள் துள்ள, அழகு சொட்டும் அவள் முகம் அவன் அகத்தில் தங்கிவிட்டது. அந்த சமயத்தில் உள்ளேயிருந்து, தங்கமும் ‘கோமு, கோமு’ என்று கூப்பிட்டாள்.

‘வந்துட்டேன் அக்கா’ என்று பதில் கொடுத்துக் கொண்டே கோமு ஓடிவிட்டாள்.

அடுக்களையில் தங்கம் காப்பி கலந்து கொண்டிருந்தாள்.

அம்மாளு தோசை வார்த்துக்கொண்டே, ஏப், ஏப் என்று பெரிய ஏப்பங்கள் விடுவது வேடிக்கையாக இருந்தது. கோமு அதைக் கேட்டு சிரித்தபடி கதவண்டை நின்றாள்.

“எலையைப் போட்டு, ஜலமெடுத்துவை, கோமு” என்று தங்கம் உத்தரவிட்டாள்.

அதற்குள் ரேழியில் அம்பி மாமா குரல் கேட்டது. “என்னா...

காப்பி கீப்பியுண்டா?" என்றபடி மூக்குப் பொடி டப்பியுடன் அவன் பிரசன்னமானான்.

அம்பி மாமாவுக்கு நல்ல தடித்த தேகம். அத்துடன் கறுப்பு வேறு. கடகடவென்று ஒரு பேய்ச்சிரிப்புமுண்டு. வந்து நின்றால் சற்று பயமாகத்தானிருக்கும். ஆனால் கோமு பயப்படவில்லை. அதற்கு பதிலாக, கன்னத்தில் டால் அடிக்கும்படி கண்ணிமைகளைத் தாழ்த்தி, அவை ஊடே அவனைப் பார்த்து, தன் கட்டுக்கு அடங்கும்படி செய்ய முயன்றாள்.

"அம்பி மாமாவுக்கு ஒரு எலை போடு கோமு" என்றாள் தங்கம்.

அம்பி மாமா மூக்குப் பொடி டப்பியை இடுப்பில் செருகிக்கொண்டான். பிறகு அவளைக் கவனிக்காதது போல தோசை சாப்பிட உட்கார்ந்தான். அவள் உள்ளே போய் தோசையை எடுத்து வந்து நாணிக் கோணாமல் நிமிர்ந்த அலட்சியத்துடன் அவனுக்குப் பரிமாறினாள். அவனும் சட்டமாக உண்ணத் தொடங்கினான்.

"ஏது மாமி, ஏப்பம் பிரமாதமா இருக்கே" என்று சாப்பிட்டுக் கொண்டே உள்ளேயிருந்த அம்மாளுவிடம் பேச்சுக் கொடுத்தான்.

"என்னப்பா செய்யறது? வயசாச்சு. ஒரே வாயுப் பிடிப்பு. முதுகை நிமித்த முடியாமே வலி. உட்காரவும் முடியலை. நிக்கவும் முடியலை. இந்த சிறிசுகளுக்கெல்லாம் நான் இப்படி அவஸ்தைப் படறதைப் பார்த்தா வேடிக்கையா இருக்கு. எல்லாம் அவாவாளுக்கு வந்தாத் தெரியும்." அம்மாளு கோமுவை முறைத்துப் பார்த்தாள். கோமு ஒன்றுமே அறியாதது போல பாப்பாக் குட்டியைக் கவனித்துக் கொண்டிருந்தாள்.

"இந்தா, பாப்பா, நான் புட்டுத்தரட்டுமா?" என்று கேட்டுக் கொண்டே குழந்தை இலையிலிருந்த தோசையை விண்டு கொடுத்தாள்.

"நா தானே, நா தானே" என்று குழந்தை கத்த ஆரம்பித்தது.

“சரி நீயே புட்டுக்கோ” என்றாள் கோமு.

ஆனால், “நீ ஏன் புட்டே” என்று அது இலையைக் காலால் உதைத்து அப்பால் தள்ளிவிட்டு , அலறத் தொடங்கி விட்டது.

“சரி, வேறே தரேன் வா” என்று அவள் எத்தனை சொல்லியும் அது, “நீ ஏன் முதல்லே புட்டே” என்று அழுது ஆர்ப்பாட்டம் செய்தது.

கடைசியில் கோமு அதைத் தூக்கிக்கொண்டு வெளியே போனாள்.

“பார்த்துக்கோ, அம்பி. ‘கோந்தாய் வான்னு’ அதுகிட்டே சவரணையா பேசத் தெரியலை. பெரியவா மனசு படியும் இருக்கத் தெரியலை. வாதாடறது, பதில் பேசறது,தோளைக்குலுக்கறது. அடியம்மா, எங்கதங்கத்துக்குத்தான் இப்படியொரு கால்கட்டு வந்து சேர்ந்திருக்கு. அது மட்டுமா? அவ குறுக்கே நெடுக்கே வளையறத்தையும், நெளியறத்தையும் - போதும் போ. ஒண்ணும் சொல்லப்படாதுன்னு நெனச்சாலும் மனசு கேக்கலை. சங்கதி பப்பு ஆத்துவா காதிலே விழாமே இருக்கணும். விஷயம் தெரிஞ்சா அவா அவனை இங்கே வரக்கூடச் சம்மதிக்க மாட்டா.”

அம்மாளுவின் வார்த்தைகளை தங்கம் காதில் வாங்கிக் கொள்ளவில்லை. அவள் வாய் ஊர்ப் பிரசித்தம். மேலும் இந்தப் பெண்ணும் கொஞ்சம் விவரக் கட்டையாக இருக்கிறது. ஆனால் வழி? சொந்தத்தில் அவளுக்கு யாருமில்லை. என்ன தூர உறவானாலும் நாம்தான் காப்பாற்றக் கடமைப்பட்டிருக்கிறோமென்று பெரிய பாட்டா சொல்லிவிட்டார். அவர் வீட்டில் வயது வந்த பெண்ணை எப்படித் தனியாக வைத்துக் கொள்வது? அதனால் அவளைத் தங்கத்தினிடம் விட்டிருந்தார். கல்யாணம் பண்ணி தள்ளிவிட்டு விடுவோம் என்று பார்த்தால் அதற்கும் வாகாய் ஒரு வரனும் கிடைக்கவில்லை. வாஸவேச்வரத்தில் வரதட்சணையில்லாமல் விவாகங்கள் நடக்காது. இந்தப் பெண்ணிற்காக பணம்

செலவழிக்க யார் முன்வருவார்கள்? இது விவரம் தெரிந்து, பெரிய பாட்டாவுக்கும் பயந்துதான் அம்மாளுவும் சும்மா இருந்தாள்.

“ஏண்டி தங்கம். அவளுக்கும் காப்பியா? பழையது போறாது?” என்றாள் அம்மாளு. தங்கம் பதிலே பேசவில்லை. கணவனிடம் வாதாடும் அவள் வாய் மாமியாரிடம் அடைத்துவிடும்.

அப்போது சின்னப்பட்டு வேர்க்க விறுவிறுக்க உள்ளே வந்து ஒரு இலையில் உட்கார்ந்தான்.

“வந்துட்டயா? போ. அவ எங்கே, உங்கக்கா, வேம்பு?” என்றாள் அம்மாளு.

சின்னப்பட்டு வேட்டி ஓரம் வெளியே தெரியாமல் காலுக்கு அடியில் மடித்து வைத்துக்கொண்டு உட்காரப் பார்த்தான். தங்கம் தோசையை எடுத்து வரும்போது அதைக் கண்டு விட்டாள்.

“ஓ... முண்டை மறுபடியும் கிழிச்சுண்டாச்சா? இப்படி கிழிசலை முடிச்சுப் போட்டு வெக்காதேன்னு எம்புட்டு தரம் சொல்லறது?”

“அம்பி மாமா, கடைத் தெருவுக்குப் போறயா? போனா நேக்கு நோட்டு வாங்கிண்டு வறயா?” சின்னப்பட்டு பேச்சை மாற்றினான்.

அம்பி மாமா கை அலம்புமுன் வேம்புவும் வந்து சேர்ந்தாள்.

“மாமா, நேக்கு ரிப்பன் வேணுமே. கடைக்குப் போறயா?” என்றாள்.

இரு குழந்தைகளும் அம்பி மாமாவைச் சுற்றிக் கொண்டார்கள். அதற்குள் கோமுவும் குழந்தையுடன் ரேழிக்கு வந்தாள்.

“வாடி, பாப்பா, வறயா தோள் மேலே” என்று அவன் தங்கத்தின் கைக்குழந்தையையும் வாங்கிக் கொண்டான். பிறகு வேம்பு கன்னத்தை விளையாட்டாக நிமிண்டிக் கொண்டே கடைக்குப் புறப்பட்டான். அப்போது கோமு வந்து வேம்பு காதோடு ஏதோ ரகசியம் பேசினாள்.

“அம்பி மாமா, கோமுவுக்கும் ரிப்பன் வேணுமாம்” என்றாள் வேம்பு உரக்க.

அம்பி மாமா முகத்தில் ரத்தம் குப்பென்று ஏறி, அதை இன்னும் அதிகமாக கறுக்க வைத்தது. அவன் தன் முகத்தை மறைக்க எண்ணி பாப்பாக் குட்டி மார்பில் அதைப் புதைத்துக் கொண்டான். கோமு இதைக் குறும்புடன் கவனித்தாள்.

அப்போது தோசை அடுப்பைத் தங்கத்தினிடம் விட்டு விட்டு பூஜை அறைக்குப் போய்க்கொண்டிருந்த அம்மாளு காதில் அவ்வார்த்தைகள் விழுந்து விட்டன.

“என்ன தளுக்கு, என்ன மினுக்கு! ரிப்பனாம் ரிப்பன். அது வேறே” என முணுமுணுத்தபடியே அவள் போனாள்.

அம்மாளு சுபாவமே அப்படி. அதுவும் வயசான பிறகு தூஷணை அவளுக்கு ஒருபோது போக்காகி விட்டது. யாரையாவது என்னவாவது சொல்லிக்கொண்டிருந்தால் தான் அவளுக்குத் திருப்தியாக இருக்கும். வெறும் வாய்க்கு மென்று விழுங்க அவல் கிடைத்தது போல அவர்கள் வீட்டிற்கு கோமு வந்து சேர்ந்தாள்.

அம்பி மாமா வாசலுக்கு வந்தவுடன் எதிரே டாக்டர் பையுடன் வந்தான். சுந்தா நல்ல ஆகிருதி. கிராப்புத் தலை; அந்த ஊரிலே அவன் ஒருவன் தான் அடிக்கடி சராய் போட்டுக்கொள்ளுவான்.

“என்னா, டாக்டர், வேலை முழி புதுங்கறதோ!”

இதைக் கேட்டுக்கொண்டே சுந்தா மிடுக்குடன் உள்ளே நடந்தான். குழந்தைகளை வாசற்புறத்தில் விட்டு விட்டு அம்பி மாமாவும் அவனைத் தொடர்ந்து போனான்.

“தீராத கடனையெல்லாம் தீர்க்கப்பாத்து என் முழியும் பிதுங்கறது. நோட்டானாலும் உபயோகமுண்டு. கத்தை கத்தையா இந்த பில்லுகளை எல்லாம் என்ன பண்ணறது?” என்று கேட்டுக்கொண்டே அம்பி மாமா இடுப்பிலிருந்து ஒரு பெரிய காகிதக் கட்டை எடுத்து டாக்டரிடம் நீட்டினான்.

“சை.... போனாப் போகட்டுமுன்னா...” என்று சுந்தா அவனிடமிருந்து நழுவப் பார்த்தான். அவனுக்கு இந்தப் பேச்சில் மாட்டிக்கொள்ளவே இஷ்டமில்லை. அதுவும் மனைவியும் தாயும் இருக்கிற சமயத்தில். அம்பி மாமா விடவில்லை.

“ஏய் .... அதெப்படி? அப்படியான்னா நீ பொழைக்கற வழி? இதோப்பாரு . கீழக்கோடியாத்துலே கொடுக்க வேண்டியது ஆறுமாசமா வளந்துண்டே போறது.”

“பரசு என்னோட ஸ்கூல்லே படிச்சான்.”

‘ஓ’ அம்பி மாமா கடகடவென்று சிரித்தான்.

“அப்பொறம்? சுப்பைய்யா? அவன் என்ன செஞ்சான்? குழந்தையிலே உன்னோடே விளையாடினானா?”

சுந்தா முகத்தைச் சுளித்தவாறு, “எல்லாருமே வேண்டியவாதான். அவன் பெரிய பாட்டாக்குத் தமக்கை பேரன் இல்லே?”

“ஏ, வேண்டியவா, வேண்டியவான்னு நீயானா இப்படிச் சொல்றே. தங்கமுன்னா தினம் அதை வாங்கு, இதை வாங்குன்னு நைச்சரிக்கிறா. பணத்துக்கு நான் எங்கே போக? இந்தக் கந்தைக் கட்டை கடையிலே கொடுத்தா கொட்டண்ணா மளிகை சாமான் தருவனா? இதோ பாரு, இந்த தாளிலே உனக்கு வரவேண்டியதையெல்லாம் குறிச்சிருக்கேன்.”

அம்பி மாமா ஒரு காகிதத்துண்டை சுந்தா பக்கம் நீட்டினான். டாக்டர் அதைக் கண்ணெடுத்துக் கூட பார்க்காமல் அப்புறம் செல்லப் பார்த்தான்.

“பாரேன்” என்று அம்பி மாமா வற்புறுத்தினான்.

“ஏ, அம்பி மாமா என்னை ஏன் வாணாலை எடுக்கறே. இதெல்லாம் உன் பொறுப்பு, எத்தையேன் செய். என்னைக் கேக்காதேன்னுதான் அப்பவே சொல்லியாச்சே. நீ எப்படிச் செஞ்சாலும் நேக்கு சரிதான்.”

“என்னாலே தான் ஒண்ணும் முடியலையே.”

"என்னாலே மாத்திரம் என்ன முடியும்?"

"நான் சொல்லட்டுமா?" தங்கம் அங்கே வந்து விட்டாள்.

இவனுக்கு இவள்தான் சரியான மூக்கணாங்கயிறு என்று எண்ணிக்கொண்டான் அம்பி மாமா.

"நான் சொல்லட்டுமா, நீங்க என்ன செய்யணுமுன்னு? நாலு இடத்திலே போய் அடிச்சு பரிச்சு சேரவேண்டியதை வாங்கணும்" என்றாள் அவள்.

"என்ன சொன்னாய்?"

"கேட்டு வாங்கணுமுன்னேன்."

எப்போதும் போல இத்தனை நேரமாக அடக்கி வைத்து இருந்த சுந்தாவின் ரௌத்திரம் தலைகாட்டத் தொடங்கிற்று.

"கேட்டு வாங்கணுமா, கேட்டு. எனக்குச் சேர வேண்டியதைக் கொடுன்னு மொகத்துக்கு நேரேப்போய் கேக்கச் சொல்றயா?"

கோபத்தின் வேகத்தால் அவன் வார்த்தைகள் வெடித்து வெளிவந்தன.

"இதோ பாரு, அம்புட்டு தூரத்துக்கு நேக்கு இல்லாமே ஆயுடலே" அவனுக்கு மூச்சு முட்டியது. மேலே பேச முடியாமல் பேசினான்.

"வெக்கமில்லே, நம்மைச் சேர்ந்தவாளேப்போய் நாமே..."

"பின் என்னவாம்? நம்மோட பணத்தைத்தானே கேக்கறோம்?"

"சை, மூதேவி, தரித்திரம், வாயை மூடு... ரொம்ப திமிறாப் போச்சு."

அவ்வளவு தான். சுந்தா கூச்சல் போடவாரம்பித்து விட்டான். மனைவி பிழை சொல்லலாயிற்றா? அதுவும் அவள் நிஜத்தைச் சொல்லும் போது அவன் அதை எப்படிப் பொறுப்பான்? அவனுக்கு எரிச்சலுண்டாயிற்று. ஆத்திரம் தீரக் கத்தினான்.

“ஓ... ஓ, இதென்ன இப்படிக் கூப்பாடு போடறேள்; காரணார்த்தமா பேசினா பதில் சொல்லலாம். இதுக்கென்ன பதில்? நீ சொல்லு, அம்பி மாமா. இதுக்கென்ன பதில் உண்டு?”

அம்பி மாமா பேசவேயில்லை. சாவதானமாக இடுப்பில் இருந்த மூக்குப்பொடி டப்பாவை எடுத்துக் கையில் வைத்துக்கொண்டு விரலால் அதைத் தட்டினான். பிறகு மெதுவாக ஒரு சிமிட்டாப் பொடியை எடுத்து, சுர்ரென்று நீண்ட சுவாசத்துடன் அதை உறுஞ்சினான். அவனுக்குத் தெரியும் இந்தப் போர் எப்படி முடியுமென்று. இருந்தாலும் முடிவைப் பார்த்துக்கொண்டே போவோமென்று வாசலுக்கும் ரேழிக்குமாக முன்னும் பின்னும் நடந்தான்.

“பதிலே சொல்லாதே. வாயடைத்துப்போ” என்று சொல்லிக் கொண்டே சுந்தா விறுவிறுவென்று கைகால் கழுவிக்கொள்ள கொல்லைக் கிணற்றண்டை போனான். தங்கமும் அடுக்களைக்குள் போய்விட்டாள்.

அம்பி மாமாவுக்கு வயது முப்பது தானிருக்கும். உற்சாகப் பேர்வழி. கடகடவென்று ஏதோ குடத்துக்குள்ளே சோழியைப் போட்டுக் குலுக்குவது போல் சிரிப்பான். எங்கும் எந்த இடத்திலும் இருப்பான், எல்லோருக்கும் உதவுவான். டாக்டர் பில்லுகளை கொடுத்துப் பணம் வசூலிப்பான். சந்திரசேகரய்யருக்காக ரஸாயன எரு வாங்க டவுனுக்குப் போவான்; ஊர்ப் பெண்களுக்கு சில்லரை ஜோலிகளைச் செய்து கொடுப்பான். விழாக்களில், திட்டங்களைப் பெரியவர்கள் போட்டாலும், ஓடியாடி பிறக்கும் உத்தரவுகளுக்கெல்லாம் பறந்து சென்று எல்லாவற்றையும் செவ்வனே நடத்தி வைப்பது அம்பி மாமாதான். கிராமத்தில் அவனைத் துணைக்குக் கூப்பிடாத பேர்களே, கிடையாது. ஆனால் அவன் மனைவிக்கு மாத்திரம் ஏனோ அவன் பேரில் ஆத்திரம். அவனைக் கண்டதும் இரைவாள், பாத்திரங்களைத் தூக்கி எறிவாள், வாயில் வந்தபடி திட்டுவாள், கத்துவாள், ஆர்ப்பாட்டம் செய்வாள். அம்பி மாமா சிரிப்பான், ஆனால் வீட்டில் அதிகம் தங்கமாட்டான். ஏதோ உள்ளே வருவது போல் வந்துவிட்டு, அப்படியே சொல்லிக்

கொள்ளாமல் புறப்பட்டுப் போய்விடுவான். அம்பிமாமா, அம்பிமாமா வென்று எல்லோரும் அவனை உதவிக்கு அழைப்பார்கள். காப்பி கொடுப்பார்கள், சிற்றுண்டி உபசாரம் செய்வார்கள், சாப்பாடு போடுவார்கள். நீ, நான் என்று போட்டி போட்டுக்கொண்டு அவனைத் தம்மிடம் தங்கும்படி அழைப் பார்கள். இரவு வேளையில் கூட அவன் அனேகமாக அக்கம் பக்கத்துத் திண்ணைகளில் உறங்கி விடுவான். அவன் இப்படி சுற்றச் சுற்ற மனைவியின் கூக்குரல் அதிகப்படும். அன்று காலையில்... அதுதான் தோசை சாப்பிட அவன் டாக்டர் வீட்டிற்கு வந்துவிட்டான். அம்பி மாமா மேலும் கீழுமாக நடந்து கொண்டிருந்தான். அப்போது அவன் அங்கே இருப்பது தெரியாமல் கோமு குச்சலை எட்டிப்பார்க்க வந்தாள். அவனைக் கண்டதும் திடுக்கிட்டாற் போல பின் வாங்கியபடி உள்ளே போனாள். அம்பி மாமா உடலில் ஜில் என்று ஒரு சிலிர்ப்பு ஊர்ந்தது. ஏன் என்று அவனுக்கே புரியவில்லை .

சுந்தா முகத்தை உர்ரென்று வைத்துக் கொண்டே அடுக்களைக் கதவருகில் வந்து, வாழை ஏடு முன் உட்கார்ந்தான்.

“உள்ளே வந்துடுங்களேன். கையிலேயே வாத்துப் போடறேன். சூடா அப்படிப் போட்டா உங்களுக்குப் பிடிக்குமே” என்று அழைத்தாள் தங்கம்.

அவன் முறுக்குடனேயே உள்ளே வந்தான். அவள் தோசைகளைக் கல்லிலிருந்து சுடச்சுட எடுத்து அவன் கையில் போட்டாள்.

ருசி பார்த்து, சுவைத்து, சட்டமாகச் சாப்பிடுவதில் சுந்தா தனியல்ல. வாஸவேச்வரத்தில் அண்டை அயலார் என்ன பேசிக் கொள்ளுகிறார்கள் என்று கவனித்தால், அவர்கள் சம்பாஷணைகள் பெரும்பாலும் உணவு வகைகளைக் குறித்திருப்பதைக் கவனிக்கலாம். அதுவும் உற்சவம், விழா, கல்யாணமென்று ஏற்பட்டுவிட்டால், ஊர்க்காரர்களுக்கு ஒரே உற்சாகம்தான். கல்யாண வீடுகளில் காலை சிற்றுண்டி சமயங்களில் எத்தனையோ இட்லிப் போட்டிகள் நடந்திருக்கின்றன. சுந்தாவே எவ்வளவோ முறைகள்

அப்போட்டிகளில் கலந்துகொண்டிருக்கிறான். ஒரு சமயம் பிச்சாண்டி முப்பத்தைந்து இட்லிகள் தின்றதாகக் கேள்வி. இருந்தாலும், உதரங்கள் எத்தனை உப்பினாலும், சளைக்காமல் மத்தியான உணவுக்கு அவர்கள் அங்கே ஆஜராகி விடுவார்கள். வாஸவேச்வரத்து மக்கள் விருந்துண்ண அஞ்சவே மாட்டார்கள். பண்டங்களை ருசி பார்ப்பதில் அவர்களுக்கு அப்படியொரு சந்தோஷம்.

இப்போதும் உள்ளே ஆகாரம் செல்லச் செல்ல சுந்தாவின் முகம் மலர்ந்தது. அவன் நிமிர்ந்து தங்கத்தைப் பார்த்தான். அவளும் ஒரு சிறு புன்னகை பூத்தாள், அதைக் கண்டதும் அவளைக் கிண்டல் செய்ய அவனுக்குத் தைரியம் பிறந்தது.

“நேத்து ரோகிணியோட அடை ஜோரா இருந்தது” என்றான்.

“ஏது? இங்கே ஒத்தருக்கும் அடை கிடை பண்ணத் தெரியாதுன்னா?”

“இருந்தாலும் அவ அடை தனிதான்.”

“சொல்லமாட்டேளா? அப்படீன்னா அங்கேயே போய் தின்னுங்கோ - என்னா?” தங்கம் பொய்க் கோபத்துடன் பிணங்கினாள்.

இதையெல்லாம் கவனித்த அம்பிமாமா, “ஆச்சு, ஊடல் கட்டம் முடிந்தது. இனிமேல்...” என்று தனக்குள் முணு முணுத்தவாறு வெளியே இறங்கிப் போனான்.

கை அலம்பிய பிறகு சுந்தா தாயாரைத் தேடிக்கொண்டு பூஜை அறைக்குள் எட்டிப் பார்த்தான். பார்த்தவன், திடுக்கிட்டான். இதென்ன கோரக் காட்சி! வலி பொறுக்க முடியாமல் தான் அம்மாளு அங்கே போய் படுத்தாள். அதனால் தான் அவர்கள் சம்பாஷணையில் கலந்து கொள்ள வேண்டுமென்று ஆசைப்பட்டுங் கூட அவளால் எழுந்திருந்து வெளியே வர முடியவில்லை. கடைசியில் வேதனை குறைந்து அவள் கண் அயர்வதற்கும், சுந்தா வருவதற்கும் சரியாக இருந்தது.

இதென்ன! கைகால்களை நீட்டியபடி, வாயைப்பிளந்து கொண்டு அவள் தூங்கும் போது, செத்தவள் போல் தோன்றுகிறாள்! அவன் மனம் துணுக்குற்றது. தூக்கத்தின் அந்த விறைப்பு மரணத்தை அல்லவா ஒத்திருந்தது! சூறையாடி வெளுத்த அந்த முகத்தின் தோற்றம் அவனை வேதனை செய்தது. இருந்தாலும், அவளுடைய அந்த உட்பகை மாத்திரம் முகத்தை விட்டுப் போகவில்லை. உப்பிலிட்ட மாங்காய் அழுகாமல் இருப்பது போல, வன்மையில் ஊறிய அவள் உள்ளம் தெம்படைந்து வந்தது. ஒவ்வொரு சுடு சொல்லும் அவள் தேகத்திற்குப் பலம் கொடுத்தது, மனதிற்கு உரம் ஏற்றியது, அதனால் மூப்படைந்த அவள் ஜீவன் இன்னும் உறுதி கொண்டது. தாயின் இந்த குரூர தோற்றத்தினால் சுந்தா அச்சம் கொண்டான். “அம்மா தூங்கறா” என்று அப்புறமாக அகன்றான்.

★★★

“தங்கம்பாடு திண்டாட்டம்தான், போ. யாருக்குன்னு பதில் சொல்லறது. இந்தப் பெண்ணு இப்படி புறப்படறது - அம்மாளுவான்னா அப்படிப் பேசறா...” என்றாள் பாலுண்ணிப்பாட்டி விச்சுவிடம்.

இருவருங் குடங்கொண்டு ஆற்றங்கரைக்குப் போய்க் கொண்டிருந்தார்கள். வீட்டில் குழாயிருந்தாலும் ஊரில் பலர் ஆற்றுத் தண்ணீர் குடித்து வந்தார்கள். ஆற்றில் ஜலம் வற்றிப் போயிருந்தது. ஆனால் ஆண்கள் எல்லோருமாகச் சேர்ந்து அங்கங்கே குழிகள் தோண்டி விட்டிருந்தார்கள்.

அரசமரம் காற்றில் சலசலத்தது. அக்கரையில் ஓங்கி வளர்ந்திருந்த மரக்கும்பலின் காட்சி, நீலவானில் ஓவியன் தூரிகையால் லேசாக மை பூசினாற் போலிருந்தது. அப்பால் கல்லும் காடுமாக வானையளந்து நின்றது, குன்று.

நீரூற்றுக்குப் பக்கத்தில் குத்திட்டு உட்கார்ந்து கொண்டு குடத்தைத் தேய்க்க ஆரம்பித்தாள், பாட்டி. அப்போது கோமுவும் இடுப்பில் குடத்துடன் தளுக்காக நடந்து வந்து அவர்களைத் தாண்டி முன்னால் போனாள்.

“இவ ஏதுக்கு இப்போ தண்ணி எடுக்க வந்திருக்கா?" என்றாள் விச்சு.

“அம்மாளுவுக்கும் நம்மைப் போல குடிக்க ஆத்து ஜலம் தான் வேணும்.”

“அடியம்மா, என்ன மாய்மாலம், பாத்தேளோ பாட்டி? நம்மகிட்டயே இப்படி கண்ணை உருட்டராளே, இவ ஆம்புள்ளேகளைப் பார்த்துட்டா என்னதான் செய்வாளோ!”

“ஒரு நாள் அபத்தம் தான் வரப்போகிறது.”

“ஏது? ஏதாவது நடந்ததா?”

“நடந்திருக்கும் நேத்திக்கி. நல்ல வேளையா நான் போய்ச் சேர்ந்தேன். நேக்கு ஒரே வயத்தவலி. டாக்டரைக் கேட்டு மருந்து வாங்கலாமுன்னு அவாத்துக்குப் போனேன். தங்கம் அவா ஆத்தங்கரைக்குக் குளிக்கப் போயிருந்தா. வீட்டிலே டாக்டரும் இல்லை. நான் போறேன்... இது நடையிலே நின்னுண்டு அந்தப் பப்புவைப் பார்த்துக் கண்ணைக் கண்ணைக் காட்டிண்டிருக்கு. ஏண்டி, நீ மாத்திரம் போகலையா இன்னேன். டாக்டருக்கு தோசை வாக்கணமுன்னு காத்துண்டிருக்கேன் இன்னு சொல்லித்து. பாட்டி எங்கே இன்னேன். இதோ இப்போத்தான் விச்சுவைப் பாக்கப்போனா இன்னுது. நேக்கு என்னவோ அவளை அங்கே தன்னே விட்டுட்டுப்போக பயமா இருந்தது. அப்படியே ரேழிலே உட்கார்ந்துட்டேன். அப்போத்தான் சுந்தா வந்தான். ஏது சுந்தா, இப்படி இந்தப் பொண்ணே தன்னந்தனியா விட்டுட்டு எல்லாரும் போயுட்டேள். சிறுசு, இன்னேன். சுந்தா சிரிச்சான். பாட்டி, உங்க கண்ணு போற திக்கிலேயிருந்து நீங்க சந்தேகப்படறது தெரிஞ்சுது. ஓ... ஓ... அப்படி இருந்தாக் கூட என்ன பாட்டி? வாஸவேச்வரத்திலே இதெல்லாம் ஒண்ணும் பிரமாதமில்லே. கூட ரண்டு தேங்காய் உடைச்சா ஈசுவரர் ததாஸ்து போட்டுப்பிடுவார் இன்னான், பாத்துக்கோ. சுந்தாவோட விளையாட்டுத்தான் உனக்குத் தெரியுமே. அந்தப் பொண் அதைக் கண்டுதா? எல்லாத்தையும் நிஜமுன்னு நெனச்சிண்டு, ஏதாவது சேஞ்சு வெக்கப்

போறதேன்னு நேக்குத் திக்கு திக்கு இன்னுது. நான் பேசாமே அம்மாளு வர வரைக்கும் அங்கேயே உக்காந்துட்டேன்."

"என்னமோ பாட்டி வரவர ஊரே கெட்டுப்போச்சு. இம்புட்டு எல்லாம் கற்பைப் பற்றி நம்மகிட்டே கதை அளக்கறாரே அந்தப் பிராமணன் சுப்புக்குட்டி சாஸ்திரி, அவர் ஏதோ புதுப்பட்டியிலே இருக்கற ஒரு ஏழைப் பொண்ணை வெச்சுண்டிருக்காறாம். ராத்திரிக்கி ராவே, இங்கே கதை பண்ணிப்பிட்டு அங்கே ஓடறாராம்."

"இதேதடி கூத்து? குட்டிகள் உண்டை சாத்துக்காக கோவிலுக்கு ஓடறாப் போலேன்னா இருக்கு நீ சொல்லறது. என்னமோ சொல்லவந்தேனே. ஆமாம். அந்தப் பொண்ணுக்கு விளையாட்டுப் புத்தி அதிகம். சுந்தா பண்ணின வேடிக்கையைக் கேட்டு படக்குன்னு சிரிச்சுடுத்துன்னா."

"ஏன் பாட்டி, சரியா சொல்லுங்கோன்னா. அதுக்கு மதம் அதிகப்பட்டுடுத்து. வீட்டிலே இருந்துண்டே என்னவெல்லாமோ தளுக்குப் பண்றது. நான் எதிராளாத்திலேர்ந்து பாத்துண்டு தானே இருக்கேன். பப்புவை என்ன பாடு படுத்தி வைக்கிறது தெரியுமா? அவாத்துவா என்னமோ அவனுக்குப் பெரிய பெரிய வரன் தேடிண்டு இருக்கா. இத்தே அவா கட்டிப்பாளா? ஆனா, இது எப்படியானும் அவனைக் கொக்கி போட்டு இழுத்துடும். அதுக்கு அம்புட்டு சாமர்த்தியம்."

"அதெல்லாமொண்ணுமில்லே. தெரியாத்தனமடீ ஆபத்திருக்குன்னு தெரிஞ்சா இப்படியெல்லாம் செய்யத் துணியுமா? ரங்கனை அல்லவா ஈசண்டறது? அது ஒரு முரடாச்சே! ஆம்புள்ளேகளுக்கெல்லாம் ரத்தக் கொதிப்பு அதிகமடி. கிளப்பி விட்டுட்டா, அப்புறம் சுப்புக்குட்டி சாஸ்திரியாட்டமா, குதிக்கத் தொடங்கிப் பிடுவா."

"அப்படியா பாட்டி. ஆம்புள்ளேன்னா அப்படியா?" விச்சு முகத்தில் ஏமாற்றம் படர்ந்தது. "அப்படீன்னா நேக்கு மாத்திரம் ஏன் இப்படி வாச்சுது, பாட்டி?"

“ஏண்டி, சுப்பைய்யாக்கு என்னடி குறைச்சல்? நேத்தி ராத்திரிகூட அவன் உன்கிட்ட வரலையா?”

“போதும் நேக்கு என்ன வேண்டிக்கிடக்கு. இருக்கிற அழகுக்கு அதுவேறா? அதுவும் எப்படி?”

“அதுவா? சுப்பைய்யாக்கு மனசு உக்காந்து போயுடுத்து. அவப்பா பெரிய பண்ணையா இருந்து, அப்பொறம் பணத்தையெல்லாம் தொலைச்சுட்டான் அல்லவா? அதுதான் அவனுக்கு ஒரே இறக்கம். பாவம் சுப்பைய்யா. அவனுக்கு ஒண்ணுமே தெரியாது.”

“இறங்கிப்போய் என்ன பண்ணறது, சொல்லுங்கோ. திரும்பியும் சம்பாதிச்சு வர துப்பில்லே!”

“என்னடி பண்ணுவன்? எப்படியோ பெரிய பண்ணை பிள்ளையின்னு செல்லமா வளந்துட்டான். அந்தக் காலத்திலே கீழ்க்கோடி வெங்கடண்ணான்னா ஊரிலே அழற குழந்தை வாயை மூடும். அம்புட்டு அதிகாரம் அவர் பண்ணிண்டு இருந்தார். பணத்தை வாரி இரைச்சு , ஒரு அடியந்தரமுன்னா ஊர் சத்தி செய்வார். பாயாஸமுன்னா நாலுகூட்டம் போ. அப்படி பிரமாதமா இருந்துட்டு இப்படீன்னா சுப்பைய்யாக்கு இறக்கமா இருக்காதோ பின்னே. ஏதோ இந்த மட்டும் நெலத்தையாவது கவனிச்சுக்கறானே...”

“என்ன கவனிச்சுக்கறா? நடவுசமயம், அறுவடை சமயமுன்னா நான் கூப்பாடு போட்டாத்தானே காரியம் நடக்கறது? அதுவும் அம்பி மாமான்னா கூடப் போகணும்? அடுத்தாற்போல சந்திரசேகய்யரைப் பாருங்கோ . பூர்வீகத்திலே அவாளுக்கும் இவாளுக்கும் ஒரு போலதானே பங்கு வந்தது?”

“அதென்னமோ சரிதான். சந்திரசேகரன் தாத்தாவும் சுப்பைய்யா தாத்தாவும் அண்ணன் தம்பீன்னு பங்கு போட்டுண்டா. இப்போக்கூட அந்த வயலெல்லாம் அடுத்தடுத்துத்தானே இருக்கு. ஆனா என்ன செய்ய? சந்திரசேகரன் பொகு சாமர்த்தியசாலி. ஆரம்பத்திலே எல்லாம், அவன் பாட்டத்துக்கே விடாமேதானே எல்லாத்தையும் சாகுபடி செஞ்சான். ஏன்

லாபம் வராது? அது மாத்திரமா? வந்ததையெல்லாம் திருப்பித் திருப்பி நெலத்திலேயே போட்டான். அது இப்படி பெரிய பண்ணையா ஆயுடுத்து. இப்போ எல்லாரும் அவனுக்கு நானூறு ஏக்கரா இருக்குமுன்னு சொல்லறா. அதைப் பாக்கப் பாக்க சுப்பைய்யாக்கு ஏக்கம் அதிகமாயுடறது."

"என்ன ஏக்கமுங்கறேன்."

"ஏங்கறவா என்னிக்கும் இப்படித்தான்?"

"இவா மாத்திரம் இப்படிப் படிக்காமே இருந்திருக்காட்டா எங்கேயாவது வேலை கீலை இன்னு ..."

"எப்படி படிக்கிறது? சொத்து போயுடுத்துன்னு தெரிஞ்ச உடனே மனசு இடிஞ்சு போயுடுத்தே. அப்பொறம் படிப்பு எப்படி வரும்... படிப்பு?"

"ஊம். நானும் தங்கம், ரோகிணி, இவா மாதிரி நகை நட்டூன்னு என்னிக்கானாலும் போட்டுண்டு... எங்கே நடக்கப்போறது? சொல்லி என்ன பிரயோஜனம்? எங்க பண்ணைதான் காத்துலே போயுடுத்தே."

"சுப்பைய்யாக்கு காது மந்திச்சுப் போனதுக்குக் கூட இந்த ஏக்கம்தான் காரணம்."

"என்ன அப்படிச் சொல்றேள்?"

"ஆமாண்டி மனசுக்குள்ளே கவலையிருந்தா இப்படித் தான் ஆயுடும். அப்பொறம் ஏதாவது வந்து சேரும். அகத்திலேயும் நிம்மதி இருக்காது. உன்கிட்டே கூட ஸ்வாதீனமா பழகலேன்னு உனக்குத் தோணறது பாரு. அவனுக்கானா அவன் இருக்கிற லட்சணத்துக்கு உன்கிட்டே எப்படி மொகம் கொடுத்து பேசறதுன்னு இருக்கு. தனக்கென்ன யோக்கியதை இன்னு ஒரு கூச்சம், அவனை அகத்துக்குள்ளே குன்னிப்போக வெக்கிறது. உன்னோடே பேசறத்தையெல்லாம் அவனுக்கு என்னமோ செய்யறது."

விச்சு ஒரு நீண்ட மூச்சு விட்டாள். "நேக்கென்னமோ, அப்படித்

தோணலை. பொறுப்பு ஏத்துக்க அவருக்குப் பிடியாது. பிடியாததைச் சொல்லப்போனா அவரைக் கொல்லறாப் போலே இருக்கு. அதுதான் என்னைக் கண்டாலும் பிடிக்கலை. நான்தானே இதைச் செய் அதைச் செய்யின்னு எப்போதும் பிடுங்கறேன்."

"அதொண்ணுமில்லை. தனக்கென்ன இருக்குன்னு ஒரு குறை. யாராவது இந்த க்ஷணம் சுப்பைய்யா கையிலே ரொக்கமா ஒரு லட்ச ரூபா கொடுக்கட்டும்? அவன் உடனே எழுந்து இம்மானத்துக் கம்மானம் குதிக்க மாட்டானா."

"என்னமோ. ஆகப்போக சந்தோஷமில்லே" என்றாள் விச்சு விம்மலுடன். பிறகு குடத்தைத் தூக்கி இடுப்பில் வைத்துக்கொண்டு வீட்டை நோக்கிப் புறப்பட்டாள்.

★★★

"ஏய்!" பெரியபாட்டா நீண்ட சத்தத்துடன் பேரனை அழைத்தார். மணி ஒன்று. அப்போதுதான் அவர் சாப்பிட்டுவிட்டு வெற்றிலைப் பெட்டியுடன் திண்ணைக்கு வந்து கொண்டிருந்தார். ஏராள நன்செய் புன்செய் நிலங்கள். அதைத் தவிர பஞ்சாயத்துத் தலைவர். வேலை இருக்காதா? வயலிலிருந்து களைத்துத் திரும்பும் போது வீட்டுத் திண்ணையில் ஒரே ஆள் கூட்டமாக இருக்கும். அவர்களையெல்லாம் விசாரித்து, பதில் சொல்லி அனுப்பிவிட்டு, பிறகு இலையில் உட்காருவதற்குள் மணி ஒன்றடித்துவிடும்.

திண்ணையில் உட்கார்ந்து கொண்டே "எனக்கு உன் இருபதம் நினைக்க வரன் தருவாய்" என்று அருணாசல கவியின் ராமாயணத்தைப் பாராயணம் செய்ய ஆரம்பித்தார் பாட்டா.

"ஏய்!" நடுவில் திரும்பியும் குரலை உயர்த்தி அவனை விளித்தார்.

உள்ளே இருந்த கட்டை ரங்கன், "வந்துரட்டேன், பாட்டா" என்று குரல் கொடுத்தபடி நடைக்கு வந்தான்.

அவன் கண்கள் எதிர் வீட்டை நோக்கியபடி இருந்தன. இத்தனை

போதாக குச்சல் சன்னல் வழியாக அவன் தன்னை ஒளிந்து பார்த்துக் கொண்டிருந்த விஷயம் தெரிந்திருந்தும், நடையில் வந்து வெளிப்படையாக பார்த்ததும், திண்ணைக்கு வருவதும் போவதுமாக இருந்த கோமு விறுவிறுவென்று வீட்டிற்குள் போய்விட்டாள்.

"ஏய்!"

கட்டை ரங்கன் திண்ணைக்கு வந்தான்.

"என்ன வேணும், பாட்டா? கூப்பிட்டேளா?" அவன் குரல் சன்னமாக எலிக்குஞ்சு கிறீச்சிடுவது போலிருந்தது. முதத்தில் அசடு வழிந்தது. தலையை பக்கவாட்டமாக சாய்த்து விட்டுக்கொண்டு, கண்கள் கோணலாக இழுக்க, பற்களைக் காட்டி, இளித்தபடி நின்றான்.

"இம்புட்டுப் போதா என்ன செஞ்சுண்டு இருந்தே? காலமே நா போறத்தையே சொல்லிப்பிட்டுப் போனேனே. பஞ்சாயத்துக் காகிதமெல்லாம் கூடத்திலே இறைஞ்சு கிடக்கு. அம்புட்டையும் எடுத்து அடுக்கிவை இன்னு. செய்யக் கூடாதா?"

ரங்கன் ஒன்றும் சொல்லாமல் மிரள மிரள விழித்துக் கொண்டே சிறிது நேரம் அங்கே நின்றான். பிறகு திரும்பி உள்ளே போய்விட்டான். அவன் போவதை அவர் வருத்தத் துடன் பார்த்துக் கொண்டிருந்தார்.

ஊம். நாராயணனுக்குப் பிறந்தவனா இந்தப் பிள்ளை? படிப்புத்தான் ஓடவில்லையென்றால் ஏதாவது வியாபாரம், கடை கிடையென்று வைத்துக் காலட்சேபம் செய்யக் கூடாதா? அதுதான் இல்லை. தன்னுடன் வயற் பக்கமாவது வரக்கூடாதா? இப்படி, சும்மா திண்ணைக்கும் கொல்லைக்குமாக அலைந்து கொண்டு, பாப்பா மாமி சமைத்துப் போடுவதை நாக்கை சப்பிவிட்டுக்கொண்டு சாப்பிட்டுவிட்டு, திரும்பவும் அந்த நாலு மணி சமயத்திற்கு தோசை தின்ன வந்து விடுவானே! அப்புறம், இரவில், யார் சீட்டாடக் கூப்பிடப் போகிறார்கள் என்று காத்துக்கிடப்பான்.

ஊம்... எனக்கு உன் இருபதம் நினைக்க வரன் தருவாய் பாராயணம் ஆனவுடன், அவர் உள்ளே சென்று விசிறிப் பலகையில் கொஞ்சம் அலுப்புத் தீர படுத்தார். காலையில் வயலுக்குச் சென்று வந்த களைப்பு. “பாட்டா, நான் கட்டமாட தங்கமக்காவாத்துக்குப் போறேன்” என்றான் ரங்கன்.

பெரிய பாட்டா பதில் பேசாமல் திரும்பிப் படுத்தார். இதற்கென்ன பதிலிருக்க முடியும்?

கட்டை ரங்கன் வாசற்கதவை சாத்திக்கொண்டு வெளியே இறங்கினான்.

டாக்டர் வீட்டு நடையில் கோமு பப்புவைப் பார்த்துக் கொண்டு நின்றிருந்தாள். ரங்கன் உள்ளே வந்தான்.

“அக்கா இருக்காளா?”

கோமு ஆமென்று தலையை அசைத்தாள்.

கட்டை ரங்கன் ரொம்ப கர்வமாக தன் கட்டை தேகத்தை இழுத்து விட்டுக் கொண்டே உள்ளே போனான். கோமு அதைக் கண்டு களுக்கென்று சிரித்துவிட்டாள். ரங்கனுக்குப் பொறுக்க முடியாத கோபம் வந்தது. இந்தப் பெண்ணா அவனைப் பார்த்து இத்தனை அலட்சியமாகச் சிரிக்கிறாள்? இருக்கட்டும். ஒரு நாள் அவளைப் பழிதீர்த்துத்தான் விடவேண்டுமென்ற முடிவுடன் கோமுவை வெறித்துப் பார்த்தான். மிரட்டும் அப் பார்வைக்குப் பயப்படுவதுபோல அவளும் சட்டென்று வாயை மூடிக்கொண்டாள். இதற்குள், ‘அக்கா’ என்று கிறீச்சுக் குரலில் கத்திக் கொண்டே உள்ளே போனான். அப்போது அடங்கியிருந்த கோமுவின் சிரிப்பு மறுபடியும் கலகலவென்று வெளியே கொட்டியது. நல்ல வேளையாக ரங்கன் அதைக் கேட்கவில்லை. அதற்குள் அவன் கூடத்துக்குப் போய்விட்டான்.

தங்கம் இரண்டாங்கட்டில் தோசைக்கு அரைத்துக் கொண்டிருந்தாள். அம்மாளு யந்திரத்தில் மாத்திருகிக்கொண்டே முணு முணுத்தபடி இருந்தாள்.

“இந்தாத்திலே பெரியவா வேலை செய்வா, சின்னவா மினுக்கித் தளுக்கிண்டு கூடத்துக்கும் ரேழிக்குமா சதிர் வைப்பா...”

தங்கம் பதிலே பேசவில்லை. என்ன செய்வாள்? கோமுவுக்கு காரியம் வணங்கவில்லை. அரிசியைக் களைந்து, கல்லிலே போட்டு விட்டு, ஆனமட்டும் அவளைக் கூப்பிட்டுப் பார்த்தாள்.

“வறேனக்கா, வறேன்” என்று சொல்லிக் கொண்டே கோமு அங்குமிங்கும் உலாவினபடி இருந்தாள். கடைசியில் அலுப்புடன் அவளே அரைக்க உட்கார்ந்தாள்.

உடனே அம்மாளு காரசாரமாக வார்த்தைகளைக் கொட்ட வாரம்பித்தாள். அண்டை அயலில் அவள் பேசுவது கேட்டது, அம்மாளுப்பாட்டி சுவரம்பாட ஆரம்பித்து விட்டாள் போலிருக்கிறதேவென்று அவர்கள் நினைத்துக் கொண்டார்கள். பதில் பேசமுடியாமல் பொடி போட்டு, சூசனையாகத்தான் பேசுவாள், அம்மாளு. அவளை எதிர்த்து வாயாட யாரும் துணிய மாட்டார்கள். அப்படியிருக்க, கோமு விஷயத்தில் தங்கம் என்ன பரிந்து பேச முடியும்? டாக்டருடன் மல்லுக்கு நிற்கும் தங்கம் அம்மாளுவிடம் மௌனமானாள். ஒவ்வொரு சமயம் அவளையும் மறந்து வாக்குவாதத்திற்குக் கிளம்பினால், அது ஓவென்று இரைச்சலில்தான் முடியும். அம்மாளு, தான் பிடித்த பிடியைத் தளர விடமாட்டாள். தங்கத்திற்கு நன்றாகத் தெரியும். அவளைத் தோற்கடிக்க ஒரு வழிதான் உண்டு. அவளையே பேச விட்டுவிடவேண்டும். எதிர்த்து பதில் ஒன்றும் வராவிட்டால், அம்மாளுவின் சொல் வெடிகள், மணற்குள் எய்த குண்டுகளைப்போல் வியர்த்தமாகிவிடும்.

“அக்கா, கட்டமாட வறயா?” என்றான் ரங்கன்.

“இல்லேடா... காரியமிருக்கு.”

“என்ன காரியமிங்கறேன். வாக்கா... யக்கா.”

“கட்டமாவது, கட்டம்? காரியம் ஒரு கோட்டை கிடக்கேடி” என்றாள் அம்மாளு.

தங்கம் ஒன்று சொல்லவில்லை. அம்மாளு தான் தொடர்ந்து பேசினாள்.

“தினம் இப்படி மத்தியானம் ஆட்டம் போட்டா எப்படி இங்கறேன்” இதற்கும் தங்கம் விடை கொடுக்கவில்லை .

“அப்படீன்னா, பாட்டீ, நீங்க ஆடவரலையா?” என்று கேட்டான் ரங்கன்.

“வராட்டா, நீங்க எங்கே என்னை விடறேள்?” என்றாள் அம்மாளு கோபத்துடன்.

ரேழிக் கதவோரத்தில் நின்று கொண்டிருந்த கோமு, இந்தக் குறிப்பை அறிந்து காய்களை எடுத்துவரப்போனாள்.

ரங்கனும் சொல்லிவைத்தாற்போல் சாக்கட்டியை எடுத்துத் தரையில் கட்டம் வரைந்தான்.

அரைப்பதை நிறுத்திக்கொண்டு முதலில் அம்மாளு தான் கட்டத்தின் அருகில் வந்து உட்கார்ந்தாள். கட்டமாட துடித்துக் கொண்டிருக்கும் அம்மாளுப் பாட்டி பிறரைப் பழித்து விட்டு, ஓடோடியும் வந்து ஆட உட்கார்ந்ததைப் பார்த்து கோமு லேசாக நகைத்துக் கொண்டாள்.

இதற்குள் தோசை மாவை வழித்து வைத்துவிட்டு தங்கமும் வந்து சேர்ந்தாள். நாலு பேருமாக ஆட ஆரம்பித்தார்கள். ரங்கனுக்கு ஒரே குஷி. கோமுவைக் கண்குளிரப் பார்த்துக்கொண்டே ஆடினான். காய்களை வீசும் போது அவள் கை மணிக்கட்டு வளையும் சொகுசு, விரல்களுடைய மென்மை, அழகு எல்லாவற்றையும் கண்டு அவன் ரத்தம் பீறிட்டுக் கொதித்தது. அவளோ, அவனை அலட்சியமாக உதறும் பாவனையில் இருந்தாள்.

சாப்பாடு ஆனவுடன் டாக்டர் சுந்தா களைப்பாற மச்சிலுக்குப் போய்விட்டான்.

கிராமாந்திர வாழ்க்கையில் மத்தியான நித்திரையில் ஒரு

அலாதி சுகமுண்டு. அந்தத் தூக்கத்தில் ஒரு தனி நிம்மதி, திருப்தியுங்கூட. சாப்பிட்டதும் உச்சி வேளை சூடு, யாரோ தலையில் அடித்தாற்போல ஒரு மயக்கத்தையும் கிறு கிறுப்பையும் விளைவிக்கும். மரத்தின் நிழலில் கஞ்சியைக் குடிக்கும் குடியானவனிலிருந்து, வீட்டுக் காரியங்கள் செய்யும் தாதி வரையில் இந்த மயக்கத்திற்கு உடன்பட்டு நித்திரா தேவியின் அன்பணைப்பில் துயில் கொண்டார்கள். சிக்கலற்று ஓடும் அவர்களுடைய தினசரி வாழக்கையில் இது ஒரு கட்டம். அதில் அவர்கள் இன்பத்தையே கண்டார்கள். ஏன் கூடாது? நாள் முழுவதும் உழைக்கும்போது ஒரு சிறிதளவு ஓய்வு எடுத்துக் கொள்வதில் என்ன தவறு? நடவு காலம் முடிந்து, அறுவடை சமயம் வரும் வரையில் வேலையில்லாமல் இருக்கும் போதுங்கூட, இப்படித் தூங்குவதில் அவர்கள் ஒருவித தோஷமும் காணவில்லை. வயலில் நெற்கதிர்கள் முதிர்ந்து பொன்னொளி வீசித் தழையும் வரையில் இவர்கள் என்னதான் செய்வது? இயற்கையின் வேலை முழுவதும் தீர்ந்த பிறகுதானே அவர்கள் அறுவடை தொடங்க முடியும்? அதுவரையில் தூங்க வேண்டும், அல்லது அண்டை அயலார்களுடைய விவகாரங்களில் புகுந்து புறப்பட வேண்டும் ? ஒன்றும் கிடைக்காவிட்டால் சொறகட்டு இருக்கவே இருக்கிறது. என்னவானாலும் சரி, அவர்கள் உச்சி வேளை நித்திரையை மிகவும் ரசித்தார்கள். நாகரீக வாழ்வில் தத்தளிக்கும் பட்டணத்தானுக்குப் படுத்தால் கண் அயரும் அதிர்ஷ்டம் கிடையாது. இயற்கைக்காற்று அங்கே அபூர்வம். மின்சார விசிறியைத் திருப்பலாமென்றால் அது சுழல மறுக்கும். உஷ்ணம் பொசுக்கும். எல்லாவற்றையும் உதறிவிட்டுக் கண்ணை மூடினாலோ கவலைகள் வந்து கொல்லும். மனம் குறு குறுவென்று உறுத்தும். இப்படி விழுந்து கிடக்க அப்படி என்ன வேலை செய்துவிட்டோமென்று கேட்டுக்கொண்டு இருக்கும். மொத்தத்தில் அவனுக்கு நிச்சிந்தையான அந்த உறக்கம் கிடைப்பது கடினம். டாக்டர் சுந்தா கிராமத்தானைப்போல கவலையற்று குறட்டை விட்டான். மணி மூன்று அடித்த பிறகுதான் கீழே இறங்கி வந்தான். கூடத்தில் ஒரே சிரிப்பு. கொக்கரிப்பு.

“அடி விருத்தம்... ஆறு... ஈராறு... ஈராறு, நாலு...”

“சரிதான் ரங்கன் தொலைஞ்சான். கோமுகிட்டே அகப்புட்டுண்டுட்டான்.”

“இல்லாமே....” ரங்கன் முணுமுணுத்தான்.

“ஏய்... காப்பி கீப்பி உண்டா?” என்று இரைந்தான் சுந்தா. தங்கம் வாரிச் சுருட்டிக்கொண்டு எழுந்து அடுக்களைக்குள் போனாள். கோமு கட்டத்தைக் கலைத்துவிட்டு, காய்களைத் திரட்டினாள்.

காப்பியை ஆற்றி கணவன் கையில் கொடுத்தபடியே தங்கம் அவனிடம் பேச்சுக் கொடுத்தாள்.

“ஆமா, பப்பு ஆத்துவாளைப்பார்த்துப் பேசினேளா?”

“யாரு? நானா? நேக்கென்ன பயித்தயமுன்னு நெனச்சயா?”

“ஏதோ அவாளை எப்படியேன் சரிப்படுத்தி, ஏறக்குறையாப் பேசி, கல்யாணத்தை நிச்சயச்சுட்டா, அப்பொறம் பாட்டாகிட்டே சொல்லி ஏதேனும் வாங்கி...”

“அட சை. நான்தான் சொல்றேனே. அவர் என்னவோ பெரிசா கட்டிக் கொடுக்கணுமுன்னு எதிர் பார்க்கறா. அதெல்லாம் நமக்கு சரியாவறாது.”

“பொண்ணைத் தள்ளி விடணுமே. அதொண்ணையும் கவனியாமே போய்க் கேக்க வேண்டியதுதான்.”

“ஏதுக்கு? நான் அம்புட்டு ரோசம் கெட்டவனா? போனவசை கேட்டபோது நேரா மொகம் கொடுத்தே பேசலை.”

“பொண்ணை வெச்சுண்டு இருக்கறவா தழைஞ்சுதான் போகணும்.”

சுந்தா கோபம் வெளிக்கிளம்ப ஆரம்பித்தது.

"பொண்ணு. அதுவும் இந்தப் பொண்ணு ஊர் வம்பெல்லாம் இழுத்துக்கூட்டறது. அதுக்காக நான் அவர் காலைப்பிடிக்கணும், என்னா? கல்யாணமே வேண்டாம் கேட்டயா? இது இப்படியே கன்னியம்மனா நிக்கட்டும். நான் ஒண்ணும் அவா காலிலே விழமாட்டேன். சவங்கள், பணத்தாசை புடிச்சு அலையறதுக்கள்."

சுந்தா சரமாரியாக வசைச் சொற்களை அடுக்கினான்.

"இல்லேன்னா நம்மதான்... சை, பீடை. மூதேவி. என்னை வாணாலை எடுத்தயோ, தெரியும் சேதி. சும்மா இரு. சொல்லிப்பிட்டேன்."

சுந்தா கூப்பாடு போட்டுக் கொண்டே வெளியே போய் விட்டான். எப்போதும் போல பொறுப்பை ஏற்காமல் நழுவிக்கொள்ள அவன் கோப நாடகத்தைக் கையாண்டான்.

பிச்சாண்டி வீட்டுத்திண்ணை. ஐந்தாறு கிராப்புத் தலைகள் அவனை நிமிர்ந்து பார்த்தன. தாழத்தெரு பாச்சு, கோடி வீட்டுச் சுப்பு, சின்னத்தெரு மணியா, எல்லாருக்குமே வயது இருபதுக்கு மேலிருக்காது. கல்லூரிப் படிப்பு முடிந்து மேலே என்ன செய்வதென்று புரியாமல் குழம்பிக்கொண்டிருந்தார்கள். எல்லா மாணவர்களைப் போல அவர்களும் 'கம்யூனிஸ்ட்கள்' கிராமத்தில் புரட்சி வேலை செய்வதில் ஊக்கம் கொண்டவர்கள். குடியானவர்கள் இடையே பொதுவுடைமை என்பதை நிலை நாட்ட தீவிரமாகப் புறப்பட்டவர்கள். கேட்க வேண்டுமா? அவர்கள் பிச்சாண்டியைத்தானே சூழ்ந்து கொள்வார்கள்? அந்தப் பட்டிக்காட்டில் ஏதாவது விறுவிறுப்பாக நடக்க வேண்டுமானால் அதை பிச்சாண்டிதானே செய்ய வேண்டும்? அவர்கள் அவனுடைய ஆகிருதியையும் தோள்வலிமையையும் கண்டு ஆச்சரியமும் மதிப்பும் கொண்டார்கள். முன்னேற்றம், பொதுவுடைமை, ஒத்துழைப்பு என்று அவன் பேசும்போது அங்காந்து கேட்டிருந்தார்கள். இந்த மாந்தம் பிடித்த ஊருக்கு எப்போதுதான் விமோசனம் வருமோவென்று அவன் அங்கலாய்த்துக் கொள்ளும் போதெல்லாம் அவர்கள் மனதில் அடக்க முடியாத கலக எண்ணங்கள் எழும்பின.

"இந்தவூரிலே, சம்பிரதாயம் மொறை இன்னு மேல் வேஷம் போட்டுண்டு, உள்ளூர நடக்கிற புளுகு இருக்கே - கணக்கேயில்லே. மேற்போர்வையைக் கிழிச்சூட்டுப் பார்த்தா அல்லவா தெரியும்? அம்புட்டும் மித்தியாசாரம். உடைச்சு சுக்கு நூறாக்கி..." மணியாவின் வார்த்தைகள் கொப்புளித்து வெளிவந்தன.

பிச்சாண்டி முகத்தில் புன்னகை பூத்தது. அவனுடைய வார்த்தைகளையே மணியா திருப்பிச் சொல்வதைக் கேட்டு மனதிற்குள் சிரித்துக் கொண்டான்.

"இந்த தூங்க மூஞ்சி ஊரிலே அதொண்ணும் நடக்காது" என்றான் சுப்பு, கசப்புடன்.

"ஏன் முடியாது? தைரியமா எதுத்து நின்னா எதை வேணுமானாலும் சாதிச்சுப்பிடலாம்" பாச்சு நடுவில் பேசினான்.

"அப்படிச் சொல்லு. ஒரு நல்ல சந்தர்ப்பம் கிடைக்கட்டும். நானாச்சு, காட்டிக் கொடுக்கிறேன்" என்றான் மணியா.

எல்லாரும் அவனை உவப்புடன் பார்த்தார்கள். அதைக் கண்டு அவன் உற்சாகம் அதிகரித்தது.

"நிஜமாகவே பாருங்கோ, ஏதேனும் வாக்காய் சமயம் வாய்ச்சா இவாளை எல்லாம் பீனாப்பழம் காய்ச்சி இழுத்துடறேன்" என்று கூச்சலிட்டான்.

அங்குள்ளோர்கள் அவனை இன்னும் அதிக மதிப்புடன் நோக்கினார்கள். அவனும் பெருமையுடன் மார்பை விரித்துக் கொண்டு அவர்கள் எதிரில் வீராப்புடன் நின்றான். அத்துடன் அந்தப் பேச்சு வெறும் வெட்டிப் பேச்சாக மறைந்திருக்கலாம். ஆனால் பிச்சாண்டி அதை அப்படிப் போக விடவில்லை.

"போடா போ, சும்மா பேசிப்பிட்டா போருமா?" என்றான்.

"ஏது? என்னாலே அதுதான் முடியுமுன்னு நெனச்சயா?"

"பின்னே சம்பிரதாய மொறைகளை எல்லாம் தாங்கி

நிற்கறவாளை எதிர்த்து, போராடி, அம்புட்டையும் ஒடைச்சு எறிஞ்சுப்பிட்டு, புதுமை வழிகளை நிலை நாட்டறதுன்னா சாதாரணமா? சும்மா பேசறத்திலே என்னலாபம்? நம்மவாளே ரொம்ப பேசுவாளே தவிர காரியத்திலே ஒண்ணும் இருக்காது.”

மணியாவுக்கு ரோசம் பொத்துக்கொண்டு வந்தது.

“அப்படியா? பாத்துப்பிடுவோமா?” என்று உறுமினான்.

பிச்சாண்டி ஒரு நமுட்டுச்சிரிப்புச் சிரித்தான். “அம்புட்டு தைரியம் ஏது?”

“ஏன் இல்லே. ஏதாணும் உண்டான்னா சொல்லேன். செய்யறேனா இல்லையா பாரு.”

“எங்கே முடியப்போறது? டாக்டர் சுந்தாவை எதிர்த்துப் பேசுவாயா?”

“ஏன் முடியாது?”

“இந்தவூரிலே மித்தியாசாரம் அதிகமாயுடுத்தூன்னு சொன்னயே. அதுக்கெல்லாம் இந்த சுந்தாவைப்போல உள்ளவாதான் காரணம். இவாதான் மொறை மொறையின்னு கதைச்சுண்டு... வெளிவேஷம் போட்டு... சுந்தாவை தைரியமா எதிர்ப்பையா?”

“ஏன் மாட்டேன்?”

“அப்போன்னா பொறப்படு. இன்னிக்கி பஞ்சாயத்து - கொழந்தை பாதுகாப்பு விடுதியிலே டாக்டர் சுந்தா கொழந்தை வளர்ப்பைப் பத்திப் பேசப்போறான். நிறையா பேசுவான். ஊரிலுள்ள மொறை வழக்கங்களுக்கெல்லாம் இவன் தான் வக்காலத்து எடுத்தமாதிரி, அப்படியிருக்கணும், இப்படியிருக்கணுமுன்னு எடுத்தெடுத்து சொல்லுவான். ஒரு ரகசியம். இப்படி வாங்கோ.”

அவன் தலையைக் குனிந்தான். மற்றக் கிராப்புத் தலைகளும் அவனுடைய மண்டையுடன் உராய்ந்தன. சில நிமிடங்களுக்கு அங்கே குசு குசுவென்ற சத்தம்தான் கேட்டது. பிறகு பிச்சாண்டி மறுபடியும் உரக்கக் கேட்டான்.

“என்னா, சுந்தாவோட பாசாங்கைப்பற்றி பகிரங்கமா பேச உனக்கு துணிவுண்டா?”

இதற்குமேல் மணியா பின்வாங்க முடியுமா? அவன் எழுந்து துண்டை எடுத்து இடுப்பைச்சுற்றி வரிந்து கொண்டான்.

“வாங்கோடா, புறப்படுங்கோ.”

“ஊம் பாத்துப்பிடலாம் இன்கறேன்.”

“கட்டுடா முண்டாசை.”

“இதோ, வந்துரட்டேன்.”

மணியா பெரிய தெருவை நோக்கி நடந்தான். அவன் பின்னோடு மற்றவர்களும் போனார்கள். பிச்சாண்டியும் கூடவே போனான்.

மேலக்கோடியாத்துப் பக்கத்துச் சந்தில் தான் பஞ்சாயத்து குழந்தை பாதுகாப்பு விடுதியிருந்தது. கொட்டகையில் ஒரே கூட்டம். பிச்சாண்டியின் சகாக்கள் கும்பலாக உள்ளே புகுந்தபோது டாக்டர் சுந்தா பேசிக்கொண்டிருந்தான். அவன் தன் எதிரிலிருந்த மேஜைமேல் கைகளை ஊன்றியபடி பேசிக்கொண்டிருந்தான். சபையோர் யாவரும் தரையில் அமர்ந்திருந்தார்கள். முன்வரியில் மாத்திரம் சில நாற்காலிகள் இருந்தன.

“கொழந்தைகளுக்கு ஆசாரம், மொறை, சம்பிரதாயமென்று சமூகப் பண்பாடுகளை சரியாச் சொல்லிக்கொடுக்க வேண்டியது நம்மோட கடமை, அப்படிச் செஞ்சாத்தான் அவா நம் நாட்டு உண்மை மக்களா விளங்குவா. நம்மோட செல்வமும் அவாதானே. அவாளைப் பெத்தெடுத்து வளர்க்கறதிலே நமக்கு எம்புட்டு சந்தோஷம்? நம் பெரியவாளெல்லாம் சொல்லுவாளே, “பதினாறும் பெத்து பெரும் வாழ்வு வாழுன்னு...”

மணியா கொல்லென்று சிரித்தான்.

சபை திடுக்கிட்டது. கிழம், கட்டை, நண்டு, நசுக்கு, கிராமத்து ஆட்கள், பஞ்சாயத்துப் பெரியவர்கள் என்று அங்கே பலபேர்கள்

கூடியிருந்தார்கள். பெரியவர்கள் முகத்தைச் சுளிக்கினார்கள். மற்றவர்கள் வெறித்துப் பார்த்தார்கள். ஆட்கள் கூட்டம் ஒன்றும் புரியாமல் அசடு வழிய விழித்துப் பார்த்தது.

மணியா மறுபடியும் நகைத்தான். பிறகு தைரியமாக கணீரென்ற குரலில் கேட்டான்.

"என்னங்காணும், இப்படிப் பிதற்றறீர், சோத்துக்கு விதியில்லே. இந்த ஏழை ஜனங்கள் பதினாறும் பெத்து பெரும் வாழ்வு வாழவாவது?"

கூட்டத்தில் சலசலவென்று பேச்சுக் குரல்கள் எழும்பின. சிலர் எழுந்து நின்று கொண்டனர். மற்றும் சிலர் உரக்கக் கூவினர்... ஏ... ஊ... யென்று கூக்குரல் கிளம்பிற்று. டாக்டர் பேசுவதை நிறுத்திக்கொண்டு இன்னது செய்வதென்று தெரியாமல் சற்று நேரம் செயலொடிந்து நின்றான். அதற்குள் அம்பி மாமா எழுந்து கொட்டகை வாயிலருகே நின்றிருந்த விஷமக்கூட்டத்தினிடம் வந்தான்.

"இந்தா, இதோ பாருங்கோ, இதெல்லாம் அழகாயில்லே. சும்மா வம்பு பண்ணாதேயுங்கோ. பேசாமே போங்கோடா, பசங்களா" என்று சமாதான முறையில் பேசி அவர்களை அவ்விடமிருந்து விலக்கப் பார்த்தான்.

மணியா விடுவானா?

"ஆமா, என்னோடை கேள்விக்கு டாக்டர் பதில் சொல்லட்டும். பெரிசா பேச வந்துட்டாரே, பார்க்கலாம்" என்று சொல்லி அவன் அம்பி மாமாவைப் பிடித்துத் தள்ளிக் கொண்டே முன்னே வந்து நின்றான்.

இதற்குள் பாச்சுவுக்குத் தைரியம் பிறந்துவிட்டது.

"போடா. ஜனங்களை ஏமாத்த இது ஒரு தந்திரமுன்னு நீ புரிஞ்சுக்கலையா? அதுதான் ஜனத்தொகையை வளர்த்துக்கோன்னு உபதேசம் பண்ணறார்."

மணியா பிடித்துக் கொண்டான்.

“ஆமா டாக்டரா இருந்தூண்டு இது தெரியாமே இருக்கீரே. சோத்துக்கு விதியில்லாதவர் கொழந்தைகளை எப்படி நன்னா வளக்க முடியும்? பாக்கப்போனா இவங்களுக்கெல்லாம் குடும்பக்கட்டுப்பாடு யுக்தியல்ல சொல்லிக் கொடுக்கணும். இந்தப் புத்தி ஏன் உமக்குப் போகலை?”

“அட அசடே, அதை அவாளுக்குச் சொல்லிக்கொடுத்தூட்டா, அப்பொறம் ஏழை ஏழையாக இருக்கமாட்டானே. அதல்ல ஆபத்து?” என்றான் பாச்சு.

அதுவரையில் பிரமித்துப் போய் அசைவற்று நின்றிருந்த சுந்தா திடீரென்று உயிர்பெற்று நகர ஆரம்பித்தான். கண்களில் கோபம் வீச, பற்களைக் கடித்தபடி, மேஜையை விட்டு சரசரவென்று ஓடி அவர்கள் அருகில் செல்லப் புறப்பட்டான். ஆனால் கூட்டம் அவனைத் தடை செய்தது. எல்லோருமாகச் சேர்ந்து எழுந்து விட்டதால், கொட்ட கையில் ஒரே குழப்பமுண்டாகி விட்டது. சுந்தா இரைந்தான். மணியா ஏதோ பதில் சொன்னான். அம்பி மாமாதான் அமைதியுடன், வேட்டியைத் தூக்கிக் கட்டிக்கொண்டு அமளியை அடக்கத் தலைப்பட்டான். அவனுடைய தடித்த தேகம் கும்பலில் அங்குமிங்கும் எப்படியோ வளைந்து நெளிந்து புகுந்து புறப்பட்டது. முதல் காரியமாக அவன் கூட்டத்தைக் கலைத்து எல்லோரையும் வெளியே போகச் செய்ய முயன்றான். இந்தப் பசங்களை பிற்பாடு பார்த்துக் கொள்ளலாமென்று நினைத்தபடி அவன், மணியா முதலியோரைக் கவனிக்காமல், கூட்டத்தை மெதுவாக வாயிற்புறமாக வழிகாட்டி தள்ள ஆரம்பித்தான். எத்தனையோ விழாக்களையும், தேரோட்டங்களையும் சமாளித்திருந்த அம்பி மாமாவுக்கு இந்தச் சின்ன கும்பலைக் கலைப்பது ஒரு கஷ்டமா? அவன் ஆட்கள் கூட்டத்திற்கு இடையே மாயஜால வித்தையைப்போல அங்குமிங்கும் தோன்றித் தோன்றி மறைந்தார்கள். அவர்களும் ஒன்றும் புரியாமல் ஆட்டு மந்தையைப் போல அவன் சொன்னபடி கேட்டுக்கொண்டு

வெளியே போகக் கிளம்பினார்கள். மெதுவாகக் கொட்டகை காலியாகத் தொடங்கிற்று. அம்பி மாமாவும் அப்பாடாவென்று ஒரு சுவாசம் விட்டுக்கொண்டு ஒதுங்கி நின்றபடி, மூக்குப்பொடி டப்பியில் கைவைத்தான்.

ஆனால் இத்தனைக்கும் நடுவில் மணியாவும் டாக்டரும் அவனவன் மூலையிலிருந்து வாக்குத் தொடுத்துக் கொள்வதை நிறுத்தவில்லை.

"ஏ... என்ன அதிகப் பிரசங்கியா ஏதேதோ சொல்லறே."

"ஓய். ரொம்ப பேசாதேயும். அப்பொறம் உம்மோட விஷயத்தையெல்லாம் பறக்க விட்டுடுவேன்."

"ஏண்டா, இங்கே வந்து கலாட்டா பண்ணறே, காவாலிப் பயலே! என்ன திமிரு உனக்கு!"

"ஓய்..."

இதற்குள் பாச்சு கையில் ஒரு நாற்காலி அகப்பட்டது. அவனுக்கு அது ஒரு கருவியாக உதவியது. உயரத் தூக்கிப் பிடித்து, அவன் அதை ஒரு லாவாக லாவினான். அது பறந்து சென்று சுந்தா முகத்தைத் தாக்கி இருக்கும். நல்ல வேளை இடைவழியில் அம்பிமாமா அதைப் பிடித்துக் கொண்டான்.

கூட்டம் குறைந்ததும், இருதரத்தார்களும் கொட்டகை வாசலில் சந்தித்துக் கொண்டார்கள். அப்போதுதான் பிச்சாண்டி வெளியே நிற்பது சுந்தா கண்ணில் தென்பட்டது.

"ஓ... நீயா? அதுதான் பார்த்தேன். இப்போ புரிஞ்சுது, யாரு இந்த அப்பாவி ஜனங்களே எல்லாம் கிளப்பிவிடப் பாக்கறான்னு."

பிச்சாண்டி சிரித்தான். அவர்களைச் சுற்றி இப்போது ஒரு சிறு கும்பல் தானிருந்தது.

"அப்பாவி ஜனங்களா? அசடுகள் இன்னு சொல்லுங்காணும். முழிச்சிண்டு நிக்கறதைப் பாத்தா தெரியலை? பாத்துண்டே

இரும், அவா உடம்பிலே மின்சாரத்தைப் பாய்ச்சி உயிர்ப் பிச்சுப்பிடறேன். கொஞ்சம் இரும்."

"ஓகோ. வேறே என்னென்னமோ கிளர்ச்சிக்கெல்லாம் அடிப் போட்டிருக்காப் போலே இருக்கே."

"இதுக்குப் பெயரு புரட்சி, கிளர்ச்சி வேறே. அது சுப்புக் குட்டி சாஸ்திரி போல இருக்கறவா பண்ணற கூத்து..."

"சீ... வாயை மூடுன்னா..."

"ரொம்ப சரி. பேசி லாபமில்லே, அப்பொறமா காரியத்திலே காட்டறேன். பஞ்சாயத்திலே."

"என்ன?"

"ஆமாம். இப்போ வரப்போற தேர்தலிலே நான் போட்டியா நிக்கப் போறேன். அப்பொறம் பாரும். வாஸவேச்வரத்துக்கே ஒரு ஆட்டம் கொடுக்கறேன்."

"நீயா? பஞ்சாயத்திலேயா?"

பிச்சாண்டி மறுபடியும் நகைத்தான். சுந்தாவின் திகைப்பைக் கண்டு அவனுக்கு ஒரே உற்சாகம். திடீரென்று அந்த நிமிடத்தில் தோன்றின அவனுடைய தேர்தல் யோசனையை நினைத்து சந்தோஷங் கொண்டான். அவனுக்கே அப்போதுதான் பளிச்சென்று அந்த எண்ணம் உண்டாயிற்று. நினைக்க நினைக்க அது எத்தனை அருமையான யோசனை என்றும் தோன்றிற்று.

"ஆமாங்காணும். நான் தான் பஞ்சாயத்துக்குள் புகுந்து அம்புட்டுப் பேரையும் ஆட்டி வெக்கப் போறேன்."

"ஊரைக் குட்டிச்சுவராக்கணுமுன்கிற எண்ணமோ?"

"பாத்துண்டே இரும். இதே ஊரை நன்னா காய்ச்சி ஜோரா புடம் போட்டு, பளபளவென்னு அடையாளம் தெரியாமே தேய்ச்சுப் புதுசுப் பண்ணிப்புடறேன். என்னோட புது வாஸவேச்வரத்திலே அம்புட்டுப் பேரும் நன்னா வயிறு ரொம்ப

சாப்பிடணும். அது ஆட்கூட்டம் குறைஞ்சாத்தான் முடியும். அதுக்கும் வழி வெச்சுப்புடறேன். பஞ்சாயத்திலே சேர்ந்ததும் திட்டமிட்டக் குடும்பப் பிரசாரம் தொடங்கிப்பிடறேன். என்னா?”

டாக்டர் சுந்தா திடுக்கிட்டுப் பின் வாங்கினான். இதைக் கண்டு பிச்சாண்டி ஓவென்று வாய்விட்டுச் சிரித்தான். சுந்தாவை நையாண்டி செய்து வேடிக்கை பார்ப்பதில் அவனுக்கு ஒரு அலாதி சந்தோஷம்.

“எப்படி என்னோட மொறைகள்? உம்மோட பழைய மொறைகளை அடிச்சுண்டபோக புது மொறைகளை ஏற்படுத்தினால் தானே தேவலை?”

சுந்தா ஒருவாறு தன்னைச் சமாளித்துக்கொண்டு பதில் சொன்னான்.

“ஜனங்கள் இதையெல்லாம் ஒப்புக்கொள்ளமாட்டா?”

“ஏன் மாட்டா? இது அவாளுக்கு எம்புட்டு நல்லதுன்னு எடுத்துச் சொன்னா என்னோட புது மொறையை ஏத்துக்கொள்ள ஓடி வரமாட்டா? குதிச்சுண்டு அல்லவா வருவா? எம்புட்டு லாபம் அவாளுக்கு? பெத்து, வளத்து, சோறுபோட்டு, அம்புட்டுத் தொல்லையுங் குறையுமே! என்னவானாலும் நீர் மறைஞ்சு செய்யறதைத்தானே நான் வெளிப்படையாச் செய்யப்போறேன்?"

“என்ன?”

கோபத்தால் சுந்தா கண்கள் சிவந்தன. நா துடித்தது. வார்த்தைகளைக் கொட்டலாம் போலிருந்தது. ஆனால் அவை வெளிவர மறுத்தன. அதற்குப் பதிலாக ரோசத்தால் அவன் உதடுகளுக்கு இடையே சுவாசம் நுரைத்துக் கொண்டு கிளம்பிற்று. “என்ன?” என்றான் திணறிக்கொண்டே.

“ஆமாம். இப்படிக் குடும்பத்தைக் குறைச்சுண்டு வாழற இந்த நல்ல யுக்தியை நீர் உம்மைச் சேர்ந்தவாளுக்குகெல்லாம் கத்துக்கொடுக்காமயா இருக்கீர்? ஏழை ஜனங்களை ஏமாத்தி,

மொறை, மொறை இன்னு மேலுக்குப் புளுகிக்கிண்டு, இப்படி மறைவா, காணாமே...”

“என்ன சொன்னாய்? யாரைப் பாத்தடா அப்படிச் சொல்றாய்?” என்று கேட்டுக்கொண்டே சுந்தா கையை ஓங்கியபடி பிச்சாண்டி பக்கம் பாய்ந்தான்.

அவனோ, முகத்தில் வெற்றியும், இகழ்ச்சியும் தாண்டவமாட, இளஞ் சிங்கங்கள் படை சூழ, ‘அடித்துத்தான் பாரேன்’, என்பதுபோல, இரு கால்களையும் அகற்றி அழுத்தி ஊன்றியபடி, எதிரடியாக அங்கே நின்றான்.

அப்போது அம்பி மாமாதான் சட்டென்று டாக்டர் கையைப் பிடித்து நிறுத்தினான்.

“ஏது? அவன் தான் வீண் வம்பு பண்ணறான் இன்னா, நீயுங் கேட்டு இப்படி அதிந்து போகலாமா? இப்படி வா, இன்கறேன்” என்று சொல்லி சுந்தாவை வெளியே தள்ளிக் கொண்டு போனான். பலாத்காரமாக அவனை அப்புறம் இழுத்துக்கொண்டு போவதற்குள் அம்பி மாமாவுக்கு வேர்த்து விறுவிறுத்துவிட்டது.

தெருவில் நடக்கும் ஆரவாரத்தைக் கேட்டதும் ரோகிணி அவள் வீட்டு நடைக்கு வந்தாள். யார்? பிச்சாண்டியா இப்படி ஊரைக் கூட்டி விட்டான்? எதற்காக? அவள் மார்பு திக்திக்கென்று அடித்துக்கொண்டது. விஷயமென்னவென்று அறிய உள்ளம் துடித்தது. ஆனால் வாசலில் ஒரே ஆண் கூட்டம்; அவள் திண்ணைக்கு எப்படிப் போக முடியும்? குச்சிலில் இருந்தபடியே சன்னல் வழியாக நடப்பதைக் கவனித்தாள். கொட்டகை வாயிலில் நடந்த முக்கால்வாசிப் பேச்சும் அவள் காதில் விழுந்தது. பிச்சாண்டி முகம் தெரியவில்லை, ஆனால் குரல் கேட்டது. மற்றபடி அவனுடைய கம்பீர தோற்றம், அசட்டையான முகபாவம், ஏளனப் புன்னகை இவைகளை அவள் மனம் கற்பனை செய்து கொண்டது.

★★★

நடந்தது ஒன்றுமே பெரிய பாட்டாவுக்குத் தெரியாது. அவர் அன்று திருநாகனூர் போயிருந்தார். மறுநாள் காலையில் அவர் வீட்டு வாசலில் வண்டி வந்து நிற்பதையும், பெரிய பாட்டா கீழே இறங்கி உள்ளே போவதையும் சுந்தா எதிர் வீட்டிலிருந்து கவனித்துக் கொண்டிருந்தான். ஆனால் அவனால் அவரை உடனே பார்த்துப் பேச முடியவில்லை. அவருக்காகத் திண்ணையில் அப்படி ஒரு ஆட்கூட்டம் காத்துக் கிடந்தது. ஏதோ புறம்போக்கைப் பற்றித் தர்க்கமென்று தெரிந்தது. சுந்தா காத்திருக்க வேண்டியதாயிற்று. மத்தியானம் மூன்று மணிக்குத்தான் அவனுக்கு பாட்டாவிடம் பேசச் சந்தர்ப்பம் வாய்த்தது.

"என்ன, சுந்தா, என்ன விசேஷம்?" அவர் அப்போதுதான் காப்பி சாப்பிட்டுவிட்டு, விசிறிப் பலகையில் உட்கார்ந்து, வெற்றிலை போட்டுக்கொண்டிருந்தார்.

"ஒண்ணுமில்லே, இந்தப் பயல் பிச்சாண்டி இருக்கானே, அவனுக்கு மதம் தலைக்கேறிப் போச்சு. ஊரிலே இருக்கிற பசங்களை எல்லாம் சேத்துண்டு இப்படீ... ரோந்து சுத்தறான். புரட்சியாம், சீர்திருத்தமாம், ஏதேதோ சொல்றான். நடக்கறது என்னான்னா அம்புட்டும் அக்கிரமம். நேத்திக்கி கொழந்தை பாதுகாப்பு விடுதியிலே வந்து, நான் பேசறபோது ஒரே அமளி பண்ணிவிட்டுப்பிட்டான்" சுந்தா நடந்ததை விஸ்தரித்தான்.

பெரிய பாட்டா நீண்ட ஒரு சுவாசம் விடுத்தார்.

"இனிமே இப்படித்தான். அதிகப் பிரசங்கிகளெல்லாம் தலையெடுக்கும். நேக்கு தள்ளாமை வந்துடுத்தே" என்றார்.

"நெனச்சுண்டு இருக்கேள். அதை யாரு நம்புவா? முந்தாநாள் போட்டேளே ஒரு சத்தம், தெரு குப்பை மேட்டைப்பத்தி. இப்போ வாசல்லே பாத்தாத் தெரியும். எல்லாரும் அதுக்கு எப்படி பயப்படறான்னு. அவாவா எப்படி பெருக்கி பஞ்சாயத்துத் தொட்டியிலே குப்பை யைக் குமிச்சிருக்கா. பாத்துட்டு வாங்கோ."

“என்னமோ அப்பா, இழுத்துப் போட்டுண்டு செஞ்சவன்தான் - இப்போ முடிஞ்சாத்தானே!”

“அப்போ இனிமே பிச்சாண்டி ராஜ்யமுன்னு விட வேண்டியதுதானா?”

பெரிய பாட்டா விழித்துக் கொண்டார். அதெப்படி? அவர் தனக்குத் தள்ளாமை வந்து விட்டது என்று சொன்னாரே தவிர ராஜ்யபாரத்தைத் துறப்பதாகப் பேசவில்லையே! இதென்ன புதிதாக இருக்கிறது. அவர் சுந்தாவை என்ன சங்கதியென்ற மாதிரியில் ஏறிட்டுப் பார்த்தார்.

“கேளுங்கோன்னா. ஏதோ கூட்டுறவாம். அப்பொறம், அப்பொறம்” சுந்தா முகம் சிவந்தது. “அப்பொறம் திட்ட மிட்டக் குடும்பமாம்... என்னவெல்லாமோ கன்னாபின்னா வென்னு பிதற்றான்.”

அவ்வளவுதானே. பெரிய பாட்டா மிருதுவாகச் சிரித்தார்.

“சின்ன வயசு ஊர்ஜிதம், ரத்தக் கொதிப்பு. வேறே ஒண்ணுமில்லே. நானும் தான் அந்த நாளிலே புதுசு புதுசா யோசனைகள் சொல்லுவேன். அதனால் என்ன? புரிஞ்சுக்கோயேன். நீ டாக்டர்தானே.”

அவர் அவனைக் குறிப்புடன் நோக்கினார்.

சுந்தாவுக்கு என்னமோ போல ஆகிவிட்டது. பிச்சாண்டி பேரில் அவன் விடுத்திய எதிர்ப்புக் கொஞ்சம் தடைபெற்றது. சற்று நேரம் மௌனமானான். பிறகு மறுபடியும் எடுத்துக் கட்டிக்கொண்டு அவனை வீழ்த்தி அடிக்கத் தலைப்பட்டான்.

“ரத்தக் கொதிப்பு, சின்ன வயசு. எல்லாம் சரிதான். ஆனா வீணா விவசாயத்து ஆட்களை எல்லாம் கூட்டி வெச்சுண்டு புரட்சி பண்ணறானே. அதுக்கென்ன சொல்றேள்?”

“ஸ்ஸோ ... இவன் இம்புட்டு நாளா பிரசாரம் பண்ணி என்ன பிரமாதமா நடந்துடுத்து. போறான் போ இன்கறேன். ஏதோ

புத்தி கெட்டுப் போனவன் இன்னு வெச்சுடு."

"அப்போன்னா அவன் பஞ்சாய்த்து அங்கத்தினன் ஆறதைப் பத்தி உங்களுக்கு ஆட்சேபணை ஒன்றுமிருக்காது, என்னா?"

பெரிய பாட்டா சட்டென்று நிமிர்ந்து உட்கார்ந்தார்.

"பஞ்சாயத்து அங்கத்தினனா? யாரு, பிச்சாண்டியா?" பெரிய பாட்டா குரலில் ஒரே பிரமிப்பு.

"ஆமாங்கறேன். வரப்போற தேர்தலிலே அவன் போட்டி போட்டு ஜயிக்கப்போறதா நேத்திக்கி சவால் விட்டான்."

கொஞ்ச நேரத்திற்குப் பெரியபாட்டா பதில் பேச வில்லை. அப்புறம் "அப்படியா சங்கதி? அப்படியான்னா அது வேறே விஷயம்" என்று மிருதுவாகச் சொன்னார்.

"அப்படிச் சொல்லுங்கோ. அதான் பாத்தேன். அவனைத் தடுக்காமே இருந்தமோ, அந்த வாக்கிலே ஊரையே கெடுத்துப்பிடுவான்."

"பஞ்சாயத்துக்குள்ளேயா வரப்பாக்கறான்?"

பிச்சாண்டியுடைய துணிவை நினைத்துப் பெரிய பாட்டாவுக்கு ஆச்சரியம் தாங்கவில்லை. அது ஒரு சாதாரணப் பஞ்சாயத்தா? பெரிய பாட்டாவும் மற்றும் ஊரில் சம்பிரதாய நெறி முறைப்படி நடந்து கொள்ளும் பெரியவர்கள் எல்லோரும் ஒன்றாகத் தாங்கிவரும் கோட்டை அல்லவா? அதையா அவன் முற்றுகை போடப்பார்க்கிறான். என்ன தைரியம்? என்ன நெஞ்சழுத்தம்? ஓகோ, அப்படியா அவனுடைய யோசனை? முதலில் பஞ்சாயத்து அங்கத்தினன் ஆவான். அப்புறம் மெதுவாக உள்ளே இருந்து கொண்டே ஒவ்வொரு கல்லாகச் சிதைத்து எடுக்கப் புறப்படுவான். கடைசியாக அவரையே, பெரியபாட்டாவையே அடியோடு, வேரோடு கெல்லி எடுக்க யத்தனிப்பான். ஆனால் அது நடக்காத காரியம். அவர் மூச்சு இருக்கும் வரையில், அது மாத்திரம் முடியாது.

அப்போது அவருடைய எண்ணங்களை பிரதிபலித்துக் காட்டுவது போல சுந்தா பேசினான்.

"அவனை எப்படியாவது தடுத்தூடணும். இல்லாட்டா அவன் நம் அம்புட்டுப்பேரையும் தொலைச்சுப்புடுவன். அதுக்கு ஒரே ஒரு வழிதானுண்டு. அவனுக்கு எதிரியா தேர்தலுக்கு நிக்கறவன், அவனை ஒரே முட்டா அமுக்கறவனா இருக்கணும்."

பெரிய பாட்டா தலையை ஆட்டினார். "ரொம்பசரி. ஆனா அப்படியொரு ஆள் கிடைக்கணுமே."

அவர் அவனை ஆலோசனையுடன் பார்த்தார். ஒருவேளை சுந்தாவுக்கு இப்பேர்ப்பட்ட ஆசைகள் உண்டோ?

"நீ எதிரா நிக்கறயா?" என்று கேட்டு வைத்தார்.

"சை... நேக்கு எதுக்கு இந்த உபத்திரவமெல்லாம். வேண்டாம். அப்பொறம் என்னோட டாக்டர் பொழப்பெல்லாம் என்ன ஆகும்?"

"வேறே யாரு இருக்கா, அம்புட்டு மதிப்போடே? குப்பாவைய்யர், நடேசய்யர் எல்லாரும் ஏற்கனவே அங்கத்தினர்கள் ஆச்சே."

"சந்திரசேகரய்யர் நிக்கட்டுமேன்னு நெனச்சேன்."

"நல்ல யோசனை தான். ஆனா அவன் இசைவானா? இந்த வம்பெல்லாம் நேக்கு ஏதுக்கூன்னு சொல்லுவானே. இம்புட்டு நாளா எம்புட்டோ சொல்லிப்பாத்தாச்சே. நேக்கு வேண்டாம் இந்த ஊர் விவகாரமெல்லாமுன்னு ஒதுங்கின்னா இருக்கான்?"

"ஆனா அவரைப்போல ஒத்தர் எதிரா நின்னாத்தான் பிச்சாண்டியை ஜெயிக்க முடியும். பெரிய பண்ணை அல்லவா? ஊர்க்காரா அந்த வாக்கிலே அவர் பக்கம் சாய்வா."

"அவன் கேக்கணுமே."

"சொல்றபடி சொன்னா இசையாமே எங்கே போறார் இன்கறேன். இம்புட்டு நாளா இருந்தது வேறே. இப்போ வேறே.

ஆட்காரரா நடுவே இந்த பிச்சாண்டி புரட்சி பண்ணினா விவசாயத்துக்கு எம்புட்டு நஷ்டமுன்னு அவருக்குத் தெரியாமே யாருக்குத் தெரியும்? எல்லாரையும் போல அவர் அம்புட்டு வயலையும் பாட்டத்துக்கு விடற தில்லையே. அவரே நிறைய சாகுபடி செஞ்சு மேல் பார்வை பார்க்கறார். ஏற்கனவே நடவு காலத்திலே ஆள் கிடைக்கறது திண்டாட்டமா இருக்கு. அதுலே இவன் வேறே கூட்டுறவு ஒத்துழைப்பூன்னு கிளப்பி விட்டுட்டா அப்பொறம் அனர்த்தம் தான். இத்தை எடுத்து அவர்கிட்டே சொன்னா உடனே முழிச்சுப்பர். நெலமுன்னா அவருக்கு அம்புட்டு உயிராச்சே. பிச்சாண்டியை இப்படியெல்லாம் குதிரவிட்டா அப்பொறம் பயிரெல்லாம் பாழாயிடும், நெலத்துக்கே ஆபத்துன்னு அவர் மனசிலே பட்டுடுத்தோ, நம் காரியம் நடந்தாற்போலதான்."

"சரி, சொல்லிப்பாரு" என்று சொல்லிக் கொண்டே பெரிய பாட்டா பலகை மீது படுத்துக் கொண்டார். சுந்தா எழுந்து போய்விட்டான்.

உஸ். பாட்டாவுக்கு ஒரே களைப்பு. விச்ராந்தியாக படுத்திருக்கலாமென்று கண்களைச் சற்று மூடினார். மனதிற்குள் திரும்பத் திரும்ப பிச்சாண்டியின் தைரியத்தை நினைந்து வியந்தார். பஞ்சாயத்துக்குள் புகுந்து கொண்டு அவரையேயா மடக்கப் பார்க்கிறான்? என்ன திமிர் அவனுக்கு? இருக்கட்டும். பெரிய பாட்டாவுக்கு உயிர் இன்னும் இத்துப் போகவில்லையென்று காட்டிவிடலாம்.

மேலக் கோடியாத்து வாசல் சிமெண்டுத்தரையைப் போல மினுமினுத்தது. நிலத்தடியை வைத்து அடித்து, பிறகு மண்ணையும், கரிப்பொடியையும், சாணத்தையும் குழைத்து மெழுகியிருந்தாள் ரோகிணி. அந்தக் கறுப்புத் தரையில் சுண்ணாம்பு கலந்த இழைகோலம், பளிச்சிட்டு சித்திர விளக்கங்கள் காட்டின. கோலங்கள் போடுவதில் ரோகிணி திறமை வாய்ந்தவள். திருவை எதிர்கொண்ட ழைக்க, ஒரு அழகை வரவேற்ற மற்றுமொரு அழகு தேவை என்று சொல்லுவது போல, கோலம் போடவென்று தினம்

காலையிலும், மாலையிலும், ரோகிணியின் அழகு வடிவம் அவ் வீட்டு வாசலில், நட்சத்திரம் போல் சுடர்விட்டு ஒளி வீசி நிற்கும்.

சுந்தாவிற்கு இந்த எண்ணங்கள் ஒன்றும் தோன்றவில்லை. அவன் சரசரவென்று உள்ளே போனான்.

"அவர் வரலையா?" என்று கூடத்திலிருந்த மீனக்காவைப் பார்த்துக் கேட்டான்.

"மாட்டுக்கு ஏதோ சுகமில்லேன்னு முன்னைய்யனோடு பேச கொட்டிலுக்குப் போயிருக்கான். இதோ வந்துடுவன். நீ இறேன்" என்றாள் மீனக்கா.

சுந்தா அடுக்களைக் கதவண்டை நின்றபடி உள்ளே எட்டிப் பார்த்தான்.

"ஓ... இன்னிக்கி சேவையா? மோர் குழம்புண்டோ?" என்று கேட்டான்.

"ஆமாம். இன்னிக்கி அமாவாசையல்லவா? பலகாரம். தின்கறயா? ரோகிணி, சுந்தாக்கு ஒரு எலை போடு" என்றாள் மீனக்கா.

குனிந்த தலை நிமிராமல் சேவை பிழிந்து கொண்டிருந்த ரோகிணி இதைக் கேட்டதும் தன் காரியத்தை நிறுத்தி விட்டு, மோர்க்குழம்பிலிட்ட சேவையைக் கொணர்ந்து அவனுக்குப் பரிமாறினாள். அவன் அதை ருசி பார்த்தான்.

"ஓ... ஜோர், ஜோர், பொகுஜோர். இந்த வீட்டு சேவையின்னா அது தனி" என்று சொல்லிக் கொண்டே ரோகிணியைக் குறிப்புடன் பார்த்தான்.

இதற்குள் சந்திரசேகரய்யர் உள்ளே வந்தார். "என்னா, சுந்தா எப்போ வந்தே" என்று கேட்டபடி ராமாயணப் பலகையை அருகில் நகர்த்திக்கொண்டு அமர்ந்தார்.

சுந்தா கையை அலம்பிக்கொண்டுவந்து அவர் பக்கத்தில் உட்கார்ந்தான்.

"என்னங்காணும்! ஊரிலே இந்த ரகளைக்காரன் அட்டகாசம் பண்ணறான், நீங்க என்னமோ ராமாயணம் வாசிச்சுண்டு இருக்கேள்?"

"யாரது ரகளைக்காரன்?"

"யாரா? அவன் தான் பிச்சாண்டி. அவன் தானே அம்புட்டுக் கலகத்துக்கும் மூலகாரணம்" என்று சொல்லி டாக்டர் அன்று இரண்டாவது முறையாக சங்கதிகளை விளக்கினான்.

"இதோடு போச்சா? இப்போ பஞ்சாயத்துத் தேர்தலுக்கு நிக்கப் போறானாம். போருமா? அவன் அங்கே வந்தா அப்பொறம் என்ன நடக்குமுன்னு நீங்களே ஊகிப்பேள். என்னமோ குடும்பக்கட்டுப்பாடாம், கர்ப்பத் தடையாம்.... என்னென்னமோ சொல்றான். நம்ப பெண்களையெல்லாம் பாடாப்பாடு படுத்தப் போறான், போங்கோ. வாய்ச்சாலகம் வேறே கூடுதலா - எப்படியோ வோட்டுக்களும் சம்பாதிச்சுப்புடுவன். அவனை மடக்க நீங்கதான் சகாயிக்கணும். நீங்க எதிரா நின்னா அவனால் ஒண்ணும் செய்யமுடியாது. பெரிய பண்ணை சந்திரசேகரய்யருன்னா வோட்டு அப்படியே உங்க மேலே சொரிஞ்சூடும்."

"சரிதான், போ. அந்த அசத்துக்கு எதிரா ஏதுகுன்னா? நேக்கு அந்த வம்பெல்லாம் வேண்டாம் இன்கறேன்."

"அப்படிச் சொல்லாதேயுங்கோ. அசத்தைத் தொலைக் கணுமுன்னா சத்துள்ளவா ஒண்ணு சேரணும். ஊரிலே உங்களைப் போல யாருக்கு மதிப்புண்டு? நீங்க நெனச்சா..."

"ஏது? பெரியபாட்டா பேத்தி அகமுடையானுக்கு என்ன கொறவா? நீயே அதைச் செய்யேன்?"

"நான் போறாது - ஓய், நீங்கதான் முன்னுக்கு நிக்கணும். நானும் பக்க பலமா இருக்கேன். பக்கபலமென்ன? காரியத்தை முழுக்கவே பாத்துக்கறேன். நீங்க சும்மா சரியின்னு ஒரு வார்த்தை சொன்னாப் போரும். பிச்சாண்டிக்கு மதம் தலைக்கேறிப்

போச்சு. அவனைத் தொலைக்கணும்.” (அடுக்களையில் ஏதோ விழும் சப்தம் கேட்கிறது.)

“நான் பாட்டுக்கு வயலுண்டு வீடுண்டுன்னு இருந்துண் டிருக்கேன். என்னை ஏதுக்கு இந்த அரசியல் வாதத்திலே இழுக்கறே?”

“பெரிய பண்ணையின்னா கடமையில்லையா? பிச்சாண்டி கிட்டே பஞ்சாயத்தை விட்டா ஊர் பாழாயுடுமே. அப்பொறம் நீங்க செய்யற அந்த வேலைக்குக் கூட திண்டாட்டமுன்னா.”

சந்திரசேகரய்யர் யோசித்தார். அவன் சொல்வது சரிதான். இருந்தாலும் தேர்தலில் பிச்சாண்டியுடன் போட்டி போடுவது என்பது அவருக்கு கொஞ்சம் விரசமாக இருந்தது.

“நீ சொல்றது அம்புட்டும் சரிதான். இருந்தாலும்...” என்று இழுத்தார்.

அவர் இணங்கக் கூடுமென்று கண்டு கொண்டதும் சுந்தா மேலும் அவரைக் கட்டாயப்படுத்தும் ரீதியில் பேசினான்.

“அவன் புரட்சிக்காரன். கூட்டுறவு, ‘கம்யூனிஸம்’ என்று சொல்லிக்கொண்டு ஆட்காரப் படைகளை எல்லாம் தன் கிளர்ச்சிக் கூட்டத்திலே சேத்துப்பிடுவான். அப்பொறம் நம்ம வயலெல்லாம் உருப்பிட்டாப் போலேதான்.”

அவன் சொல்லுவதின் உண்மையை அவரால் அசட்டை செய்யமுடியவில்லை. எப்படி முடியும்? பூமியின் வனப்பு, அதிலிருந்து முகிழ்த்து வரும் செழிப்பு, அதனாலுண்டாகும் அழகு லட்சுமிகள் - அஷ்ட திருக்கள்... இதையெல்லாம் முன் பின் யோசியாமல் முரட்டுத்தனமாக அழிக்க வேண்டுமென்று ஒருவன் புரட்சியைக் கிளப்புகிறான் என்றால், அதை அவர் எப்படி கவனிக்காமல் இருக்க முடியும்? அவர் கவலையுடன் யோஜனையில் ஆழ்ந்தார்.

அப்போது ரோகிணி சுந்தாவுக்கென்று காப்பியைக் கொண்டு

அங்கே வந்தாள். டபராவைக் கீழே வைக்கும் போது அவள் கை நடுங்கி காப்பி வெளியே சிந்திற்று. அவள் சற்று நிமிர்ந்து சுந்தாவைக் கோபத்துடன் பார்த்தாள்.

எதற்காக இங்கே வந்து சண்டையைக் கிளப்பி விடுகிறான் என்று கேட்பது போல் இருந்தது அந்தப் பார்வையின் கடுகடுப்பு. சுந்தா ஒன்றையும் பார்க்கவில்லை. ஆனால் சந்திரசேகரய்யர் அதைக் கவனித்து விட்டார். அவர் முகம் சினத்தால் சிவந்தது. மிக்க சிரமத்துடன் சுந்தா முன்னிலையில் ஒன்றும் சொல்லக் கூடாதென்று தன்னை அடக்கிக் கொண்டார்.

“இதோ பாருங்கோ , ஏதுக்கு யோசிக்கிறேள். விவசாயம் நஷ்டப் படாது. ஊருக்கும் நல்லது. தேமேன்னு ஒப்புக்கொள்ளுங்கோ...”

சந்திரசேகரய்யர் முகத்தில் சந்தேகம் குடிகொண்டது.

சுந்தா அவருக்கு உந்தல் கொடுத்தான்.

“இப்போ நீங்க அவனுக்கு வழி விட்டேளோ, போச்சு. அப்பொறம் அம்புட்டும் பாழ்தான். ஆட்காரரர் பகைமை, வயலுக்குக் கெடுதி , அம்புட்டும் சேர்ந்து கூத்தாடும்.”

“இல்லை. தேர்தலுன்னா இன்னதுன்னு தெரியாதே” அவர் சங்கோஜத்துடன் பேசினார்.

“அதுதான் சொல்லிப்பிட்டேனே. நான் அம்புட்டையும் பாத்துக்கறேன்னு...”

“சரிதான்...”

“நீங்க சம்மதிச்சுத்தான் ஆகணும்.” விஷயம் தீர்மானமாகி விட்டது போல் சுந்தா நறுக்கென்று எழுந்தான். பிறகு வேட்டியை இழுத்து உறுதியுடன் வரிந்து கட்டிக் கொண்டான்.

“அப்போ பெரிய பாட்டா கேட்டா நீங்க சம்மதப்பட்டுட் டேளுன்னு சொல்லிப்பிடறேன்” என்று சொல்லி விட்டு, அவருடைய பதிலுக்குக் காத்திராமல் வெளியே போய்விட்டான்.

அவன் சென்ற பின் ரோகிணி அவசர அவசரமாக அவரிடம் வந்தாள். "என்னான்னா, பாருங்கோ , அந்தப் பிச்சாண்டியோடே பஞ்சாயத்து சண்டைக்குப் போகாதேயுங்கோ" என்றாள்.

"அட சை. என் இஷ்டம். உனக்கேன் அந்தக் கவலை? பேசாமே போ" என்று அவர் எரிந்து விழுந்தார்.

இத்தனை நாழியாக தீர்மானமில்லாமல் தத்தளித்த அவர் மனம் அவள் சொன்னதைக் கேட்டதும் உறுதி கொண்டது. சுந்தா சொல்வது சரி. பிச்சாண்டியைத் தொலைத்தால் தான் ஊருக்கு க்ஷேமம். சச்சரவு இல்லாமல் உழவு, நடவு என்று விவசாயத் தொழில் சீராக நடக்கும்.

"என்னடா சொல்றே?" மீனக்கா வந்து விட்டாள். சந்திரசேகரய்யர் பதில் பேசவில்லை.

ரோகிணி அவளை ஒரு மாதிரியாகப் பார்த்தாள். ஒரு நாளாவது மனம் விட்டுப் பேசினோமென்று கிடையாது. கோபத்தையோ மனத்தாபத்தையோ தீர்த்துக்கொண்டோமென்ற திருப்தி உண்டாக இடமில்லை. எப்போதும், அவர் கோபித்துக் கொண்டு தன்னை மிரட்டி உருட்டுவதை மீனக்கா கேட்டு விடுவாளோ, அண்டை அயலார் பார்த்துச் சிரிப்பார்களோ, என்று பயந்து பயந்து உணர்ச்சிகளை சுவேச்சையாக வெளியிட முடியாமல், அடக்க வேண்டியிருக்கிறது. அதுவுமல்லாமல், இப்படி அனாவசியமாக அவர் அவளைக் கடிந்தோ, பழித்தோ பேசும் போதெல்லாம் அவளுக்குத் தன்னைப் பற்றி சந்தேகம் தோன்றிவிடும். அவள் நிஜமாகவே நெஞ்சழுத்தக்காரியா? இறுமாப்புக் கொண்டவளா? தான் அழகி என்ற கர்வம் பிடித்த வளா? தன் இஷ்டம் போல் சகலதும் நடக்க வேண்டுமென்று பிடிவாதம் கொண்டவளா? ரோகிணியின் முகம் ரத்தம் உறிஞ்சி விட்டாற் போல சுண்டிவிட்டது.

மீனக்கா இதையெல்லாம் கண்டாளா? ஊரில் நடப்பது வீட்டில். வீட்டில் நடப்பது எல்லாருக்கும் சொந்தமென்ற கிராமாந்திரக் கொள்கையை ஏற்றவள்.

“ஏண்டி? என்னாச்சு?” என்று அவள் இந்தத் தடவை ரோகிணியைக் கேட்டாள். அவள் பதில் பேசினால்தானே! அந்த மௌனம் மீனக்கா உள்ளத்தைத் தைத்தது. அவள் ஆவலுடன் தன் உடன் பிறந்தவனை நோக்கினாள். அவனாவது தன் மனம் தெரிந்து பேசுவான் அல்லவா?

“ஒண்ணுமில்லே, தேர்தலுக்குப் போட்டியா நிக்காதே இன்கறா” என்றார் சந்திரசேகரய்யர்.

“ஏண்டி அப்படிச் சொல்றாய்? ஊர் விவகாரமெல்லாம் பிச்சாண்டி கையிலே அகப்பட்டுட்டா அப்பொறம் சுந்தா சொல்றாப்போலே அம்புட்டும் நாசமாயுடுமே.”

“நமக்குத்தான் ரொம்ப நஷ்டமுன்னு சொல்லு. ஆட்காரா கலாட்டா பண்ணினா நம்ம பண்ணை வேலைக்குத் தான் ரொம்ப ஆபத்து” என்றார் சந்திரசேகரய்யர்.

“அதுதானே” என்றாள் மீனக்கா.

“பிச்சாண்டிக்கு சாமர்த்தியம் கூடுதல். எப்படியோ, அங்குமிங்கும் நொழைஞ்சு சமாளிச்சுக் கொள்ளுவான்” என்றாள் ரோகிணி.

“நேக்குப் போறாது, என்னா?”

“ஏது இப்படிச் சொல்றாய், ரோகிணி. அம்பி மனசு வெச்சா எதைத்தான் நடத்தமாட்டான்?”

“பிச்சாண்டி எதுக்கும் அஞ்சமாட்டான்” என்றாள் ரோகிணி.

“அதுசரி. அக்கிரமம் செய்யறதிலே நான் அவனோடு போட்டி போட முடியுமா?”

“இது தேவலையே நீ சொல்றது? நேர்மை அல்லவா ஜெயிக்கும்? அம்பி உன்னாட்டமா யாருடா இருப்பா?”

தன்னையும் அறியாமல் மீனக்கா அவர் கட்சி பேசினாள். அப்படி சொல்வதால், அவள் ரோகிணியை எதிர்ப்பதாக நினைக்க முடியுமா?

ரோகிணி மேலே பேசாமல் உள்ளே போய்விட்டாள். சந்திரசேகரய்யர் அவள் போவதைக் கவனித்துக்கொண்டு இருந்தார். வெளியிட முடியாத ஔவியத்தினால் அவர் இருதயம் இறுகியது. இந்தப் பெண்களே இப்படித்தான். சாகசம் செய்பவனைக் கண்டால் அவர்களுக்குப் பிடித்து விடும். அவன் முரடனாக இருக்கலாம், உபயோகமற்றவனாக இருக்கலாம், போக்கிரியாகக்கூட இருக்கலாம். ஆனால் துணிச்சலுடன் முன் நின்றால், அவனைப் பார்த்து பல்லிளிக்க அவர்கள் தவறமாட்டார்கள். அதை எண்ணியதும் அவர் மனம் இறங்கிவிட்டது. அவரால் அந்த இடத்தில் போட்டி போட இயலவில்லை. அவர் ஒரு சாதாரண மனிதர். ஒழுக்கத்திற்கு அடங்கியவர். ஓடுவதும் சாடுவதும் சாகசம் புரிவதும் அவருக்கு இயற்கை அல்ல. பின்? அவர் ஒரு நெடு மூச்செறிந்தார். போக்கிரிகள் துணிவுடன் வளைய வரும் இடத்தில் நேர்மையுள்ளவர்களுக்கு எங்கே இடமென்று கசப்புடன் எண்ணிக் கொண்டார்.

“அம்பி... நீ இருக்கயே கவனமாயிரு, என்னா” என்றாள் மீனக்கா. அவளுக்கு மனதிற்குள் பயம்.

“அதொண்ணுமில்லே இன்கறேன். பெரியபாட்டாவாச்சு, குப்பாவைய்யராச்சு, ஊரிலே இம்புட்டுப்பேர் பெரியவாள் எல்லாம் இருக்கறத்தே இவன் என்ன செய்ய முடியும்?’ அவர் சீற்றலுடன் பேசினார். பிச்சாண்டியின் உருவம் அவர் மனக்கண்ணிலே வேறு விதமாகத் தோன்றி இருப்பதால் அவர் அப்படிப் பேசுகிறார் என்று அவள் அறிவாளா?

“இல்லை, அம்பி, அவன் முரடன்....”

சந்திரசேகரய்யர் தமக்கையை அன்புடன் பார்த்தார். இதே வார்த்தையைத் தான் அவளும் சொன்னாள். ஆனால் அந்தத் தொனியில் இந்தக்கனிவு இருக்கவில்லையே! மீனக்கா அவருடைய பார்வையின் குழைவைக்கண்டு உருகிவிட்டாள்.

அம்பி பாவம். அவனை வழிக்குக் கொண்டுவர இந்தப் பெண்ணுக்குத் தெரியவில்லையே. இப்படி அல்லவா இசைந்து

போது வேண்டும்? அது தெரியாமல் சண்டைக்கு நிற்கிறாளே! உடன் பிறந்தவளைப் போல கொண்டவளுக்கு அனுதாபம் இருக்க முடியுமா? மனிதப்பிறவிதானே! மீனக்கா முகத்தில் திருப்தி பிரதிபலித்தது.

ரோகிணிக்குத் தெரியாதாவென்ன அவர் மனம்போல போனால் தான் தனக்கு நிம்மதி, சந்தோஷங்கூடவென்று. இருந்தாலும் பிடிவாதம் அவளை அப்படிச் செய்யவொண்ணாமல் தடுத்தது. அதென்ன அப்படி? அவர் சொல்வதில் தான் நியாயமிருக்க வேண்டுமா! அவள் இரவில் அந்தப் பேச்சை மறுபடியும் கிளப்பினாள்.

"சும்மா இருக்கயா இல்லையா? நேக்கு இப்போ படு கோபம் வரப்போறது."

"சத்தம் போடாதேயுங்கோன்னா."

"அப்படித்தான் போடுவேன்."

"நான் சொல்றதைக் கேளுங்கோ."

"முடியாது."

இருவருக்கும் இடையே ஒரு சிறிய துவந்த யுத்தம். அவர் இவளை மடக்குவதும், இவள் அவரைத் தாக்குவதுமாக இருந்தார்களே ஒழிய, அவளோ , அவரோ விட்டுக் கொடுப்பதாகக் காணோம்.

"எப்போதும் நீ சொல்றதுதான் சரியின்னு உனக்கொரு எண்ணம். எல்லாரும் எப்போதும் உன் சொல்படி கேக்க ணும் இல்லையா? நானென்ன சுப்பைய்யாவைப் போல ஒரு வாயில்லாப் பூச்சீன்னு நெனச்சயா?"

அவள் பதில் சொல்லவில்லை.

"அத்தனை அகம்பாவம், கர்வம் என்னா?"

அவள் மனம் நொந்து ஒரு நீண்ட பெருமூச்சு விட்டாள். ஆனால் வாய் திறக்கவில்லை.

“ஏதுக்கு இம்புட்டு கர்வம்? அழகாயிருக்காயுன்னா?”

அவள் ஒரு விம்மலுடன் அவர் மேல் சாய்ந்தாள். தன்னால் அவளை திருப்தி செய்விக்க முடியவில்லையென்ற திக்கற்றதன்மை அவருடைய எரிச்சலை அதிகரித்தது. அவர் அவளை மேலும் மேலும் குத்திப் புண்படுத்தினார். குறையின்மை ஒரு பாபமா? அழகு ஒரு குற்றமா?

“ஆமாம். அதுதான். அதுக்காக உன்னை எப்போதும் துதிச்சுண்டு, பார்த்து இளிச்சுண்டு நிக்கணும் என்னா?”

அவள் பேசவில்லை.

“என்னாலே அது முடியாது. அதுக்கென்ன? அது கிடைக்கிற இடத்துக்கு வேணுமான்னா போ.”

அவள், “நிறுத்துங்கோன்னா போரும். என்னாலே பொறுக்க முடியலை” என்று முனகினாள். பிறகு அவரிடம் இன்னும் சேர்ந்து ஒட்டிக்கொண்டாள்.

“எப்போதும் நீ அப்படீ இப்படீன்னு பொய் துதி செஞ்சுண்டு...”

அவள் அழவாரம்பித்தாள். உடனே அவர் கோபத்துடன் “என்னாலே அது மாத்திரம் முடியாது” என்று சொல்லிக் கொண்டே அவள் முகத்தைத் தன் முகத்தோடு சேர்த்து அழுத்திக் கொண்டார்.

அவருக்கு அவள் தேவை. அவளை அனுபவித்து இன்பம் நுகர அவர் ஆசைப்பட்டார். அப்படிச் செய்ய உரிமையும் இருக்கும்போது எதற்காக அவளுக்குத் தழையவேண்டும்? அதற்குள்ள அவசியம்? ஆனாலும் அவளுக்குப் பணிந்து அவளை அடைக்கலமென்று அடைந்தால் தான் பூரண மனச்சாந்தியுண்டு என்ற எதிர் மோதலான அந்த அறிவு அவரை வதைத்துக்கொண்டேயிருந்தது.

இந்திரன் தாபம்

II

நாள் பூரா சுப்பைய்யா மல்லாந்து கிடப்பான். காலையில் கண்விழிப்புக் கொடுக்கும் போதே அவனுக்குத் தலை கனக்கும். படுக்கையை விட்டுப் பல் துலக்கப் போவது கூட கஷ்டமாக இருக்கும். காப்பியைக் கொணர்ந்து அவன் அருகில் டொக்கென்று வைப்பாள் விச்சு. அவள் மனக்குறை அவளுக்கல்லவா தெரியும்? எதனால் அவள் கணவன் மாத்திரம் இப்படி ரத்தம் உறிஞ்சி விட்டாற்போல ஆனான்? ஏன் இப்படி வாழை நாரைப்போல சுருண்டு கிடக்கிறான்? அவள் மார்பு விம்மி இரைத்தது. என்ன காரணமாக இருக்கக்கூடும்? அவளை மணந்து கொள்ளும் போது அவன் எல்லோரையும் போல ஒரு அழகான இளம் வாலிபனாகத் தான் இருந்தான். சிவந்த மேனி, கட்டுக்குடுமி, மிடுக்கான நடை. அந்த நடை? இப்போது அது எங்கே மறைந்து விட்டது? அப்படியென்ன அவனுக்கு ஒரு குறை வந்து விட்டது?

ஏதோ அவன் தந்தை வைத்து விட்டுப்போன நன்செய் நிலம் அவர்களுக்குப் போதுமானதைக் கொடுத்தது. அவளும்

பிறந்தகத்திலிருந்து வெறும் கையுடன் வரவில்லை. அவள் வீட்டார் பசையுள்ளவர்கள். நகை நட்டு என்று வேண்டியது கொடுத்திருந்தார்கள்.

அதற்கென்ன விச்சு கொஞ்சம் கறுப்புத்தான். தேக ஆகிருதியும் வாட்டமில்லாமல் சற்று தடித்திருக்கும். நின்றால் ஏதோ நெட்டைத் தூணைப்போல இருக்கும். இருந்தாலும் அவளிடம் ஆகர்ஷிக்கும் ஒரு தோற்றமுண்டு. சுந்தாவைப் போலுள்ளவர்களுக்கு அது பிடித்தமாக இருந்தது என்று கூடச் சொல்லலாம். அவன் அடிக்கடி அவள் அழகைப் பற்றி பரிகாசமாகப் பேசி, விச்சுவை வம்புக்கு இழுப்பது வழக்கம். விச்சுவும் அந்தக் கேலிப் பேச்சை ரசித்து பதிலுக்கு ஏதாவது எடுப்பாக உத்தரவு கொடுப்பாள். அவளுடைய வறண்ட வாழ்வில் இதொன்றுதான் ருசியான அம்சம்.

ஆமாம், இவன் ஏன் வரவர ஓய்ந்து போகிறான்? அது தான் விச்சுவுக்குப் புரியாத ஒரு புதிராக இருந்தது. கல்யாணமான புதிதில் அவன் இப்படி இல்லை. இப்போது தான் உடம்பு தொய்ந்தாற் போல் ஆகிவிட்டது. நீர் ஓட்டமே அற்று முகத்தில் ஒரு வறட்சி உண்டாய்விட்டது. எதனால்? முன்பெல்லாம் அவன் அப்படி இல்லையே. அப்போதும் கையில் தடியுடன் காரியமில்லாமல் சுற்றிக் கொண்டிருக்கப் பிடிக்கும். வாயில் வெற்றிலையைக் குழப்பிக் கொண்டு திண்ணையில் உட்காருவான், சீட்டாடுவான், அல்லது நாலுபேரோடு சேர்ந்து வெளியூர் கச்சேரிகளுக்குப் போய்விட்டு வருவான். இருந்தாலும் வீட்டு விவகாரங்கள் என்னமோ செவ்வனே நடக்கும்.

அப்போது அவள் மாமியார் உயிருடன் இருந்தாள். 'ஏண்டாப்பா, சுப்பைய்யா எரு போட்டாச்சோ? நேரே உழுதானோ பாத்தயோ? நடவுகாலம் வந்துடுத்தே, அப்பா' என்று அவ்வப்போது அவனை அனுசரணையாகக் கொண்டு போய்க் காரியத்தைச் சாதித்துக் கொள்ளுவாள். பார்க்கப் போனால், அவள் தான் வயற்களைக் கண்காணித்து வந்தாள் என்றுகூடச் சொல்லலாம். சுப்பைய்யா ஒரு வெறும் கருவியே. இப்போது நினைத்துப் பார்த்தால் விச்சுவுக்கு ஆச்சரியமாக இருந்தது. அவள் எப்படி

இந்த மனிதனை வேலை செய்ய வைத்தாள். விச்சுவும் தான் எத்தனையோ சொல்லிப் பார்க்கிறாளே - முடியவில்லையே. நிலங்களைப் பாதிக்குமேல் குத்தகைக்கு விட்டுவிட்டானே. அப்போதெல்லாம் எல்லாவற்றையும் அவனே சாகுபடி செய்து கொண்டிருந்தானே!

ஏற்கனவே, அவன் தாயார் இறக்கும் கொஞ்ச காலத்திற்கு முன்பே, அந்தப் புழு அவனைத் துளைக்க ஆரம்பித்து விட்டது. அவன் அடிக்கடி சோர்ந்து படுத்துக்கொள்ளு வான். விச்சுவும் தொண தொணவென்று அவனைப் பிடுங்கித் தின்னுவாள். சுந்தாவைப் பார், சந்திரசேகரய்யரைப் பார் எப்படி சம்பாதிக்கிறார்கள் என்று ஓயாமல் அவனை அரித்துக் கொண்டிருப்பாள். அவளுக்குத் தங்கத்தின் கம்மலைக் கண்டு ஆத்திரம். ரோகிணியின் வைரமுகப்பு வைத்த ஒட்டியாணத்தைப் பார்த்து அகங்காரம்.

கிழவி போன பிறகு விச்சுவின் தொந்தரவு அதிகரித்தது. நாளொன்றுக்கு நாலு தடவையாவது அவள் சந்திர சேகரய்யரை உதாரணமாகக் கொண்டுவராமல் இருக்க மாட்டாள்.

“இம்புட்டுக்கும் அவர் பாட்டாவும் உங்க பாட்டாவும் சொந்த தாயாதிகள். ஆரம்பத்திலே உங்களுக்கு இருக்கிறது தான் அவருக்கும் இருந்தது. ஆனா இப்போ பாருங்கோ, நானூறு ஏக்கரா இருந்துங்கூட பாட்டத்துக்கு விடாமே எம்புட்டு காரியம் தானாகச் செய்யறார்? நீங்களும் இருக்கேளே!”

அவள் மூச்சு விடாமல் சந்திரசேகரய்யரைப் புகழ்ந்து கொண்டே இருப்பாள். அவனோ வாய் திறவாமல் படுத்துக் கிடப்பான். ஒரு காதும் செவிடா? செவியும் மனமும் கூர்ந்தால் பார்க்காததெல்லாம், கேட்காததெல்லாம் வெட்ட வெளிச்சமாகும். இப்போது? அவள் சொல்லுவதைக் கேட்க வேண்டாமென்பது போல அவன் மற்றொரு காதையும் தலையணியில் புதைத்துக் கொண்டு, மனதிற்கும் ஒரு திரை போட்டான். ஆனாலும் அவள் பேசப் பேச அவன் உள்ளம்

காயும், நெஞ்சு கமறும், மூச்சு அனலாய் வெளி வரும். அவள் கவனித்தால்தானே! பேசிக்கொண்டே போவாள். எப்படி அவளுக்கு குறி தவறாமல் இப்படி சரியான இடத்தில் கைவைக்கத் தெரிகிறது? அவனுடைய வன்மத்தலம் எது என்று அவள் எப்படி அறிந்தாள்?

அவன் மரத்தாற் போல படுத்திருப்பான். ஆனால் மனத் திரையில் நினைவுகள் மெதுவாக உரிந்து உதிரவாரம்பிக்கும். ஊம், இந்த சனியன் அவனை எப்போது பிடித்தது? பிறந்தவுடனா?... இல்லை பால்யத்திலா? ஒரே ஊர், ஒரே வயது, ஒரு போல வளர்ந்தவர்கள்; பெற்றோர்கள் தாயாதிகள். பள்ளிக்கூட நாட்களிலிருந்து அவர்கள் இடையே ஒரே கதை வளர்ந்து வந்தது. வகுப்பில் சுப்பைய்யாதான் நன்றாய் படிப்பான். ஆனால் பரீட்சையில் எப்படியோ சந்திரசேகரன் முந்திக்கொள்வான்; அவன் கீழே நிற்பான். இந்த விந்தை எப்படி நடக்கிறதென்று சுப்பைய்யாவுக்கு ஒரே புதிராக இருக்கும். ஊம்! அப்போதே பிடித்து இதே பாட்டுத்தான். 'சந்திரசேகரனைப் பார், அவனைப்போல் உனக்கேன் இருக்கத் தெரியவில்லை' என்று உபாத்தியாயர்களும் உறவினர்களும் அவனை உதாரணமாகச் சுட்டிக் காட்டுவார்கள். அதுதான் தொலைந்து போகட்டுமென்றால் அப்புறமும்... அப்புறமாவது ஒதுங்கிப்போக வசதி இருந்ததா?

அடுத்தடுத்து வயற்காடுகள். சந்திரசேகரன் நடுவதெல்லாம் பொன்னாயக்காய்த்து உலுப்பும். அவன் நட்டால் காய்க்கும். ஆனால் கொஞ்சம் ஏற்றத்தாழ்வாயிருக்கும். சை. சுப்பைய்யாவின் பெருமூச்சு செறுமலுடன் வெளி வந்தது. வாழைத் தாறென்றால் சந்திரசேகரனுடையது முதல் தரமாக இருக்கும், அவனுடையது இரண்டாந்தரமாக வாய்க்கும். எலுமிச்சங்காயென்றாலும் அப்படித்தான். சந்திரசேகரனுடையது பள பளவென்று சாத்துக்குடி அளவுக்குப் பெருமனாக இருக்கும். நறுக்கினால் சாறொழுகும். அவனுடையது சிறுத்துவிடும். தோல் கனமாக இருக்கும், நறுக்கினால் சாரை முன்னதாகவே யாரோ பிழிந்துவிட்டாற் போலிருக்கும். போதாக் குறைக்கு

யோசனைகள் வேறு சொல்ல வந்து விடுவான். நீ எரு போட்டது போதாது, அல்லது அதிகமாகப் போட்டு விட்டாய், இல்லை பூக்கு முன் போடாமல் அப்புறம் போட்டு லாபமில்லை, என்று ஏதாவது சொல்லிக்கொண்டே இருப்பான். யாருக்கு வேண்டும் இவனுடைய அனுதாபம் மிகுந்த யோசனைகள் எல்லாம் ? என்ன காரணத்தினாலோ, அந்த நாட்களில் பள்ளி வாத்தியார்கள் ஆரம்பித்த வழக்கத்தை ஊரார் இன்னும் பின் பற்றி வந்தார்கள். அதுதான் சந்திரசேகரனுடன் அவனை ஒப்பிட்டுப் பார்க்கும் இந்த துர் வழக்கம். எதற்காக அப்படிச் செய்ய வேண்டும்? எதற்கு?

அவன் தாயார் மாத்திரம் அதைச் செய்யமாட்டாள். அவளுக்கு மாத்திரம் அந்த தாயாதியின் பேச்சை எடுக்கும் வழக்கமே கிடையாது. எப்போதும் 'சுப்பைய்யா, சுப்பைய்யா'வென்று அவனையே கொண்டாடிக் கொண்டிருப்பாள். அவன் தாயாரை நினைக்கும்போதெல்லாம் இருள் மண்டிக்கிடந்த அவன் அகத்தில் ஒரு தனித் தூய்மை ஒளி படரும். மப்புப் போட்ட வானில் வெய்யில் பளிச்சிடுவது போல் முகம் பிரகாசிக்கும். அவள் விஷயம் தெரிந்துகொண்டு தான் அந்தப் பேச்சை எடுக்காமல் இருந்தாளா? அவனை உற்சாகப்படுத்த வேண்டுமென்றுதான் அப்படி அடிக்கடி புகழ்ந்து பேசினாளா? இல்லை. இல்லை. அவள் ஒருவள் தான் அவனை பூர்ணமாக நம்பியிருந்தாள். ஆமாம். அவனால் காரியங்களைச் செவ்வென செய்து முடிக்க இயலுமென்று அவள் மாத்திரம் தான் விசுவாசத்துடன் நம்பினாள். ஆம். அவள் ஒருவளே அவன் வெற்றி பெறுவான் என்று உறுதியுடன் எதிர்பார்த்தாள். அவளுடைய அந்த திடமான நம்பிக்கையை எதிர்த்து, விச்சுகூட, அவளிருக்கும் வரையில், அவனை இத்தனை தூரம் இகழ்ச்சியாக நடத்தியதில்லை. இப்போது? அவள் அவன் தோல்வியை எப்படி எடுத்துக் காட்டிச் சீறுகிறாள்? எதைச் சொன்னால் அவன் மனம் உதைத்துக் கொள்ளுமோ அதைத் தவறாமல் தெரிந்து கொண்டு செய்கிறாளா? அறியாமையாலா அவள் அவனை அப்படி வதைக்கிறாள்? இல்லை, வேண்டுமென்றா? இப்படி சிந்திக்கும் போதெல்லாம், மனக்குறை அவன் இருதயத்தைப்

பிடித்து இறுக்கி அதைக் கல்லைப்போல் கனக்க வைக்கும்.

நாள் பூரா படுத்திருந்து, மத்தியானம் அவன் தலைவலி பலத்துவிடும். கடுகடுவென்று கொண்டே விச்சு பாத்தி ரத்தில் மோரும் சாதத்தைப் பிசைந்து வந்து உருட்டி அவன் வாயில் போடுவாள். அவனுக்குக் காது கேட்காமல் போய் தலைக்கனமும் வந்த புதிதில் விச்சு அலுக்காமல் அவனுக்குப் பணி விடைகள் செய்து வந்தாள். ஆனால் அவள் தாயல்ல, மனைவி. அவளால் பதிலுக்கு ஒன்றையும் எதிர்பாராமல் இப்படி தியாகம் செய்து கொண்டிருக்க முடியவில்லை. மனைவி என்றால் தனக்குச் சேரவேண்டிய ஆதரவை கணவனிடமிருந்து தானே பெறவேண்டும்? விச்சு அதை எதிர் நோக்கிப் பார்த்துப் பார்த்து, கண் பூத்துப்போனாள். கொஞ்சங் கொஞ்சமாக அவளுடைய சகிப்புத்தன்மை குன்றி வறண்டது. பிறகு கடு கடுப்பும், சிடு சிடுப்பும் தோன்றவராம்பித்தது. கடைசியில் வாயைத் திறந்து முறையிட்டாள்.

“காதுமில்லே, ஒண்ணுமில்லே. என் பேச்சைக் கேக்க இஷ்டமில்லே. பொறுப்பை ஏத்துக்கவும் உறுதியில்லே. ஒண்ணையும் கேக்காமே நிம்மதியா இருக்கணுமுன்னு ஆசைப்பட்டுத்தான் காதுகூடப் போச்சோ என்னவோ” என்று சிணுங்குவாள். சாயங்காலமானால் அவனுக்கு காப்பி கூட வேண்டியிராது, அப்படியொரு தலைவலி வந்துவிடும். ஆனால் வெளிச்சம் நரைத்து, அந்தி மங்கும் சமயத்தில் ஏதோ மந்திரமிட்டாற்போல அது எங்கேயோ ஓடி மறைந்துவிடும். சுறுசுறுப்புடன் எழுந்திருந்து படுக்கையைச் சுருட்டி வைத்து விட்டு, ஆற்றங்கரைக்குப் போகக் கிளம்பி விடுவான். திராணியே இல்லை போலப் படுத்திருந்தவன் விசுக் விசுக்கென்று நடந்து மணற் படுகையைக் கடந்து சுனைக்குப் போவான். குளித்துவிட்டு, புதுவேட்டி உடுத்திக்கொண்டு, பொழுதூர உட்கார்ந்து, நன்றாகச் சாப்பிடுவான். அப்புறம் சீட்டாட்டம் போட வெளியே கிளம்பிப் போய் விடுவான்.

அன்றும் அதேபோல சுப்பைய்யா சாப்பிட்டுவிட்டு வாயில் வெற்றிலையை மென்றபடி குஷியுடன் தாழத் தெருவுக்குப்

போக ஆயத்தமானான். துண்டை தோளில் போட்டுக்கொண்டு, தடியைக் கையில் எடுத்ததுதான் தாமதம் விச்சுவுக்கு கோபம் பீறிட்டுக்கொண்டு வந்தது.

“ஆச்சு, மைனர் சீட்டாட்டத்துக்குக் கிளம்பியாச்சோ? வெள்ளை வெளேரென்று சட்டை, அங்கவஸ்திரம், கையிலே தடி. தடியைப்பாரு... தடியை. வெள்ளிப்பிடி வேறே. கையிலே கம்பில்லாட்டா மைனர் பார்ட்டு பூர்த்தியாகாது, என்னா?”

“கூப்பாடு போடாதேடீ. நாள் பூரா தலைவலியோடே அவதிப்பட்டாச்சு. ஏதோ கொஞ்சம் நாழீ ஆசுவா போயுட்டு வரலாமுன்னு புறப்பட்டேன்” சுப்பைய்யா அழாக் குறையாக அவளைப் பார்த்தான்.

“ஆமா, ஆமா, சீட்டாட்டமுன்னா தலைவலி பறந்து போயுடும். ஏதாவது காரியமுன்னா அதிகப்படும். ஊம் பொறுப்பில்லாத ஒரு ஜன்மம்.”

“என்னை ஏதாவது சொல்லிண்டு இருந்தாத்தான் உனக்கு சமாதானமா இருக்கும். அம்புட்டுத்தானே. ஆனா என்னை மாத்திரம் அவனைப்பாரு இவனைப்பாருன்னு இடிச்சுக் காட்டி என்ன பண்ணறது? நீ ரோகிணியாட்டமா இருக்கயா?”

“அதுதான் சரி. என் மேலே குத்தம் சொல்லுங்கோ. அப்படித்தானே. நான் மக்கு. அவ சமத்து, அழகுவேறே.”

“சமத்தோ, அழகோ, ஒரு ஆம்புள்ளேகிட்டே எப்படி அநுதாபம் காட்டணுமுன்னு அவளுக்குத் தெரியும்.”

“ஓ... அம்புட்டுத் தூரத்துக்கு ஆயுடுத்தா?”

“சத்தம் போடாதேடீ.”

“பின்னே, இல்லாட்டா உங்களுக்குக் கேக்குமா?”

“அதையும் சொல்லிக்காட்டு. என் தலைவிதி. காதுதான் போச்சே, நன்னாப் போகப்படாதா? நீ சொல்லறத்தை யெல்லாம் கேக்கணுமுன்னு இருக்கு.”

“உங்க தலைவிதியை மட்டுமா சொல்லணும். என்விதி. அம்புட்டுப் பொறுப்பையும் சுமக்கணுமுன்னு இருக்கு. ஆச்சு. வெள்ளிக்கிழமை வந்தா கோந்தைக்கு ஆண்டின் நிறைவு. இன்னும் ஒரு ஏற்பாடும் ஆகலை. சந்திரசேகரய்யரா இருந்தா இதுக்குள்ளே....”

“போரும், மூடு வாயை. அவன் பேச்சை எடுத்தாயோ தெரியும் சேதி.” திடீரென்று அவனுக்குள் ஏதோ ஒன்று வெடித்துக் குமுறிற்று. முகத்தில் கொதிப்பு, அகத்தில் நெருப்பு, விழியில் வெறுப்பு. அவனுடைய அந்தத் தோற்றத்தைப் பார்த்ததும், ஏதோ பதில் சொல்ல வாயெடுத்த விச்சு அப்படியே வாயைப் பிளந்தபடி திகைத்து நின்று விட்டாள். ஆனால் அந்த மாறுதல் ஒரு கணத்திற்கே அவன் முகத்தில் குவிந்து நின்றது. மறு விநாடி அது அகத்தின் சுழலுக்குள் ஓடி ஒடுங்கி விட்டது. அவன் கைகள் நடுங்கின, கால்கள் தடுமாறின. மறுபடியும் இறக்கம், முன்னைவிட அதிகமான இறக்கம். மென்னை அமுழ்த்தும் கனம். கமறல் மறைந்து, மனம் தொய்ந்தது.

“விச்சு, நான் கொஞ்ச நாழிக்குப் போயுட்டு வரேன்” எதிர்ப்பு கரைந்துவிட்டது. அவன் இறைஞ்சிக் கேட்டுக் கொண்டான்.

“நல்ல நாள் கழியணுமே.”

“எல்லாம் நடக்கும் இன்கறேன். வீடு பூரா மாங்காயும் தேங்காயுமா குவிஞ்சு கிடக்கு. ஏன் நடக்காது? உங்க அம்மாஞ்சி வேறே வந்து பத்து நாளா பாடா பாடு படுத்தறான்.”

“அதுதான் தேவலை. செய்ய வந்தவாளே குத்தம் சொல்லுங்கோ. உங்களுக்கு என்ன கவலை? இன்னும் பட்சணம் செஞ்சாகலை. உளுந்து வந்து சேரலை. இதோ பாருங்கோ, போற வழிலே, அப்படியே கொட்டண்ணா கடைக்குப் போயி, கொஞ்சம் எண்ணைக்குச் சொல்றேளா?”

“உஹூம்.”

“என்ன உஹூம். உங்களை வெச்சுண்டு நானும் அழறேனே”

அப்போது, "என்னா சுப்பைய்யா" என்று கேட்டுக் கொண்டே அம்பிமாமா உள்ளே வந்தான்.

"அம்பிமாமா, நீ கொட்டண்ணா கடைக்குப் போனா விச்சுவுக்கும் ஏதோ காரியமிருக்காம். செஞ்சு கொடு" என்று சொல்லிவிட்டு சுப்பைய்யா பதிலுக்கு நில்லாமல் செத்தேன் பிழைத்தேன் என்று அங்கிருந்து கம்பி நீட்டி விட்டான்.

"என்னா, ரொம்ப பலமா கொடுத்துட்டயோ? ஓடறானே, பயல்" என்றபடி அம்பிமாமா மூக்குப் பொடி டப்பாவை இடுப்பிலிருந்து எடுத்தான்.

"அதையேன் கேக்கறேள்? இந்த ஆச்சரியமுண்டோ? நானென்னமோ இவரை வெச்சுண்டு, ரொம்ப பொறுமையா எப்படியோ எல்லாத்தையும் சகிச்சுண்டு இருக்கேன். இவரைப் பாத்தேளா? என்ன மதமிங்கறேன். அவளைப் போலே இல்லேன்னு துதிக்கிறார் இன்னா. இவர் இருக்கிற அழகுக்கு அதுவேறே."

"யாரு, அவள்?"

"எல்லாம் அந்த ரோகிணிதான். நேக்குப் பொத்துண்டு வந்துடுத்து. அவள் அழகாம். அனுதாபம் காட்டத் தெரியுமாம். அதுக்கென்ன சந்திரசேகரய்யராட்டமா ஒத்தரைப் படைச்சுப்பிட்டா சுலபமா ஆயுடுமே. என்னாட்டமா பாடு பட்டாத் தெரியும்."

"சை... வீட்டுக்கு வீடு வாசப்படி இன்கறேன்."

"ஆமா, இவ எப்போ இவர்கிட்ட அனுதாபம் காட்டினா? என்ன சொன்னாளோ? நீ பாட்டுக்கு இன்னும் நன்னா படுத் தூண்டு கவலையில்லாமே தூங்குன்னு சொன்னாளோ?"

"சும்மா இன்கறேன். நீ சொல்றயே இன்னு அவனும் குழந்தையாட்டமா எதையாவது திரும்பிச் சொல்லிக் காட்டறான். அவன் எங்கே அவளோடு பேசறான்? அதுதான் அவாத்துக்குப் போற வழக்கமே கிடையாதே."

“போய்ப் பாத்துட்டா என்னவாயுடுமாம்? அவரோடே சேந்துண்டாலே நல்ல புத்தி வருமே. அதைவிட்டுட்டு, கர்வ முங்கறேன். அசாத்திய கர்வம். அவரைப்போல ஆனப் பொறம் அவரோட பேசணுமுன்னு ஒரு வைராக்கியம். என்ன வேண்டிக்கிடக்கு, எப்போதும் படுத்தூண்டு...”

“நீதானே சொல்லி வைச்சிருக்கே சந்திரசேகரய்யரைப் போல ஆகணமுன்னு . அது முடியலை. அதுனாலே தலைவலி வரது, படுத்துக்கறான்.”

“ஆமா, ரோகிணியைப் பாக்க இவர் எப்போ போறார்?”

“ஓ... நீ எத்தையானும் நெனச்சுண்டு எதையோ சொல்லாதே. இவன் எங்கே அவளைப் பாக்கிறான். அதுக்கு போதுதான் ஏது சொல்லு. சந்திரசேகரய்யரைப் பாத்துப் பேச அவனுக்குப் பிடியாது. அவர் இல்லாத சமயம் போவனோ இன்னா இவன் தான் மத்தியானமெல்லாம் படுக்கையோடு இருக்கான். சாயங்காலம் இவன் எழுந்திருக்கறச்சே அவர் வயலிலிருந்து திரும்பி வீட்டுக்கு வந்துப்பிடுவர். இவனாவது அவளைப்பாக்கப் போகவாவது? அதொண்ணுமில்லை. என்னைக் கேட்டா...” அம்பிமாமா அவளை அர்த்த புஷ்டியுடன் பார்க்கிறான். “என்னைக் கேட்டா நீ அதிகமா அவள் பேச்சை எடுக்காட்டா நல்லது. அதுவும் சந்திரசேகரய்யரைப் பத்தி பேசாட்டா உத்தமம்.”

“ஏனோ?”

“சுப்பைய்யா மனசு புண்படறது.”

“விளையாட்டா இருக்கே! அவருக்கா, உணர்ச்சி? ரோசம் கீசமிருந்தா இப்படி நான் சொல்லச் சொல்ல காதில் வாங்கிக்காமே இருப்பரா?”

“என்னவோ. உள்ளூர அவன் மனசிலே நெருப்பு காயறதோ என்னவோ.”

அப்போது சற்று முன்னால் ஒரு விநாடிக்கு சுப்பைய்யா அளித்த

அந்த குரூர தோற்றம் அவள் கண்முன் உதித்தது. கலங்கின அவன் கண்களை நினைத்ததும் அவள் உள்ளத்தில் விவரிக்க முடியாத ஒரு பீதி உண்டாயிற்று. உடல் கூட உலுங்கிற்று. பிறகு சட்டென்று அந்த உணர்வை அப்புறப்படுத்தினாள்.

“சீ... சீ மனசாவது, உணர்ச்சியாவது. வெறும் சோம்பல். அப்பொறம் என்னை எதிர்க்கணும், என் இஷ்டப்படி செய்யக் கூடாது இன்கற அழும்பு.”

“என்னமோ, ஒவ்வொரு சமயம் அவனைப் பாத்தா சட்டுன்னு வெடிச்சூடுவனோ இன்னு திகைக்கிறது.”

“வெடிக்கவும் மாட்டா, ஒண்ணும் மாட்டா. விரலைக் கூட அசைக்க முடியாமே உடம்பிலே ஒரு அசதி. வெளியிலே அப்படீன்னா உள்ளூர அதைவிட அசாத்திய பலஹீனம். ஒண்ணுமே செய்ய முடியாத ஒரு பலனற்ற, வியர்த்தமான பலஹீனம். ஓ... ஓ... அம்பி மாமா, அவரைப்பத்தி இப்படியெல்லாம் சொல்ல உங்களுக்கு என்ன பயித்தியமா? போங்கோ , இன்கறேன். கொட்டண்ணா கடைக்குப் போயி சாமான் ஜாபிதாவைக் கொடுத்துட்டு வாங்கோ. இதோ உள்ளேயிருந்து குறிச்சு வெச்ச தாளை எடுத்தூண்டு வரேன்” என்று சொல்லி விச்சு உள்ளே போனாள்.

பிறந்த நாள் வைபவத்திற்கு கிராமம் கூடி விட்டது. காரணம், விச்சுவின் சுயகௌரவம். “சந்திரசேகரய்யர் வீட்டிலேன்னா கூப்பிடமாட்டாளோ? நாம் ஏன் குறை வைக்கண”மென்பது அவள் வாதம். கட்டி வந்ததோ இல்லையோ , அவள் ஊரைக் கூட்டி விட்டாள். நாலு தெருக்களிலிருந்து எல்லாருமே சாப்பிட வந்து விட்டார்கள். ஆனால் முறைப்படி கூப்பிட்டால் தான் அப்படி சாப்பிட வருவார்கள். முதல் நாள் வீடு வீடாய் போய் கூப்பிட்டு விட்டு வந்தால் மாத்திரம் போதாது. அவ்வப்போது சிற்றுண்டி, போஜனமென்று இலை போட்டுத் தயாராகும் பொழுதெல்லாம் மறுபடி ஒவ்வொரு வீடாய் ஏறி இறங்கி அழைத்து விட்டு வரவேண்டும். அப்படிச் செய்யாவிட்டால் ஒருவரும் வரமாட்டார்கள். எங்கே ஆள் வந்து கூப்பிடப்

போகிறதென்று, வீட்டில் அடுப்பு மூட்டாமல் காத்துக் கிடப்பார்கள். ஆனாலும் அழைக்காவிட்டால், பட்னி கிடந் தாலும் கிடப்பார்களே தவிர, சாப்பிடப் போக மாட்டார் கள். அப்படியொரு கட்டுப்பாடுடன் வாஸவேச்வரத்தில் முறைகளைப் பின்பற்றினார்கள்.

அன்று ஆண்டின் நிறைவு கொண்டாட்டம் பிரமாதமாக நடந்தது. மத்தியான்னம் இலை போட்டதும் கிராமத்தை அழைக்க விச்சுவின் மாமன் மகனும் சுப்பைய்யாவின் மருமகனுமாகப் புறப்பட்டார்கள். சுந்தா வீட்டில் அவனைக் காணவில்லை. "வரச் சொல்லுங்கோ" என்று அம்மாளுப் பாட்டியிடம் சொல்லிவிட்டு அவர்கள் போனார்கள். அவர்கள் முத்து வீடு வரையில் போனதும் எதிரே டாக்டர் வந்தான். அதுதான் வீட்டில் சொல்லியாகி விட்டதே என்று மறுபடியும் கூப்பிடாமல் போனான் சுப்பைய்யா மருமகன். சுந்தா கோபத்துடன் புருவங்களை நெறித்தான்.

"என்ன மதம் பாத்துக்கோ. என்னை நேரிலே கண்டுங் கூட கூப்பிடாமே போயுட்டான்" என்று கூச்சலிட்டான்.

"ஓ... எதுக்கு இம்புட்டுக் கோவம்? அவாதான் இங்கே வந்து கூப்பிட்டாச்சே" என்றாள் தங்கம்.

"ஏ, நீ என்ன சொல்றே. புத்தியில்லே. முத்துவை மாத்திரம் கூப்பிட்டுட்டு, கிட்டே நிக்கற என் கிட்டே ஒண்ணுமே சொல்லாட்டா அவன் என்ன நெனப்பான்?" (முத்து சுந்தாவிற்குத் தாயாதியாவான்).

"ஓ... இங்கே அடுப்புக்கூட மூட்டலையே..." தங்கம் அங்கலாய்த்துக் கொண்டாள்.

"ஏண்டி, மொறையின்னா, மொறைதான். பாத்தாக் கூப்பிட வேண்டாமோ" என்றாள் அம்மாளு.

"மொறையாத்தான் கூப்பிட்டா. ஏதோ ஒரு சின்ன தப்பு. இதிலென்ன வந்துடுத்து?" என்றாள் தங்கம்.

"ஆமா, ஆமா, ரொம்ப மொறை தெரிஞ்சு செய்யறா பாரு.

அது தெரிஞ்சா அவம்மா சீரு பட்சணம் வெச்சிருக்க மாட்டா?"

"அவம்மாக்குத்தான் உடம்பு நேரில்லையே!"

"இல்லாட்டா என்ன? யாரையாவது கொண்டு ஒரு அம்பத்தோரு முருக்கும், கொஞ்சம் மனோகரமும் செஞ்சு வெக்க மாட்டாளோ! இதென்ன அடியந்தரம்? சீரும் கிடை யாது. வந்தவாளை வான்னு கூப்பிட ஆளும் கிடையாது. நன்னாத்தான் பண்ணினா போ" என்றாள் அம்மாளு.

சுந்தா முறைகளை எப்படி வழிபட வேண்டுமென்று ஊராருக்கு உணர்த்தினான். டாக்டர் ஆடிய ஆட்டங்களைக் கண்டு பக்கத்திலிருந்தவர்கள் மலைத்து நின்றார்கள். அவன் கூப்பாடு போட்டது விச்சுவுக்கு எட்டாமல் இருக்க முடியுமா? அவள் ஓடிவந்தாள். உள்ளே வரும்போதே அம்மாளுவின் இழிவான சொற்கள் அவள் காதில் விழுந்தன.

"அம்மாளு பாட்டி, சாப்பிட வறேளா?" என்றாள் தழுதழுத்த குரலில்.

"ஏதுக்கடி? நான் இங்கேதானே ஒரு பிடி அரிசி வடிச்சுக்கறேன்!"

"கூடவே கூடாது. உங்களுக்குன்னு தனியா சமைச்சிருக்குன்னு காலமேயே சொல்லி அனுப்பிச்சேனே. நீங்கவரத்தான் வரணும்."

அவர்கள் பேசிக் கொண்டிருக்கும் போது சுப்பைய்யாவின் மருமகன் ஓடி வந்து டாக்டரை இறைஞ்சி அழைத்தான். சுந்தா பிகு பண்ணிக்கொண்டே திண்ணைக்கு வந்தான். தெருவில் சாப்பிட வந்தவர்கள் கூட்டம் நொறுங்கிற்று. பெரிய பாட்டா அவர் வீட்டுத் திண்ணையில் இருந்தபடியே எல்லாவற்றையுங் கவனித்துக் கொண்டிருந்தார். சுந்தாவுக்கு சாப்பிடப் போக வேண்டுமென்றுதான் ஆசை. பசி வேறு வயிற்றைக் கிள்ளிற்று. ஆனாலும் தன்னுடைய சுய கௌரவத்திற்கு பங்கமுண்டாகவில்லையென்று ருசுப்படுத்த வேண்டாமா?

அதனால் மறுபடியும் உரக்கக் கூக்குரலிட்டு, ஒரு ஆவர்த்தனம் ஆர்ப்பாட்டங்கள் செய்தான்.

அப்போது பிச்சாண்டி எங்கிருந்தோ வந்து அங்கே பிரசன்னமானான்.

"என்ன ஓய்! மொறை மொறையின்னு பிரமாதப்படுத்தறேள்? மொறையுமாச்சு, மொகரக்கட்டையுமாச்சு. சும்மாப் போய் சாப்பிட உட்காரும் இன்கறேன்."

"ஓகோ, இங்கேயும் வந்துட்டயா, புரட்சி பண்ண?"

"இந்தத் தடவை நீங்க அல்லவா ரகளை பண்ணறேள்? சும்மா மொறை மொறையின்னுண்டு... எதுக்கு இப்படி தொண்டை கிழிய கத்தறேள் இன்னு தெரியாதாவென்ன? இந்த மொறைகளையெல்லாம் அழுத்தி நீடிச்சு ஸ்தாபனம் பண்ணாட்ட உம்மோட சலுகையெல்லாம் காத்தாப் பறந்து போயுடுமே. அந்த பயம்னா. மொறையை நிலைநாட்டி நிலை நாட்டித்தானே உம்மோட செல்வாக்கையும் உரிமையையும் வளக்கணும்? சொல்றேனே, இந்த ஊரிலே குருட்டு நம்பிக்கை அதிகமாயுடுத்து. அறிவு மங்கிப்போச்சு. அம்புட்டையும் இடிச்சுப் பொடி பண்ணணும்."

"எப்படி? எல்லாத்தையும் உன் கையிலே கொடுத்துடணும், என்னா?"

"இரும் இன்கறேன். தேர்தலுக்கப்பொறம் அல்ல பாக்கணும்."

"ஓ! ஜாக்கிரதை! தேர்தலுக்கப்பொறம் என்ன? இப்பவே பாக்கலாமா? உன்னோட பசங்கள் புறம்போக்கிலே இருக்கற மரத்தை வெட்டி விறகு கட்டிண்டு போற விஷயத்தை பஞ்சாயத்துக்கு இழுத்துப் போடட்டுமா?"

"அது ஊர் பஞ்சாயத்து மேலே அல்ல குத்தம்? பட்டுப் போன மரங்களை வெட்டி ஏலம் போடறத்துக்கென்ன? அது பஞ்சாயத்தோடே ஜோலியாச்சே."

"அதுக்காக கட்டையை வெட்டறதா? நீதானே இந்தக் காலி பசங்களுக்கெல்லாம் தைரியமூட்டறே. பெரியவா ஏதோ

இளகின மனசா , சிறுபிள்ளைகள்தானே இன்னு விட்டிருக்கா. அதுதான் உங்களுக்கொல்லாம் துளுத்துப் போச்சு."

அந்தச் சமயத்தில் பெரிய பாட்டா திண்ணையிலிருந்து இறங்கினார். இந்தப் பேச்சை அதிகமாக வளர்க்க விடக் கூடாது என்பது அவர் கருத்து. நமக்கு வேண்டியவர்களிடம், சினேகபாவம் காட்டுபவர்களிடம், அதிக நைதலோ அன்போ காட்ட வேண்டிய அவசியமில்லை. சற்று ஏறக்குறையாக இருந்து விட்டாற்கூட அவர்கள் கலையமாட்டார்கள். அவர்களிடம் நாம் பயப்பட வேண்டியதில்லை. ஆனால் பகைவரிடம் மட்டு, மரியாதை, தாட்சணியம், இணக்கம் எல்லாம் காட்டுவது மிகவும் அவசியம் என்பது அவருக்குத் தெரியும். அவரைப்போல பல நாட்களுக்குத் தலைமைப் பதவி வகித்தவர்களுக்கு இந்த உண்மை புலனாகும். மதிப்புக்குரிய பெரிய பாட்டாவின் உருவம் தெருவில் தெரிந்ததும் ஜனங்கள் கும்பலைப் பகிர்ந்து கொண்டு அவருக்கு வழி விட்டார்கள்.

அவர் வருவதைக் கண்டு பிச்சாண்டியும் அச்சம் கொண்டான்.

"கட்டையை எல்லாம் என்ன பண்ணினே?" என்று சுந்தா கேட்டான்.

"கட்டையை வெட்டினா எரியவிடுவா? ஏதுக்கூன்னு அப்பொறம் சொல்றேன்" என்று முணுமுணுத்துக் கொண்டே பிச்சாண்டி தள்ளிப்போனான். இதற்குள் பெரிய பாட்டா அருகில் சமீபித்து விட்டார். அவரிடம் வாக்குத் தொகுக்க இஷ்டமில்லை போல பிச்சாண்டி கூட்டத்தில் கலந்து கொண்டான். பெரிய பாட்டாவும் ஒன்றையும் கவனிக்காதது மாதிரி சாப்பிட உள்ளே போனார்.

சுப்பைய்யா வீட்டு ரேழி வழியாக விச்சு, அம்மாளுவையும் தங்கத்தையும் அழைத்துக்கொண்டு போனாள். அப்போது அங்கே டாக்டர் சுந்தா நாக்கை சப்பிக் கொட்டிக் கொண்டு சாப்பிடுவது தெரிந்தது. இயற்கையாக அவனுக்குள்ள உற்சாகமும் விளையாட்டும் திரும்பி வந்து விட்டது.

“எலே, சுப்பைய்யா, சாப்பாடு பொகு ஜோரடா. எங்காத்தைப் போல நாலு கூட்டம் பாயஸம், வெச்சுப்பிட்டையே! ரொம்ப ரொம்ப ஒண்ணாந்தரம், போ” என்று உரக்கச் சொல்லிக்கொண்டே சாப்பிட்டான்.

இதைக் கேட்டபடியே அம்மாளு உள்ளே போனாள். “என்ன பாயஸம் வேண்டிக்கிடக்கு? ஒரு சீரு முருக்கைக் காணோம்” என்று தோட்களை மோவாயில் இடித்துக் கொண்டாள்.

அப்போது பாவுள் வாசலில் இருந்தபடியே விச்சு ஒரு பெரிய முருக்கை எடுத்து வந்தவர்களுக்குக் காட்டிக் கொண்டிருந்தாள்.

“ஏது முருக்கு?” என்றாள் அம்மாளு.

“அம்மா சீரு வெச்சா...”

“அப்படியா?” அம்மாளு முகத்தில் ஈயாடவில்லை.

கூடத்தில் ஒரே பெண்கள் கூட்டம். ஆண்கள் சாப்பிட்டுவிட்டு வெளியே போன பிறகுதான் அவர்களுக்கு இலைபோட முடியும். புழுக்கத்தினால் அங்கே உண்டான குப்பென்ற ஒருவித நெடி மூக்கைத் துளைத்தது. அத்துடன் புடவைகளில் லேசான ஒரு கந்தம். ஆற்றில் தோய்த்து உலர்த்திய புடவைகள் தாம். இருந்தாலும், அடுக்களையில் உழல்வதாலோ, குழந்தைகள் லீலை செய்வதாலோ, எக்காரணத்தை ஒட்டியோ, அவைகளிடம் வண்ணான் கஞ்சி போட்ட மாதிரி ஒரு மொறு மொறுப்பு. எல்லாரும் நெருங்கி உட்கார்ந்து கொண்டிருந்தார்கள். அவர்கள் தேகங்களில் இருந்து ஒரு வெத வெதப்பான சூடு... லேசான வேர்வை வாடை. அப்போது அடுக்களை வழியாக ரோகிணி உள்ளே வந்தாள்.

“பாரடி, பாரடி, ரோகிணி வராள்” குசுகுசுவென்று பெண்கள் அவர்களுக்குள் பேசிக் கொண்டார்கள்.

அவளுக்கும் தான் வேர்த்திருந்தது. ஆனால் அது அவளை எத்தனை அழகு படுத்தியது என்று நினைத்துக் கொண்டான்,

பிச்சாண்டி. ரேழி சன்னல் வழியாக அவன் அவளைப் பார்த்துக் கொண்டிருந்தான். முகமெல்லாம் முத்து முத்தாய் வேர்வை பூத்திருந்தது. பனித் தூள்களைப் போல அவை அவள் சருமத்தில் ஒருவித செந்தளிர் காந்தியை உண்டு பண்ணிற்று. அவளுக்கு மூச்சு வாங்கியது. நாசி அழகாக விரிந்து கொண்டது. ரவிக்கை நனைந்து உடம்பில் ஒட்டிக்கொண்டிருந்ததால், புடைத்து எழும்பும் அவளுடைய மார்பகத்தின் வளைவுகள் அவனுக்குத் தெளிவாகப் புலனாயிற்று. இத்தனை நேரமாகக் கோட்டை அடுப்பண்டை நின்ற சிரமம் தீர அவள் உச்சென்று ஒரு நீண்ட மூச்சு விட்டாள். அன்று பிரதமன் பாயாஸம் செய்வது ரோகிணி பொறுப்பில் இருந்தது. வாஸவேச்வரத்தில் யார் வீட்டில் விசேஷமானாலும் ஊரார் உதவிக்கு வந்துவிடுவார்கள். நீ, நான் என்று போட்டி போட்டுக்கொண்டு எல்லோரும் கூடுவார்கள். பெண்கள் சமையல் வேலை செய்தால், ஆண்கள் அரைத்துக் கரைத்துக் கொடுப்பார்கள். பால், மோர், கறிகாயென்று வாங்கிவரப் போய்வருவார்கள். கறி நறுக்கிக் கொடுப்பார்கள்; ஜலம் கொண்டு வருவார்கள்; பெரிய பெரிய பாத்திரங்களை அடுப்பில் ஏற்றி இறக்குவார்கள். இதுபோல அன்றும் அவர்கள் ரோகிணிக்கு உதவி, பாயஸத்திற்கு வேண்டிய தேங்காய்களை உடைத்து, அரைத்துக் கொடுத்தார்கள். கோட்டை அடுப்பில் பிரம்மாண்டமான உருளியில் வெல்லம் காய்ந்தது. ரோகிணி பாயஸம் செய்தாள். ஆயிற்று. இலை போட்டாகி விட்டது. இனி மேல் கொஞ்சம் ஆசுவாசமாக கூடத்துக்குப் போய் வேர்வை ஆற, அமரலாமென்று அவள் நினைத்துக் கொண்ட போதுதான், தெருவில் சந்தடி சத்தம் கேட்டது. யார்?

மறுபடியும் பிச்சாண்டிதானா சண்டை போடுகிறான்? அவள் புடவை முன்றானையை எடுத்து முகத்தை ஒத்திக் கொண்டே ரேழிப் பக்கம் வந்தாள். அதற்குள் கூட்டம் கலைந்து ஆண்கள் சாப்பிட உட்கார்ந்து விட்டார்கள்.

கூடத்தில் அம்மாளு பாட்டி உரக்கப் பேசிக்கொண்டு இருந்தாள்.

“இது கேட்டதுண்டோடி. அதிசயமாத்தானிருக்கு. அவம்மாக்கு

வரமுடியலேன்னா அவளே சீரைப்பண்ணி வெச்சூடறதா? புதிசா இருக்கே.”

“அவம்மாக்கு சுகமில்லே பாட்டி” என்றது கூட்டத்தில் ஒரு குரல்.

“சுகமில்லேன்னா யாரையாவது கொண்டு பட்சணத்தைப் பண்ணச் சொல்லி, கொண்டு கொடுக்கக் கூடாதா? புதுப்பட்டி இதோத்தானே இருக்கு. அதெல்லாம் ஒண்ணுமில்லே. இந்த மாப்பிள்ளைக்கு இந்த அழகு போரூமுன்னு வெச்சூட்டா தெரியாதா அந்தப் புதுப்பட்டிக்காரியை? வல்லா வல்லியாச்சே. தெரிஞ்சுண்டுதான், இப்படி வேணுமுன்னு அசட்டையா இருக்கா.”

இதைக் கேட்டுக் கொண்டு விச்சுவே அங்கே வந்து விட்டாள். அவ்வார்த்தைகள் அவள் உள்ளத்தில் நிரம்பி இருந்த உவகையைக் கரைத்து விட்டது. பாட்டியைப் பார்த்து விழித்தாள். விருந்தாளியாக வந்திருப்பவளை எப்படி கடிந்து பேசுவது என்ற எண்ணத்தில் தனக்குள் எழுந்த சுடு சொற்களை சிரமப்பட்டு அடக்கிக் கொண்டாள். ஆனால் அவளுக்காக பரிந்து பேசுவதுபோல் அங்கிருந்த ஒன்றிரண்டு பெண்கள் ஏது பாட்டி என்று தர்க்கிக்கக் கிளம்பினர். ரேழியில் பெண்களுக்காக இலை போட ஏற்பாடு செய்து கொண்டிருந்த அம்பிமாமா இசை கேடான அந்த சூழ்நிலையைப் புரிந்து கொண்டான். சன்னல் வழியாக எல்லாவற்றையும் கவனித்துக் கொண்டிருந்த பிச்சாண்டி அவனைப் பார்த்து ஒரு கைத்தச் சிரிப்புச் சிரித்தான்.

“டாக்டரும் அவம்மாவும் ஜோடிதான். ரண்டு பேருக்குமே பாடம் கற்பிச்சா நன்னாயிருக்கு” மென்றான்.

ஏதாவது எக்கச்சக்கமாய் இந்தப் பெண்கள் சண்டையை மூட்டிவிடப் போகிறார்களோவென்று அம்பி மாமா பயந்தான். அதனால் அவசர அவசரமாக உள்ளே போய், “எலை போட்டாச்சு, எல்லாரும் உட்காரலா”மென்று உரக்கக் கூவினான்.

வார்த்தைகளால் கொந்தளித்து, சூடு மேற்கொண்டு, எப்போது வெடிக்குமோவென்று பொருமி நின்ற அந்த நிலைமை, அக்கூக்குரலால், சப்பென்று வடிந்து விட்டது. எங்கே பெரிய போர் மூளுமோவென்று திகில் கொண்ட அப்பெண்களும், அம்பிமாமா குரலைக் கேட்டு செத்தோம் பிழைத்தோமென்று வாரிச்சுருட்டிக் கொண்டு எழுந்து சாப்பிடப் போனார்கள்.

பிச்சாண்டி வைத்த கண்ணை வாங்காமல் அவளையே பார்த்துக்கொண்டு நின்றான். இத்தனை அவலத்திற்கு நடுவில் அவள். அவன் உடம்பு சிலிர்த்தது. இப்படி உடல், உள் எல்லாவற்றையும் நிரப்பும் சக்தி அவளுக்குத்தான் உண்டு. என்ன அழகு, என்ன அடக்கம்! வெள்ளைச் சங்கைப் போல உருண்டு கர்வத்துடன் நிமிர்ந்து நிற்கும் அந்த கிரீவத்திற்குத்தான் என்ன வனப்பு. எப்படி இந்த அழகு அவனை ஈர்க்காமல் இருக்கமுடியும்? அவன் தேகம் வெடவெடத்தது. ஆனால் அங்கே அதற்கப்புறம் அவனால் நிற்க முடியவில்லை. கூட்டம் அவனை மென்னைப் பிடித்து நடைக்குத் தள்ளியது. அவன் வெளியே போகமுடியாய் விட்டது .

“அடுத்தாத்திலேயும் எலை போட்டிருக்கு. வாருங்கோ பாதிப்பேர் அங்கே போகலா”மென்று கத்திக்கொண்டே அம்பிமாமா அவனைத் தாண்டிக் கொண்டு முன்னால் போனான்.

பிறகு, “வழி, வழி”யென்று ஆண்களை ஒதுக்கி, பெண்களுக்கு வெளியே போக ஒரு பாதை உண்டாக்கினான்.

★★★

“கவனிச்சுண்டு வறேளா, போர் மூளறத்தே?”

“ஊம்.”

அன்று சாயங்காலம் ஊர் விவகாரங்களைப்பற்றிப் பேச சுந்தா பெரிய பாட்டாவிடம் மறுபடியும் வந்தான்.

“பிச்சாண்டியோட அட்டகாசம் சகிக்கலைப் போங்கோ. சந்திரசேகரய்யர் தேர்தலுக்கு சீட்டு தாக்கல் செஞ்சத்திலே

யிருந்து அவர் தோட்டமெல்லாம் பாழ்தான். எல்லாம் அவனோட பசங்கள் செய்யற திருசமன்னு நன்னா தெரியறது. தெருவிலே வீராப்போட இளிச்சுண்டே நடக்கறதை பார்த்தா தெரியாதா, யார், யார் இதிலே சம்பந்தப்பட்டிருக்கான்னு. ஆட்காரப் படைகளை வேறே கிளப்பிவிட்டிருக்கான். அவா இடக்குப்பண்ண ஆரம்பிச்சு இருக்கா. நீங்கதான் ஏதாவது வழி பண்ணணும். உங்களோட மிரட்டலுக்குக்குதான் அவன் கொஞ்சம் அடங்குவான்."

"ஏதோ குழந்தைப்பசங்கள். கூத்தடிக்கிறதுகள். தானாக சரியாகப் போயுடுங்கறேன். வேலைக்காகப் பாத்துண்டிருக்கிற இந்த மாணவப் பசங்களை ஏதுக்கு சும்மா இழுக்கணுமுன்னு பாக்கறேன்."

"அதுக்காக பிச்சாண்டியை விட்டுடறதா?"

"அந்தக் கிடாவுக்கு வேற மாதிரியா மூக்கணாங்கயிறு பிடிக்கணும். அப்படீ, இப்படீச் சொல்லி மெதுவா அவன் அறியாமே கையிலிருக்கிற முஸ்தீப்புகளையெல்லாம் கழற்றி விடணும்" என்றார் பெரிய பாட்டா.

எதிரியுடைய படைபலத்தையெல்லாம் மெதுவாக பறித்துக் கொண்டு அவனையே தன் கட்சிக்கு இழுத்துவிட வேண்டுமென்பது பெரிய பாட்டாவின் கொள்கை.

"நீங்களும் வேறே அவனுக்கு இடங்கொடுத்தா நம் காரியம் உருப்பிட்டாப் போலதான்" என்றான் சுந்தா.

"ஊம். பிச்சாண்டி ஏது இப்படி மாறி போயுட்டான்? நல்ல தங்கமான பையன் பாத்துக்கோ. நமக்குத் தெரியாதவாளா? பரமேச்வரய்யர் பேரன்தானே! எல்லாம் நம்மைச் சேர்ந்தவர்களே நமக்கு எதிரா வந்திருக்கான்னா நெனக்க கஷ்டமாயிருக்கு. ஏனோ இப்படித் திரும்பிட்டான். சிறு பிள்ளையா இருக்கறத்தே, எப்படி எல்லாருக்கும் சகாயமா நல்ல பிள்ளையா இருந்தான்! படுசுட்டி. நன்னா படிக்கவும் செஞ்சான். பி.எ. பாஸ் பண்ணினானே, அந்த வருஷம்தான் விடுமுறைக்கு வந்தப்போ

இப்படீ புரட்சி கிரட்சின்னு தோக்கினான். ஏதோ கல்லூரி வழக்கம், விளையாட்டா என்னமோ சொல்றான் இன்னு நெனச்சேன். அதென்ன இன்னா அப்படியே ஊறிப்போச்சு. அதோடு ஊருக்கு சனி பிடிச்சுது. அவனும் கெட்டுப்போனான். இப்போ என்னடா இன்னா கிராமத்திலே என்ன நடந்தாலும் சரி, கதையோ, புராணமோ, தேர்தலோ, திருவிழாவோ அவன் ரகளை பண்ணாதே இருக்கறதில்லே. அதுவே அவனுக்கு ஒரு போது போக்காப் போயுடுத்து. அவ மாமா எப்புட்டோ கூப்பிட்டுப் பாத்தானே. பட்டணம் வா வேலை பண்ணி வெக்கறேன் இன்னு. இவனுக்குப் போக இஷ்டமிருந்தாத்தானே. இங்கேயே இப்படியே ஏதோ நெலமிருக்கு, நெல்வறதுன்னு உட்கார்ந்துண்டு, சும்மா ஆட்காரப் படைகளை எல்லாம் திரட்டி வம்பு பண்ணறான். எம்புட்டோ புத்தி சொல்லியாச்சு? கேக்கறானா? ஒழுங்கா இருந்து வேலை செய்ய வணங்கலையே. ஊம். எல்லாம் எப்படியெல்லாமோ மாறிப் போயுடுத்து. இவன் இப்படி ஆனான். சுப்பைய்யாவோ படுக்கை போட்டுட்டான். தமக்கை பேரன் ஆச்சேன்னு அவனுக்கும் எம்புட்டோ சொல்லிப்பாத்தேன். ஊம். அடுத்தாப்போல, அவனைப்பாரு, சந்திரசேகரனை...”

“அதைச் சொல்லுங்கோ. இந்தப் பத்து வருஷத்திலே அவர் மாதிரி யாரு கண்ணியத்தே வளத்தியிருக்கா? பெரிய பண்ணை இன்கறத்துக்காகச் சொல்ல வரலை. அவரோட பெருந்தன்மை இல்லே காரியம்? ஊர்க்காரகிட்டேயும் நான் இதையேதான் சொல்லிண்டு வறேன். நமக்குள்ளே சந்தேகம் வறத்தே தானே நாம் பஞ்சாயத்துக்குப் போறோம். அப்போ அங்குள்ள மனுஷன் நம்மைவிட சம பாவத்தோடே பாக்கறவனா இருக்க வேண்டாமோன்னு கேக்கறேன். அதுக்குப் பிச்சாண்டியா தேர்ந்த ஆளு?”

“உன்னோட பிரசாரத்துக்கு மேலே இருக்கு அவனோடது. என்னென்னமோ சொல்லி ஆட்காரப் படைகளை எல்லாம் அவன் பக்கமாச் சேத்திருக்கான். ஆமா, உன்னைப் பத்திக் கூட...”

“அவனோட மதம் அசாத்தியப்பட்டுப் போச்சு இன்கறேன். லேசிலே விடக்கூடாது. பாத்துப்பிடணும் ஒரு கை” என்றான் சுந்தா.

“அவசரப்படாதே. எல்லாம் தானாக வந்து கூடிக்கும். இப்படீ என்னவெல்லாமோ செஞ்சுண்டு போறான், பாரு. ஒருதரம் நன்னா அகப்பட்டுப்பான். அப்பொ வெக்கறேன் அவனுக்கு சரியான வழி. நீ கவலைப்படாதே.”

பெரிய பாட்டா யோசித்தார். ஆமாம். பிச்சாண்டியை அப்படித்தான் பிடிக்க வேண்டும். தருணம் பார்த்து அவனை மடக்க வேண்டுமே அல்லாது, சுந்தா செய்வது போல எதிர்த்துப் போட்டியிட்டுப் பயனில்லை. அப்படிச் செய்தால், முரண்டடிக்கும் குழந்தையைப் போல வேண்டுமென்றே அவன் எதையாவது கிளப்பி விடுவான்.

“ஆமாம் உன்னைப்பத்திக் கூட, பிச்சாண்டி என்னமோ வதந்தி கிளப்பி விட்டிருக்கானாமே! முன்னைய்யன் பொண்டாட்டி போனதை வெச்சுண்டு ஏதேதோ வம்பளக்கறானாமே! என்னவாக்கும் நடந்தது?”

இதைக் கேட்டதும் சுந்தா முகத்தில் குமைச்சல் ஒன்று தோன்றி மறைந்தது.

அவனுக்கு ரொம்ப நாட்களாகத் தெரியும். அது ஒரு தீராத நோய். போன வருடமே முன்னைய்யனிடம் சொல்லி அவளைத் திருநாகனூர் பெரிய வைத்தியசாலைக்கு அனுப்பித்திருக்க வேண்டியது. அதைச் செய்யாமல், இங்கேயே ஏதோ உபாயமாக அவ்வப்போது மருந்து கொடுத்து, அவள் வியாதியைப் போர்த்தி மூடி வைத்திருந்தான். எதற்காக அவன் இப்படிச் செய்தான் என்று கேட்டிருந்தால், அவனுக்கே பதில் சொல்லத் தெரிந்திருக்காது. ஒரு வேளை அவன் இதை ஐந்து வருடத்திற்கு முன்னதாகவே கண்டு பிடித்திருக்க வேண்டுமோ? அப்போது அவன் அவளுக்கு ஒரு சின்ன ஆபரேஷன் செய்தான். சதை பிண்டங்களை நறுக்கும் போது, சந்தேகம் தோன்றிற்று.

'சை... ஒண்ணுமில்லே இன்கறேன்" என்ற பாவனையில் அந்த சமுசயத்தை தூரே துரத்தி விட்டான். அதுதான் போகட்டும். போன வருடமாவது அவளைத் திருநாகனூர் அனுப்பியிருக்கலா மல்லவா? அதுவும் செய்யவில்லை என்றால், அன்று இரவாவது... சுந்தாவுக்கு குப்பென்று வேர்த்தது. அந்த நினைவு கூசிக்குறுகி அவன் உள்ளே வளைந்து நெளிந்தது. அன்று இரவு... இந்திரனுடைய காதல் கதை அவன் மனதை நிறைவி இருந்தது. தங்கத்தின் குறும்புத்தனம், அவள் அவனை முன்னைய்யன் வீட்டிற்கு அனுப்ப கையாண்ட முறை, அவள் அழகிய முகம், இவைகளை நினைத்துக் கொண்டதும் விரகதாபம் அவனை மிகவும் வருத்தியது. அவன் தங்கத்தை அணுகத் துடியாய்த் துடித்தான். பரவசமுண்டாக்கும் இன்பக் கனாக்களை நினைத்துக் கொண்டதும், அவன் உதிரம் கொதித்தது, உள்ளம் சிலிர்த்தது. அங்கே இருப்புக் கொள் ளாமல் தவித்தான். பார்த்தான். பொழுது மெதுவாக நகர்ந்தது. முன்னைய்யன் மனைவி அசையவில்லை. அவன் கொடுத்த மயக்க மருந்தின் விளைவாய் நல்ல ஆழ்ந்த தூக்கத்தில் அமுங்கிக் கிடந்தாள். இப்போது எங்கே எழுந்திருக்கப் போகிறாள்? வீட்டிற்குப் போய் கொஞ்சம் எட்டிப் பார்த்துவிட்டு வருவதற்குள் என்ன ஆய்விடப் போகிறது? அவன் உறுதியுடன் எழுந்தான். முன்னைய்யனைக் கூப்பிட்டான். 'கவனமா கிட்டயே இரு, நகராதே. அப்பொறம் முழிச்சிண்டா, என்ன கேட்டாலும், ஜலம் மாத்திரம் மருந்துக்குக் கூட கண்ணிலே காட்டிப்பிடாதே. நான் போயிட்டு அரை மணியிலே வந்துடறேன். பத்திரம், என்னா?' என்று சொல்லிவிட்டு வெளியே இறங்கினான்.

படபட அப்புறம் தங்கத்தைத் துரத்திப் பிடித்த நெருக்கடியில் கூட அவனுக்கு அவள் ஞாபகம் வந்தது. பிற்பாடு தூக்கம் மேலிட்டு கண்ணயரும் தருணத்திலும் அந்த நினைவு முன் நின்றது. "சை... அது எப்படியானாலும் சாகத்தான் போகிறது இன்கறேன்" என்று எண்ணியவாறு அசிரத்தையுடன் திரும்பிப் படுத்துவிட்டான். தான் செய்ததை எண்ணிக்கொண்டதும் அவன் நெஞ்சம் கஷ்டப்பட்டது. ஏதோ ஒன்று அதை ஊவா முள்ளாக சிறு குத்தல் குத்திக் கொண்டே இருந்தது.

'கான்ஸர்' என்று அகம் முணுமுணுத்தது. சீ அவன் முறுக்குடன் நிமிர்ந்து கொண்டான். பிறகு பெரிய பாட்டாவை பார்த்து நகைத்தான்.

"சீ... எல்லாம் பிச்சாண்டியோட விஷமமுன்னு தெரியலை. அவளுக்குத்தான் ரொம்ப நாளா வயத்திலே கட்டியாச்சே. அன்னிக்கு அதிகப்பட்டு உடைஞ்சு போச்சு. எத்தனையோ சிரமப்பட்டுப் பார்த்தேன். ராப்பூரா கண் விழிச்சுண்டு அங்கேயே உட்கார்ந்திருந்தேன். ஆயுசில்லை, பொழைக்கலை. நான் என்ன செய்ய?"

பெரிய பாட்டா புரிந்துகொண்டார். அத்துடன் அவர் அந்த விஷயத்தை விட்டுவிட்டார். "எப்படியானாலும் நீ அவனோடே சண்டைக்குப் போகாதே" என்று மாத்திரம் எச்சரித்து வைத்தார். ஆனால் அவருக்குத் தெரியும், சுந்தா சும்மா இருக்கமாட்டான் என்று. பிச்சாண்டிதான் ஏதாவது அசட்டுக்காரியம் செய்து அகப்பட்டுக்கொள்ள வேண்டுமே தவிர வேறுவழியில்லை. அவர் நல்லவொரு சந்தர்ப்பத்தை எதிர் நோக்கிக் காத்திருந்தார்.

★★★

"என்ன அம்பி மாமா காயா பழமா?" என்று விசாரித்தாள் அவனைத் தூதுவிட்டிருந்த தங்கம். எப்படியாவது போய் பேசி கோமுவை பப்புவுக்கு விவாகம் செய்து விட வேண்டுமென்பது அவள் குறி.

"ஒண்ணும் சரிக்கட்டிவரலை. நீ சொல்ற தொகைக்கு உடன்பட்டு அவா வரமாட்டான்னு தெரியறது. அதுவுமில்லாமே, நீங்களெல்லாருமா சேந்துண்டு பப்பு மனசை கலைச்சுடலாமுன்னு நினைக்காதேயுங்கோ. அவன் நல்ல பிள்ளை - தெரியுமா? எங்களிஷ்டமில்லாமே ஒருபோதும் கோமுவைக் கட்டிக்க ஒப்பமாட்டான்னு வேறே அவ அம்மா பெருமைப் பட்டுண்டா. அது தெரியுமோ" அம்பி மாமா சொன்னதைக் கேட்டு தங்கத்துக்கு ஒரே ஏமாற்றம்.

நடப்பதையெல்லாம் கவனித்துக் கொண்டிருந்த கோமுவுக்கும் ஒரு விஷயம் வெட்ட வெளிச்சமாகப்புலப்பட்டது. அவள் கண் ஜாடைகளைக்கண்டு எத்தனை மயங்கினாலும் பப்பு மசியமாட்டான். காரணம், அவன் பெற்றோர் மனம் போல் நடக்கப்பட்ட நல்ல பிள்ளை என்பது மாத்திரமல்ல.

பப்பு வாஸவேச்வரத்தைச் சேர்ந்தவன். அவ்வூர் முறைகளை அனுசரிப்பவன். அங்கேயோ வரதட்சணை முறை பாடுகள் தராதரம் பார்த்து வகுக்கப்பட்டிருந்தன. அதாவது ஒவ்வொரு குடும்பமும் தம்தம் அந்தஸ்துக்குத் தகுந்தபடி வரதட்சணை எதிர்பார்த்திருந்தது. கொஞ்சம் ஏற்றத்தாழ்வு ஏற்பட்டால் ஊரார் சும்மா இருக்க மாட்டார்கள். அப்படியிருக்க பப்பு வீட்டார் குறைந்த தொகையை வாங்கிக் கொண்டு தம் மதிப்பீடைக் குறைத்துக் கொள்ள சம்மதிப்பார்களா? இல்லை பப்புதான் ஆகட்டும், அப்படிச் செய்யத் துணிந்து தன்னைத்தானாகவே தன் கௌரவத்தை இறக்கிக் கொள்வானா? ஒரு பொழுதும் மாட்டான். பரம்பரையாக ரத்தத்தில் ஊறி வந்திருக்கும் வாஸவேச்வரத்தின் நெறிமுறைகளை இயற்கை அறிவு அவனுக்கு உணர்த்தியது. அவைகளை பப்பு மீறமாட்டான் என்று அவள் தெரிந்துகொண்டாள். ஆகையால் அவனை இணங்க வைக்க வேறு ஏதாவது நெருக்கடியான ஒரு நிலைமை ஏற்பட வேண்டும். கோமு தருணம் பார்த்துக் காத்திருந்தாள்.

★★★

வாஸவேச்வரர் கோவில் பழைமை வாய்ந்ததானாலும் பெரிய மண்டபம் மிகமிகப் புதிதானது. ரொம்ப நாட்களாக கதை, கச்சேரி, புராணம் என்று நடத்த கோவிலில் போதுமான பொது இடமில்லையென்பது அவ்வூராருக்குக் குறையாக இருந்தது. பிறகு யாரோ இந்த மண்டப யோசனையைக் கிளப்பிவிட்டார்கள். வாஸவேச்வரர் ஐச்வர்யம் மிகையாய்ப் படைத்தவர். பணக்கார சுவாமி. ஏன் கோவிலில் மண்டபம் கட்டக்கூடாது? எல்லோருமாகச் சேர்ந்து தர்மகர்த்தாக்களை வலம் வந்தார்கள். விளைவு, அழகான ஒரு மண்டபம். ஒரு

லட்சரூபாய் செலவழித்து எங்கவூர் கோவிலில் மண்டபம் கட்டினோமென்று சொல்வதில் எத்தனை பெருமை! பக்தி கூட இந்த டாம்பீகத்திற்கு ஏற்றாப்போல கூடும் போலிருக்கிறது. லட்சரூபாய் மண்டபமென்றால் அந்தக் கோவில் கடவுளுக்கு கௌரவம் அதிகம். புதிய மண்டபத்தின் சலவைக்கல் மேல் உட்கார்ந்து ஜபம் செய்தால் அந்த மந்திரத்திற்கு ஒரு அலாதி பலனுண்டு. கொஞ்சப் பணம் போட்டா அது கட்டியிருக்கிறது? தனத்திற்கு மிகையான மதிப்புக்கொடுக்கும் வாஸவேச்வரத்து ஜனங்கள் இந்த மண்டபம் இயற்றியதில் பெருமைப்படுவது இயற்கைதானே! அடுத்தாற்போல, அது ஐயாயிரம் பெறும் ஒரு சின்ன நாலு தூண் கட்டிடமாக இருந்தால், அதற்கு இத்தனை மரியாதைகள் கிடைக்குமா?

அன்று சத்தியபாமா கலாபம். சுப்புக்குட்டி சாஸ்திரி கதையும் பண்ணுவார். உபந்நியாஸத்தை விட அவருடைய கதைகளை ஜனங்கள் இன்னும் அதிகமாக ரசித்தார்கள். காரணம், அவர் இழைந்து, உருக்கமாகப் பாடுவார். அப் பாட்டுக்களை பல தொகுதிகளிலிருந்து எடுப்பார். கம்பர், அருணாசலக்கவி, தியாகராஜ சுவாமி என்பதிலிருந்து, கிராமத்து அத்தைப்பாட்டிகள் பாடும் விருத்தத் தொகைகள் வரையில் எதுவும் அவருக்குத் தள்ளுபடி இல்லை. விருத்தாந்தங்களையும் எளிய நடையில் விஸ்தரிப்பார். அதனால் சுப்புக்குட்டி சாஸ்திரி கதையென்றால் கூட்டம் நொறுங்கும். சப்பளாக் கட்டையுடன் குதிக்க கோவில் மண்டபத்தில்தான் விசாலமாக இடமிருந்ததே! அவர் தொம் தொம்மென்று குதித்தார். பின்னோடு தொந்தியும் ஊஞ்சலாடிற்று.

வஸந்த பஞ்சமி உற்சவம். ஹரிதத்தர் முக்தி. விசேஷ தினமாதலால் நைவேத்தியமும் விசேஷமாகத் தயாராகிக் கொண்டிருந்தது. அரவணை. மடப்பள்ளியில் சுந்தா தலைவனாக எழுந்தருளி எல்லாரையும் ஏவிக் கொண்டிருந்தான்.

"ஏய், அம்பி மாமா பழம் வந்தாச்சா?"

"கற்கண்டு தட்டு எங்கே?"

“எலைக்குப் போனவனுக்கு என்னாச்சு?” என்று அதிகாரத்துடன் கத்திக் கொண்டிருந்தான்.

அம்பிமாமா அந்த விரட்டலுக்கெல்லாம் பயப்பட்டதாகத் தெரியவில்லை. எப்போதும்போல பொறுப்பு அவனைச் சேர்ந்தது. அவன் உற்சாகத்துடன் சேவைகள் புரிந்தான். வேண்டுமென்கிற சமயங்களில் அங்கங்கே தோன்றி, விஷயங்களைச் சீர்திருத்திவிட்டு, மறைந்தான். இடையில் எப்படியோ மூக்குப் பொடி உறிஞ்சவும் அவனுக்கு அவகாசம் கிடைத்து விடும். கைவேலைக்கு நடுவில் டப்பியை இடுப்பிலிருந்து எடுப்பதும் செருகுவதுமாக இருந்தான்.

சுந்தா சபைக்கு வரும்போது சாஸ்திரிகள் ரசமாய்ப் பேசிக்கொண்டிருந்தார்.

“சண்டையின்னா, சண்டையா? சும்மா ஒரு போட்டி. ருக்மிணிகிட்டே சத்தியபாமாக்குப் போட்டி. நம்ப ஊரிலே இப்போ நடக்கலையா?” என்றார்.

கூட்டத்தில் பல பேர்கள் கெக்கெக்கே என்று நகைத்தார்கள்.

சுப்புக்குட்டி சாஸ்திரி பாடவாரம்பித்தார்.

“திருட்டுத்தனம் செய்திடலாமோ, ருக்மிணிக்குத்தான் பிரியமோ புஷ்பம்.”

பாரிஜாதக சரித்திரத்திலுள்ள இந்தப்பாட்டை சபையிலுள்ள பெண்கள் மிகவும் பாராட்டினார்கள்.

“அப்போது ஸ்ரீ கிருஷ்ணபகவான் ஆகப்பட்டவர் சத்தியபாமைக்கு ஞானம் அறிவிக்கத் திருவுள்ளங்கொண்டு மாயமாய் மறைந்து விடுகிறார்.”

“அதுபோல் இங்கேயும் சிலபேர் மறைஞ்சு போனா நல்லது” என்று யாரோ முணுமுணுத்தார்கள்.

உடனே டாக்டர் சுந்தா உட்கார்ந்திருந்த இடத்திலிருந்து

சலசலவென்று ஒரு சத்தம். அந்த ஒலி முழுதும் தேய்வதற்கு முன்னால் யாரோ கலகலவென்று நகைத்தார்கள்.

கும்பலின் விளிம்போரத்தில் பிச்சாண்டி நின்று கொண்டிருந்தான். அவனும் அவனைச் சுற்றியுள்ளவர்களும் பேசிக்கொண்டார்கள். ஒன்றுமில்லாமலே ஏதாவது கயிறு திரித்துக் கொண்டிருப்பவர்களுக்கு இப்போது வாகாய்ப் பேச ஒரு விஷயம் கிடைத்தது. சுந்தாவுடைய வைத்திய நிபுணத்தைப் பற்றி அவர்கள் தமக்குள் சவால் விட்டுக் கொண்டார்கள். கேட்கவேண்டுமா? அதுவும் வாஸவேச்வரத்தின் சொற்கட்டுகளுக்கு? சொல், உச்சரிப்பு, வாக்கியங்களை தொகுக்கும் பாணி இவைகள் எல்லாம் தாய்பூமியிலிருந்து உண்டானவை. அந்தந்தப் பூமியைப் பொறுத்திருக்கும் மக்களின் வாக்திறமை. அதுவும் வாழைக்காய் உப்பேரி, தேங்காய் மெந்தியக் குழம்பு , மோர்க்குழம்பி லிட்டசேவை, அடைமாத் தோசை யென்று அவ்வூரின் உணவு வகைகளை ருசிபார்ப்பவர்கள் நாவிலிருந்து சொற்கள் மெருகுப்பட்டுத்தான் வெளி வரமுடியும். வாஸவேச்வரத்துச் சுற்று வட்டாரத்திலுள்ள பூமியின் வளம் செழிப்பு மிகுந்தது. தளதளவென்ற வாழை, மினுமினு வென்னும் பச்சை வயற்காடுகள், தென்னந் தோப்புகள், கரும்புத் தோட்டங்கள். கண்ணெட்டும் வானவிளிம்பு வரையில் செல்வ மிகுந்த நிலப் பரப்புத்தான். பூமாதேவியின் முகம் அங்கே புன்னகை பூத்துத்தவிழும். இந்த செழிப்பின் விளைவு மனிதன் உள்ளத்தில் நிறைவைத்தானே உண்டாக்கும். அவன் ஏன் களிகொண்டு உற்சாகத்துடன் பேசமாட்டான்? உவகையால் பொங்கிவரும் வாக்கருவி வாஸவேச் வரத்தில் சோவென்ற ஓசையுடன்தான் விழும். அந்தப் பேச்சில் ஒரு தனி உயிர்த் துடிப்பும் இருக்கும். அம்பு போற் கூரிய வாக்கியங்களும், வெட்டியெடுத்தாற் போன்ற சொற் தொகுதிகளும், அவ்வூர் பேச்சிற்குக் காரமான ஒரு விசேஷ சுவை கொடுத்தது.

“எலே, நம்மூர் டாக்டர் ஆத்துக்கு வந்தாலே பயம்தான்.”

“பயத்திலேயே முன்னைய்யன் பெண்டாட்டி செத்துட்டாளோ.”

“சாகவாவதுடா? இவன்னா கொன்னான்.”

“அப்போ இவன் மருந்து கொடுத்தான்னா பயமுன்னு சொல்லு.”

“போடா மருந்தாவதுடா? அவன் செய்யறது என்ன வைத்தியமா? அவனோட காட்டுமிராண்டித்தனம் எம்புட்டுன்னு தெரியுமோ? ஏதாவது காயம், சிரங்கு, ஊசி குத்தான்னு வந்துட்டா, மிருகத்தன்மையாத்தான் கிழிச்சுப் போடுவான்.”

அவர்கள் எல்லோருமாகச் சேர்ந்து அவனை ஈவிரக்கமற்றவனாகக் காட்ட முயன்றார்கள். இருக்கலாம். ஆனால் அவன் வைத்தியம் செய்வதில்லையென்பது நிஜமில்லை. மருந்துகள் கொடுக்காமலா இருக்கிறான்? நிறையக் கூடக் கொடுப்பான். சங்கதி என்னவென்றால் அவன் விதியில் நம்பிக்கை கொண்டவன். ஆயுசு கெட்டியாக இருந்தால் பிழைப்பான் என்று சுந்தா வாய்க்கு வாய் சொல்லத் தவறவேமாட்டான்.

“ஆமாம். இந்த மேதாவி சொல்றபடியா சந்திரசேகரய்யர் கேக்கப்போறார்?”

“இந்த ஊரிலே அவன் நெனச்சத்தை நடத்தலாமுன்னு சுந்தா எண்ணிண்டு இருக்கான். அந்த ஆசையிலே மண் விழணுமான்னா சந்திரசேகரய்யர் தேர்தலிலே தோக்கணும். அப்போத்தான் டாக்டருக்கு மொகத்திலே அறைஞ்ச மாதிரி ஆகு” மென்றான் பிச்சாண்டி.

இவர்கள் இப்படிப் பேச, சுந்தாவின் சகாக்கள் ஏதோ கமறிக்கொண்டு பதில் கொடுக்க, கதையில் பேச்சும் இரைச்சலும் அதிகமாயிற்று.

காதல் என்ற கட்டத்தை எடுத்துவிட்டால் சுப்புக்குட்டி சாஸ்திரிக்கு எங்கிருந்தோ ஒரு வேகம் வந்துவிடும். அவர் மறுபடியும் அழகு தெய்வத்தை வர்ணிக்க ஆரம்பித்தார். அது யாராக இருந்தால் என்ன? சத்தியபாமையாக இருக்கட்டும், அல்லது மாண்டவரின் பத்னியாகத் தழையட்டும். சாஸ்திரிகள் சித்தரித்த அந்த அமிர்த முகம் என்னமோ எல்லோர் ரத்தத்தையும் கொந்தளிக்கச் செய்தது. காதலுக்கென்றே

உருவாக்கியிருந்த அந்த சித்திரம் வாஸவேச்வரத்து மக்களைப் பித்தர்கள் ஆக்கிற்று.

“சத்தியபாமைக்கு ருக்மிணியுடன் போட்டி. இந்திரனுக்கு மாண்டவருடன் போட்டி. எப்போதும் பரப்பிரம்மத்தை நினைத்துத் தபஸிலிருந்து கொண்டு, இகபர சுகங்கள் என்றால் இன்னதென்று அறியாத இந்த ஜடத்திற்கா இந்த அழகியை பிரம்மன் கொடுத்தான் என்று எண்ணும்போது அவனுக்கு ஒரு திக்கற்ற தன்மை உண்டாயிற்று.”

இதைக் கேட்டதும் பிச்சாண்டிக்கும் என்னமோ செய்தது. எத்தனை நிஜம் அவர் சொல்லுவது என்று நினைத்துக் கொண்டான். மற்றும் அங்குள்ளவர்களுக்கு அவரவர் தாபங்கள் நினைவிற்கு வந்தன.

“சரியாப் போச்சு. ஊரிலே உண்டார கிளர்ச்சிக்கெல்லாம் இந்தப் பிராமணர்தான் காரண”மென்று அலுத்துக் கொண்டான் பரசு. அவன் மனைவி இன்னும் திரும்பி வரவில்லை .

அப்பொழுது டாக்டர் என்ற ஹோதாவில் ஏதோ வேலையை நினைத்துக் கொண்டாற்போல சுந்தா எழுந்து போனான். கோவில் தெருவைக் கடந்து, முடுக்கைத் திரும்பி பெரிய தெருவில் நுழைந்ததும் தூரத்தில், தூங்கும் குழந்தையைத் தோள் மேல் போட்டவாறு விச்சு நடந்து போவது அவன் கண்ணில் தென்பட்டது. அவன் விரைந்தான்.

அவளை அண்டினதும், “இந்தா, இப்படிக் கொடு கோழந்தையை” என்று சொல்லி அதை வாங்கிக்கொண்டு நடந்தான்.

விச்சுவின் வீட்டை அடைந்ததும் இருவரும் உள்ளே போனார்கள். கூடத்தில் பாயை விரித்து, அவள்குழந்தையை கிடத்தினாள். தெருவில் நடமாட்டமேயில்லை. எல்லாரும் கோவிலில் இருந்தார்கள். எதிரே இருந்த சுந்தா வீட்டுத் திண்ணையும் வெளியாக இருந்தது. அம்மாளு பூஜை அறையிலிருந்தாள். அதுவும் அல்லாமல் முதுகு வலி சற்று அதிகப்பட்டு விட்டதால் “பிடித்துவிடு”வென்று சொல்லி

கோமுவையும் அங்கே சிறைப்படுத்தியிருந்தாள். பப்பு வீட்டிற்குப் போயிருந்தான். அம்மாளுவுக்குப் பயந்து ரங்கன் கூட அந்தப் பக்கம் தலையைக் காட்டவில்லை.

சுந்தா விச்சுவைப் பார்த்தான். அந்தப் பார்வையில் தொக்கி நின்ற அழைப்பைக் கண்டு அவள் தன் உடலை உள்ளே இழுத்துக்கொள்வதைப் போல கூசிக்குன்றி ஒடுங்கினாள். சற்று நேரம் அங்கே மௌனம். இருவரும் இருந்த இடத்தை விட்டு அசையவில்லை. பிறகு விச்சு மெதுவாக உள்ளே போக கால் எடுத்து வைத்தாள். அப்போது சுந்தா சிரித்துக் கொண்டே அவள் போவதைத் தடுப்பது போல் எதிரே வந்து நின்றான்.

“நன்னாயிருக்கு, வழியை விடுங்கோன்னா” விச்சு பொய்க் கோபம் காட்டினாள்.

“அப்பொறம் விட்டூடறேன்” என்றான் சுந்தா குறும்பாக. “விடுங்கோன்னா.”

“புடிச்சப்பொறம் தானே விடலாம்” சுந்தா அவளைப் பிடிக்க கைகளை நீட்டினான்.

விச்சு திமிறினாள். அவன் முந்திக் கொண்டான். “நீங்க பண்ணறது அக்கிரமம்” என்று சொல்லி அவள் தலை குனிந்தாள்.

“ஆசை வெக்கமறியாது. புடிக்கலையான்னாச் சொல்லு.”

“இந்த புருஷாளுக்கே வேறே வேலை கிடையாது.”

“இதுக்கு மேலே உசத்தியா வேறே என்ன வேலை இருக்க முடியும்?”

அவன் அருகில் வந்து விட்டான்.

பூதக்கண்ணாடி ஊடே பார்ப்பது போல அவனுடைய முகமும், நாசியும், உதடுகளும் பிரம்மாண்டமாக ஊதி விட்டது போல அவளுக்குத் தோன்றிற்று. அவள் சுவருடன் ஒட்டிக்கொண்டாள்.

அவன் அவளை நெருங்கினான். வெளியே வந்தவுடன் சுந்தா சுற்று முற்றும் பார்த்துக் கொண்டே இருட்டில் நழுவினான்.

வாஸவேச்வரத்தில் வரதட்சணை வாங்குவது கூடுதல். இதைப் பற்றி ஒரு சமயம் சுப்புக்குட்டி சாஸ்திரி சம்பு சாஸ்திரியிடம் முறையிட்டுக் கொண்டார். அதற்கு அவர், என்ன செய்ய முடியும்? உம்மூர் பொண்களோட லட்சணம் அப்படீ" என்று எக்களிப்புடன் கூறினார்.

சுந்தாவைக் கேட்டிருந்தால் வேறு விதமான பதில் வந்திருக்கும். "அழகென்ன, லட்சணமென்ன, எல்லாம் ஒருப்போலதான் இன்கறேன். எந்தப் பொண்ணையானாலும், கல்யாணமான புதிசிலே பிரியவே மனம் வராது. அவளை அறிஞ்சுக்கணுமுன்னு அம்புட்டு ஆவலாயிருக்கும். அப்பொறம் என்ன? ஆறின கஞ்சி, பழங்கஞ்சி. அழகொண்ணும் காரியமில்லே. எல்லாம் அந்தப் புதுமையிலே தானிருக்கு" என்று சொல்லியிருப்பான்.

சம்பிரதாய முறைப்படி நடக்கும் காதல் வாழ்வில் அலுப்பு சீக்கிரமுண்டாகி விடும். தினம் அதே முகத்தைப் பார்க்கும் போது புதுமை தேய்ந்துவிடும். அப்புறம் மாற்றான் மனைவி கண்ணுக்கு அழகாய் தென்பட ஆரம்பித்து விடுவாள். தன் மனைவியிடம் காணாத அழகையெல்லாம் திரட்டி அவளிடம் காண்வான் கிராமத்தான். பிறகு அவ் வின்பத்தைப் பருகும் பாக்கியம் கிடைக்கும் வரையில் அவனுக்குத் துன்பம் தான். அதுபோலவே பெண்களும், மற்ற ஆண்கள் தங்களை இச்சையுடன் நோக்குவதைக் கண்டு மகிழ்ச்சியடைவார்கள். புதுமைத் தோற்றத்தினால் அவர்கள் அப்படிச் செய்கிறார்கள் என்று உணராமல், தம் கணவன்மார்களின் அசட்டையை எண்ணி வருந்துவார்கள். புதுமையான அனுபவங்களை நாடி மனிதன் தான், எத்தனை ஏக்க முறுகிறான்?

கதை முடிந்ததும் சுப்பைய்யா வீட்டிற்கு வந்தான். மது ஊறும் புது மலரை விடாமல் சுற்றும் வண்டைப் போல் அவன் மனம் திரும்பத் திரும்ப ஒரே எண்ணத்தையே துரத்திற்று. கூச்சத்துடன்

படுக்கை அருகில் வந்து, சுவர் பக்கமாகத் திரும்பிப் படுத்திருந்த விச்சுவை மெதுவாக தன் பக்கம் திருப்ப யத்தனித்தான். அவள் விறைத்துக் கொண்டாள். மனம் குறு குறுத்தது. சுந்தாவை நினைத்ததும் கோபமும் வந்தது. ஏன் இப்படி ஒவ்வொரு தடவையும் அவனுக்கு விட்டுக் கொடுக்கிறாள் என்று ஆத்திரம் பற்றி எரிந்தது. எதற்காக இப்படி பிரியமில்லாத காரியத்தைச் செய்கிறாள்? என்ன காரணமாக இருக்கக்கூடும்? அப்போது சுப்பைய்யா அவளுடைய தேகத்தை மிருதுவாக வருட ஆரம்பித்தான். முதலில் அவள் அங்கங்களில் விறைப்பு அதிகரித்தது. சுரணையற்ற கட்டை போல ஆகிவிட்டாள். பிறகு எப்போதும் போல கொஞ்சங் கொஞ்சமாக அந்த உரசலினால் உடலில் சிலிர்ப்பு ஊர்ந்து, முள் படர்ந்தது.

சுப்பைய்யாவின் கை அலுக்காமல் மேலும் கீழுமாக அவள் தோள்த்தண்டு, முன்கை சதையென்று தடவிக் கொண்டேயிருந்தது. பிறகு தேகம் துவண்டு விட்டது என்று உணர்ந்தும் அவன், கரத்தால் அவள் இடுப்பை வளைத்துக் கொண்டான். இருவரும் அப்படியே சில விநாடிகளுக்கு ஒன்றிக் கிடந்தனர். இப்படியே ஒன்றையும் நினைக்காமல் கிடந்தால்? அவன் மாத்திரம் இத்துடன் நிறுத்திக் கொண்டால்? அந்தக் கணத்தில் அவள் அனுபவிக்கும் ஆறுதல் தரக்கூடிய அந்த அமிழ்ந்த நிலைமை எப்போதும் நீடித்திருந்தால்? சீ... அவனால் அவளுக்கு ஆறுதல் கொடுக்க முடியுமா? முடியவே முடியாதே. எப்படி முடியும்? அவன் எந்தக் காரியத்தையும் எடுத்து நிறுத்திச் செய்ய வக்கில்லாதவன் ஆயிற்றே. அவனால் ஒன்றுமே இயலாதே. பெண்ணின் இச்சைகளை பூர்த்தி செய்ய முடியாத ஆண் ஒரு ஆணா? அவள் மனம் இறுகிக்கொண்டது. மறுபடியும் தேகம் முறுகிற்று. அப்போது சுப்பைய்யா அவளை இறுக அணைக்கத் தலைப்பட்டான். ஆனால் அந்த முயற்சி வீணாயிற்று. அவள் அவனை லேசாக ஒதுக்கினாள்.

“ஏது விச்சு?” சுப்பைய்யா மிருதுவாகக் கேட்டான்

அவள் பதில் சொல்லவில்லை.

அவன் பழையபடி அவளைத்தடவி விடப் பார்த்தான். ஆனால் இப்போது அந்த மந்திரம் பலிக்கவில்லை.

"விச்சு."

அவள் இளகவில்லை.

"விச்சு, விச்சு" அவன் வெகுவாக மன்றாடினான். அந்த மோனமான நிலையைக் கலைக்க ஒரே ஒரு இரைச்சல் தான் கேட்டது. பொருமி வரும் சுப்பைய்யாவின் பெருமூச்சு.

கடைசியில் ஆசாபங்கத்தினால் அவனுக்குக் கோபம் பொங்கிற்று. முரட்டுத்தனத்துடன் அவளைத் தொப்பென்று மெத்தையில் தள்ளிவிட்டு அப்புறமாகத் திரும்பிக் கொண் டான். கொஞ்சப் பொழுதிற்கு அங்கே மௌனம். பிறகு சட்டென்று ஒரு வீச்சுடன் வந்து அவன், அவள் தோட்களைப் பிடித்துக் கொண்டான்.

"நீ என்னை உபயோகமத்தவன், கையாலாகாதவன் இன்னு நெனக்கிறாய் இல்லையா? அதுக்காக என்னை வெறுக்கிறாய். அப்படித்தானே. அம்புட்டு அலட்சியமா? ஒரு நாள் பாக்கப் போறே, நான் என்ன பண்ணறேன்னு" என்றான் ஆத்திரத்துடன்.

ஒன்றும் செய்ய முடியவில்லையே என்ற தவிப்பினால் சுப்பைய்யா அடிக்கடி இப்படி வெறிகொண்டு கத்துவான் என்று விச்சுவுக்குத் தெரியும். ஆனால் அன்று அவன் தோற் றத்தைக் கண்டு அவள்கூட பயந்து விட்டாள். அதில் அத்தனை ஆவேசம் மிகுந்திருந்தது.

"நேக்குத் தெரியும். நீ மனசிலே யாரை நெனச்சுண்டு இருக்காயின்னு. அவன் மாதிரி நான் இல்லே என்னா?"

விச்சு தடுமாற்றத்துடன் பின்வாங்கப் பார்த்தாள். அவன் அவளை விடாமல் பிடித்துக்கொண்டான். அது ஒரு இரும்புப் பிடியாக இருத்தது. அவன் நகங்கள் அவள் தோள் சதையை அழுத்திக்கொண்டு உள்ளே பாய்ந்தன. அவள் ரொம்ப பயந்து விட்டாள்.

"ஆமா, அவனைத்தானே நினைச்சுண்டிருக்காய்? அவனைத் தானே?"

இதேது? தர்மசங்கடமாகப் போய்விட்டது! அவனுக்கு சங்கதி தெரிந்திருக்க முடியாதே! ஏதோ ஒருமுறை இரண்டு முறைதானே சுந்தா இங்கே வந்திருக்கான்? அவள் கண்கள் கலங்கின.

"அவனைத்தானே, சந்திரசேகரனைத்தானே நீ மனசிலே அம்புட்டு ஓசத்தியா எண்ணிண்டிருக்காய்? பணம், அந்தஸ்து, கௌரதை..." தொடர்ச்சியாக வார்த்தைகளை அடுக்கிக் கொண்டே போகும் போது அவன் இதழோரங்கள் இகழ்ச்சியுடன் நெளிந்தன.

"அதெல்லாம் தானே ஒரு மனுஷிக்கி வேணும்? அதுனாலேதானே அவன் அம்புட்டு ஓசத்தியாயிட்டான். உன் கண்ணிலே இம்புட்டுப் பிரமாதமா தோணறான்? பாக்கப்போனா அவன் ரொம்ப சாதாரணம், அல்பங்கூட. அவனோட குணம் நேக்குத் தெரியும். பள்ளிக்கூடத்திலே எனக்குத் தாழ இருந்தான். இரு, இரு. ஒரு நாள் உனக்குக் காட்டிக் கொடுக்கிறேன்."

ஓகோ, நல்லவேளை, அவள் நினைத்தது போல இல்லை. அவனுக்கு விஷயம் தெரியாது. புதிதாக பயப்பட வேண்டியதற்கு ஒன்றுமில்லை. எல்லாம் அந்தப் பழங்கதை தான். அவன் தினசரி பாடும் பாட்டு - அதாவது சந்திரசேகரய்யர் மட்டமானவர், பள்ளியிலே அவனுக்குத் தாழயிருந்தவர். இவன் மேதாவி, எதையும் ஜயிக்க வல்லவன். அதே வீண் பிதற்றலைத்தான் இப்போதும் பேசிக்கொள்ளுகிறான்.

ஆனால் பேசப் பேச அவன் ஆவேசம் கூடிற்று. தன் வார்த்தைகளுக்கு உரம் கொடுக்க அவளை பளீர் பளீரென்று முதுகிலும் தோளிலும் தட்டிக் கொடுத்துக்கொண்டே போனான்.

"என்ன சொல்றாய்? பாத்துப்பிடறாயா நான் எப்படியின்னு" என்று பலவாறு பலுகி பலுகிக் கேட்டுக்கொண்டே அவன் ஆத்திரத்துடன் அவளை அதட்டினான். திகில் விச்சுவின் இருதயத்தைப் பிடித்துக் கொண்டது.

ஒரு வேளை ஏதாவது சித்தக் கலக்கமுண்டாய் விட்டதோ. அவனுக்கு மனோபலமோ உறுதியோ கிடையாது. மனப்பேயை இப்படி வளர்க்க விட்டதால் நிஜமாகவே ஜன்னி பிடித்து விட்டதாவென்ன? அவள் அவனை கிலியுடன் நோக்கினாள்.

"எனக்கு அவன் என்ன ஓசந்துட்டான் இன்கறேன். ரெண்டு பேரும் ஒருப்போலதானே வளர்ந்தோம். ஒண்ணா படிச்சோம், ஒண்ணா அடுத்தடுத்து இருந்தோம், எல்லாம் ஒண்ணாச் செஞ்சோம்."

நல்லவேளையாக, "அவர் முந்திண்டு போயிட்டாரே. நீங்க அல்லவா தூக்கம் போட்டுட்டேள்" என்று விச்சு சொல்லவில்லை.

சொல்லியிருப்பாள், ஆனால் எங்கிருந்தோ மங்கலாக ஒரு அறிக்கை வந்து அவளைத் தடுத்தது.

"பேசாமே படுத்துண்டு, தூங்குங்கோன்னா" என்று சொல்லி அவனை எவ்வளவோ சமாதானப்படுத்த முயன்றாள். அவன் கேட்கவில்லை. மேலும் மேலும் உரப்பாக சந்திரசேகரய்யரைத் தூஷிக்கஆரம்பித்தான்.

விச்சுவுக்கு என்ன செய்வதென்று புரியவில்லை. மெதுவாக எழுந்து கொல்லைப் பக்கம் போக யத்தனித்தாள்.

"எங்கே போறே? நான் சொல்றதை முழுக்கக் கேளு" என்று அந்த வாயில்லாப்பூச்சி அதட்டிற்று.

"இதோ வந்துட்டேன். கொல்லைக் கதவைச் சாத்தணு" மென்று சாக்குச் சொல்லிக்கொண்டு, அவள் பின் புறமாக அடுத்த வீட்டிலுள்ள பெரிய பாட்டாவிடம் விரைந்தாள்.

நல்லவேளையாக அவர் படுத்துக்கொள்ளவில்லை. விச்சு இரைக்க இரைக்க ஓடிவந்து விஷயத்தைத் தெரிவித்தாள். கதையிலிருந்து வந்தவர், ஊஞ்சப் பலகையில் உட்கார்ந்த படி வெற்றிலை மென்று கொண்டிருந்தார். சங்கதியைக்

கேட்டதும் யோசனையுடன் எழுந்து, மெதுவாகச் சென்று, கூடத்து மாடப்பறை ஒன்றில் கையை வைத்தார். எப்போதோ சுந்தா அவருக்கென்று கொடுத்த தூக்க மாத்திரை புட்டி கையில் அகப்பட்டது.

“இந்தா, இதைக் கொடு, தூங்கிப்போயுடுவான். ஒண்ணும் பயமில்லை” என்று சொல்லி, அவள் கையில் ஒரு மாத்திரையை வைத்தார்.

“நேக்கு ரொம்ப பயமாயிருக்கு, பாட்டா. நீங்களும் வறேளா? புதிசா இருக்கு. ஒண்ணுமே புரியலை” என்றாள் விச்சு தயக்கத்துடன்.

அவர் பதில் பேசாமல் அவளுடன் கொல்லை வழியாகப் போனார். அவர் கொட்டிலைத்தாண்டி இடை நாழியில் கால் எடுத்து வைத்ததும், சுப்பைய்யா குரலைக் கேட்டு, அப்படியே நின்றுவிட்டார்.

“ஈ... ஈ... எனக்கென்ன கொறவு இன்கறேன். வேண்டுமுன்னு உண்டானா, இந்த சந்திரசேகரய்யரெல்லாம் நேக்கு எம்மாத்திரம்? அப்படியே மிதிச்சு நசுக்கிப்பிட மாட் டேன்? நேக்குத் தைரியமில்லேன்னு நீ நெனச்சுண்டு இருக்கே. பாத்துண்டே இரு. ஒரு நாள் நான் செய்யப் போறதைப் பார்த்து நீயே திகைச்சுப் போயுடுவே. ஆமாம். அப்படியே ஸ்தம்பிச்சு உறைஞ்சு போயுடுவே. அப்படி ஒரு வீரதீர செயலை நான் செய்யப்போறேன். அதுக்கப்பொறம் நீ அவனைப்பத்திப் பேசவே மாட்டே...”

அந்த சமயத்தில் சுப்பைய்யா திரும்பினான். ரா விளக்கின் மங்கிய ஒளி பெரிய பாட்டா முகத்தில் நிழலாடியது. உடனே அவனுடைய வீராப்பெல்லாம் எங்கேயோ பறந்துவிட்டது. தொப்பென்று படுக்கையில் ஒடிந்து விழுந்தான். உடம் பெல்லாம் வெல வெலத்து வேர்த்து விட்டது. அவரைப் பார்த்து இறைஞ்சிக் கேட்டுக் கொள்வதைப் போல மலங்க மலங்க விழித்தான்.

அவரோ, ஒன்றையும் பார்க்காதது போல, "சுப்பைய்யா, இந்தா, விச்சு கொடுப்பள். இந்த குளிகையைச் சாப்பிட்டுட்டுப் படுத்துக்கோ" வென்று சொல்லி விட்டு உடனே போய் விட்டார். மாத்திரை எதற்கு? அவரைப் பார்த்ததுமே அவன் பெட்டிப்பாம்பாக அடங்கி விட்டான். இருந்தாலும் அவன் மனம் மாத்திரம் இருக்கட்டுமென்று சந்தர்ப்பத்தை எதிர்நோக்கிக் கொண்டு இருந்தது.

★★★

"எலுமிச்சங்காய்களை வளர விடாமே யாரோ பிஞ்சாப் பறிச்சுப்போட்டுப் பாழ்படுத்தரா" என்றார் சந்திரசேகரய்யர், சாயங்காலம் வயலிலிருந்து திரும்பியவுடன்.

"யாரென்ன, எல்லாம் இந்தப் பிச்சாண்டிதான் கூத்தடிக்கிறான். இப்படி வீண் பண்ண அவனுக்கு எப்படி மனசு வரது?" என்றாள் மீனக்கா . அவள் அடுக்களையில் தோசை வார்த்துக் கொண்டிருந்தாள்.

"தேமேன்னு ஒதுங்கிப்பிடலாமோன்னு கூடத் தோணறது. இன்னும் பத்து நாளைக்குள்ளேன்னா, தேர்தல் சீட்டை வாப்பீஸ் பண்ணலாம்."

"அதொண்ணும் வேண்டாம், போ. இவனுக்குப் பயந்துண்டா? அம்பிமாமா கூட சொல்லிப்பிட்டுப் போனான். பெரிய பாட்டா இருக்கார். அப்பொறம் ஊர்க்காராளுக்குத் தெரியாதா அவன் துணிஞ்சவன்னூட்டு? அதனாலே உன் மதிப்புக் கொறைஞ்சூடுமா?" என்றாள் மீனக்கா.

"அதுசரி. இருந்தாலும் பிரசாரம் பிரமாதமா இருக்கு. அவன் படிச்சவன். சொல்றபடி சொன்னா எப்பேர்ப்பட்ட வாளுக்கும் சரியின்னு தோணிப்பிடும்."

"நன்னாயிருக்கு. நீ எங்கே, அவன் எங்கே? உனக்கும் அவனுக்கும் ஈடுகட்ட முடியுமா?"

"அவன் சாடறான், குதிக்கிறான். என்னாலே அது முடியுமா?" அவர் பற்களைக் கடித்தபடி ரோகிணியைப் பார்த்தார்.

"அவன் சொத்தையின்னு தெரியுமே."

"எல்லாரும் அப்படி நெனக்கலை. அவனும் சொத்தையில்லை. அறிவுள்ளவன்தான்."

"அதுதான் இப்படியெல்லாம் செய்யறானோ? அம்பீ, நீ கட்டாயம் தேர்தலுக்கு நின்னு ஜெயிக்கணும். அப்போத்தான் அவனுக்குப் புத்தி வரும்."

"அது என்னவோ வாஸ்தவம். பிச்சாண்டிக்குத்தான் யாராவது செஞ்சு காட்ட வேண்டாமா?"

"உங்களோட நெஞ்சழுத்தத்தைப் பத்தி ஒத்தருக்கும் தெரிய வழியில்லை" ரோகிணி இதை மெதுவாகச் சொன்னாள்.

அப்போது மீனக்கா சொர்ரென்று ஒரு தோசையைக் கல்லில் வார்த்தாள். அந்த ஓசையில் ரோகிணி சொன்னது அவள் காதில் விழவில்லை.

"சரி, தெரிஞ்சூடுத்தோ இல்லையோ - நான் நெஞ்சழுத்தக்காரன் இன்னு. இனிமே சும்மா இரு" என்று அவர் உறுமினார்.

"என்னடா சொல்றே" மீனக்கா கையில் சட்டுவத்தை ஏந்தியபடி அங்கிருந்தே தொடர்ந்து பேசினாள். "ஆமாம், ஊர்க்காராளுக்குத் தெரியாதா உன்னைப் பத்தி? உன்னோட அடக்கம், சாந்தம், சௌஜந்நியம்... யாருக்கடா வரும்?"

ரோகிணி அவரை ஏளனத்துடன் பார்த்தாள்.

"இதுக்குப் பேரு சாந்தமா, ஆத்திரமா?" என்று மறுபடியும் மீனக்கா காதில் படாவண்ணம் கேட்டாள்.

"ஆமாம். ஆமாம். அப்படித்தான். நான் முரடன், கோபக்காரன், உன்னை ஆட்டி வைப்பவன், போதுமா?" என்று கத்தினார்.

"என்னடா சத்தம் போடறே?" என்று கேட்டுக் கொண்டே மீனக்கா அடுக்களையிலிருந்து வெளியே வந்தாள்.

அவர் பதில் பேசாமல் எழுந்து துண்டை தோள் மேல் வீசிக் கொண்டு திண்ணையைப் பார்த்து நடந்தார்.

“ஏண்டி? என்ன ஆச்சு? ஏதுக்கு அவன் இப்படிப் போறான்? கோவமே வராதே அவனுக்கு.” ரோகிணியும் பதில் பேசாமல் கொல்லைக் கதவைத் திறந்து கொண்டு கிணற்றங்கரைக்குப் போய் விட்டாள்.

“என்னை யாரு வகை வெக்கறா. நானும் என்னமோ இந்த வீட்டிலே சுவராட்டமா இருக்கேன்” என்று அலுத்துக் கொண்டே மீனக்கா அடுக்களைக்குள் போனாள்.

தேர்தல் போட்டி பலத்தது. டாக்டர் சந்திரசேகரய்யருக்காகப் பிரசாரம் செய்தான். அவர் அங்கத்தினர் ஆனால் பொதுவாக எல்லாருக்கும் நன்மை. பெருந்தன்மையுடன் நடந்து கொள்வார். கட்சி கட்ட மாட்டார். விசாரணைகளை பகுத்தறிவுடன் கவனித்து, தீர்ப்புக்களை நியாயத்துடன் எடுத்துக் கூறுவார் என்றெல்லாம் ஊர்க்காரர்களுக்கு விளக்கம் செய்தான்.

டாக்டரை நம்ப வேண்டாமென்று பிச்சாண்டி பதிலுக்கு சவால் விட்டான். ஏழைகள் நோயால் வருந்தும் போது அவன் வேடிக்கையாகச் சீட்டாடிக் கொண்டிருப்பான். அப்படி அசிரத்தையாக இருந்து விட்டதால் தான் முன்னைய்யன் மனைவி சாக நேரிட்டது. அவனைப் போல் அவன் தாங்கி வரும் சந்திரசேகரய்யரும் தன்னலக்காரர். இவர்களைப் போலுள்ள பணப் பசையுள்ளவர்களை நம்பினால் ஏமாந்து போக வேண்டியது தான். இவர்கள் உடைமைக்காரர்கள்; எல்லோரும் ஒரு தாய் மக்கள் என்னும் கொள்கையை எதிர்ப்பவர்கள். அறியாமல் சந்திரசேகரய்யருக்கு வோட்டு போட்டால், அநியாயமாக பணக்காரர்கள் கையில் சிக்குண்டு நசுங்கி விடுவீர்கள் என்று பயமுறுத்தினான். ஜனங்கள் இடையே பிச்சாண்டி புகையைக் கிளப்பி விட்டான். அது சந்திரசேகரய்யர் மூக்கிலும் வாயிலும் புகுந்து அவரைத் திணற வைத்தது. பிறகு ஊர் முழுவதும் பரவி திரை கவித்தது.

ஊர் பெரியவர்கள் பிச்சாண்டியைக் கூப்பிட்டு நல்ல வார்த்தைகள் சொன்னார்கள். தேர்தலானால் பிரசாரம்

செய், வோட்டுகள் பிடி, அது நியாயம். இந்த அனாவசிய வம்பெல்லாம் எதற்கு என்று சொல்லி அவனை அடக்கப் பார்த்தார்கள். பிச்சாண்டி கூட அவர்கள் சொல்லுவது சரியென்று ஒப்புக்கொண்டான். ஆனால் ஒரு முறை கிளப்பி விட்ட வகுப்புக்காய்ச்சல் வளர்ந்து கொண்டே போயிற்று. அவனுடைய இளம் படை வீரர்களுக்கு உற்சாகம் மேலிட்டது. ஓயாமல் விளையாடினார்கள். சந்திரசேகரய்யர் வயற்களிலும் தோப்புகளிலும் பல விபரீதங்கள் நேர்ந்தன. வாழைத் தோட்டத்தில் இளந்தாறுகள் வெட்டுண்டு தொங்கின. பூசனிக்காய்களுக்கு பதிலாக சாணம் உருண்டைகள் அகப்பட்டன. மட்டையுடன் போட்டிருக்கும் தேங்காய்களிலிருந்து எப்படியோ நீர் வழிந்தது.

பெரிய பாட்டா குப்பாவைய்யரைப் பார்க்கச் சென்றார். இனிமேல் விஷயத்தை அதிகமாக வளர விடக் கூடாது. பிச்சாண்டியை எப்படியாவது மடக்கிவிட வேண்டும். அவர் தோட்களை விரித்து விட்டுக் கொண்டு உறுதியுடன் நடந்து போனார்.

குப்பாவைய்யரிடம் சங்கதியை பட்டென்று உடைத்துப் பேசினார். பெரிய பாட்டா.

"இந்தப் பிச்சாண்டியை பஞ்சாயத்துக்குள்ளே வரவிட்டா, அப்பொறம் கிராமத்தோட காரியமெல்லம் அதோகதிதான்" என்றார்.

"அவன் விஷமக்காரன்தான்" என்று ஒப்புக்கொண்டார், குப்பாவைய்யர்.

"அதுதானே. இன்னிக்கி காலையிலே நடந்த சங்கதி தெரியுமல்லவா?" குப்பாவைய்யர் தலையை ஆட்டினார்.

ஏதோ அம்மாளுப்பாட்டிக்கு இராவில் மூச்சு வாங்கினாற் போல் இருந்தது என்று கேள்வியுற்று, பிச்சாண்டியின் பசங்கள் அவளுக்கென்று ஒரு மூங்கில் பாடை தயாரித்து வந்து, ஒருவரும் அறியாமல் இரவில் சுந்தா வீட்டுத் திண்ணையில்

போட்டுவிட்டுப் போயிருந்தார்கள். பொழுது விடிந்ததும் வாசல் தெளித்துக் கோலம் போட வெளியே வந்த தங்கத்தின் கண்ணில், அந்த அவலக் கோலம் முதலில் தென்பட்டது.

"என்ன செய்யலாம்? இது மாதிரி துஷ்டத்தனம் நடக் கறத்தே யாரை இன்னு குத்தம் சொல்ல முடியும்?"

"யாருன்னுதான் தெரிஞ்சுக்கிடக்கே. அவனுக்கு ஒரு பாடம் கற்பிக்கணும்."

"வந்தூ... அவன் சண்டைக்காரன்" என்று இழுத்தார் குப்பாவைய்யர்.

"இருக்கட்டுமே, என்ன பயமா?"

"இல்லே, தெரிஞ்சாலும் என்ன பண்ண முடியும்? ருசு?"

"எத்தனையோ வழியிருக்கு. அவன் செய்யற அட்டூழி யத்துக்குக் கணக்கேயில்லை. நெனச்சா அவனை எம்புட்டு மாட்டிவிடலாம்."

"அப்படியா, நெனக்கறேள்?"

"பின்னே? அவனைத் தேர்தலுக்கு நிக்க யோக்கியதை இல்லாமே அடிக்க எப்புட்டோ வழிகளை அவனே காட்டிக் கொடுக்கறானே!"

"உமக்கு ஒத்தாசை செய்யறதிலே வஞ்சகமில்லே... ஆனா பிச்சாண்டி லேசுப்பட்டவன் இல்லையே."

"இருக்கட்டுமே. நானென்ன கொறவா? நியமன ஜாபிதாலேயிருந்து இவனோடு பெயரை அழிக்க எம்புட்டு நாழிவேணும்? நம்மெல்லாருமா சேர்ந்துண்டா...?"

"நமக்கேதுக்கு இதெல்லாம் இன்கறேன். வயசாச்சு புதிசு புதிசா என்னவெல்லாமோ சொல்றா. ஏதோ கம்யூனிஸமாம், பொதுவுடைமையாம். ஒண்ணும் புரியலை. பேசாமே புரியாத சங்கதியானா ஒதுங்க வேண்டியதுதான்" என்றார் குப்பாவைய்யர்.

“அப்போ பிச்சாண்டி கையிலே அம்புட்டையும் கொடுத்துடறதா?”

“அப்படி நான் சொன்னேனா? நமக்கெல்லாம் வயஸாச்சு. புதுப் புது யோசனையோடு வர இளம் படைகளை யெல்லாம் சேத்துண்டு சங்கதிகளை நடத்தினாத்தான் கிராமத்தோட க்ஷேமத்துக்கு நல்லதுன்னு நெனக்கறேன். உதாரணமா பாருங்கோ, பஞ்சாயத்திலே நமக்கு ஆட்காரா பிரதிநிதியா ஒருத்தன் இருந்தா சுகம். அவன் அவாளைக் கட்டி மேய்ப்பன். நமக்கு அந்தத் தொல்லை இல்லாமே பாத்துக்குவன். ஆட்காரா புரட்சி பண்ணினா சமாதானம் செய்வன். பிச்சாண்டி இந்தக் காரியத்துக்கெல்லாம் ஏத்தவன் ஆச்சே.”

பெரிய பாட்டாவுக்கு உண்மை விளங்கிவிட்டது. அவர் குப்பாவைய்யரைக் கூர்ந்து பார்த்தார். அந்தப் பிராமணருக்கு பாட்டாவை நேரிட்டுப் பார்க்கத் தைரியம் வரவில்லை. தலையைக் குனிந்து கொண்டார்.

அதற்கு மேல் பாட்டா அங்கே தங்கவில்லை. திண்ணையை விட்டு இறங்கி விறுவிறுவென்று போய் விட்டார்.

அதுதான் பிச்சாண்டி இத்தனை தைரியத்துடன் இந்தப் போட்டியில் இறங்கியிருக்கிறான். குப்பாவைய்யரைப் போல் மற்றப் பஞ்சாயத்தினர்களும் அவனை எதிர்க்க முன் வர மாட்டார்கள். அப்படியானால், இனிமேல் அவனுடைய ஆட்சி தொடங்கி விடப்போகிறதா?சீ.. சீ... அவர் உயிருள்ள வரையில் ஒருகை பார்க்காமல் விடுவதில்லை. இதற்கு குப்பாவைய்யர் துணை எதற்கு? வாஸவேச்வரத்தை ஒரு ஆட்டம் ஆட்ட அவர் ஒருவர் போதாதா? இருக்கட்டும். சமயம் பார்த்து, அவனை ஊரைவிட்டே துரத்த வழி செய்ய வேண்டும். சந்தர்ப்பம் வாய்த்தால் அதைப் பயன்படுத்திக் கொள்ளலாம். பெரிய பாட்டா கால்களை பூமியில் அழுத்தி பதியவைத்து நடந்தார்.

★★★

மாசி மகம் சமீபித்து விட்டது. இன்னும் ஒரு வாரத்தில் வாஸவேச்வரத்தில் உற்சவம் தொடங்கி விடும். கவலை ரோகிணியின் உள்ளத்தைக் கவ்விக் கொண்டது. திருவிழாவின் போது ரகளை நடக்கலாமென்ற வதந்தி ஊரில் பரவிக் கொண்டிருந்தது. என்ன விபரீதங்கள் நடக்குமோ வென்று எண்ணும் போதே அவளுக்கு மனமடிவு உண்டாயிற்று. என்ன செய்வானோ? இப்படியே சென்றால் கடைசியில் அவன் கதியென்னவாகும்?

சீ... அவனைப் பற்றி அவளுக்கென்ன? ஆனால் அவன் விளக்காத அந்த அன்பின் மின்னல் திரிகள் அவள் இருதயத்தில் விரிந்தன. அவர் மாத்திரம் இதில் நூற்றில் ஒரு பங்கு...? இதற்கு நடுவில் ரோகிணியின் மனதை உண ராமல், மீனக்கா கன்று, மாடு, நெற்குதிர், பட்சணம், கிட்சணமென்று ரஞ்சித உணர்வில்லாத லௌகீக வாழ்க்கைக்குள் அவளை இழுத்துச் செல்ல முயன்றாள். அவளுக்கு அழுகை அழுகையாக வரும். யாரிடம் சொல்வது? அவள் அமைதியை விரும்பி கோவிலுக்குப் போவதாகச் சொல்லிக் கொண்டு, சாயங்கால வேளையில் குன்றை ஏறுவாள்.

தனிமையில் இருப்பதில் எத்தனை ஆனந்தம்? அதுவும் அந்த நிசப்தம் தோய்ந்த சூழ்நிலையில் அவள் அகத்தின் மோதல்கள் ஒருவாறு அமைதி பெற்றன. ஒரு கற்பாறை மேல் அமர்ந்து வானத்தை நோக்கினாள்; தங்கம் தோய்ந்த மேகங்கள் ரோஜாவாகச் சிதைந்து அந்தி மங்கலுடன் கலந்துகொள்ள ஓடிவந்தன. மறையும் முன் மிக்க காந்தி யுடன் பிரகாசித்த அந்த ரத்த சிவப்பு, அவள் உள்ளத்தின் இன்ப எழுச்சியைப் போல துடித்தது. பிறகு சட்டென்று ஒரு விநாடியில் கொத்தளித்துப் பூர்த்தியான இச்சையைப் போல் வடிந்து விட்டது. ஒரு நிமிடம் உலகம் தகதக வென்று தங்க மயமாகத் தோன்றியது. மறுகணம் அந்தி மயங்கும் நரை கவிந்தது. போர்த்தி மூடும் அந்த இருள் பூச்சின் மோனத்தில் எதையோ எதிர்பார்க்கும் ஒரு உள்ளத்துடிப்பு பொருமிற்று. புதர்களிலிருந்து காட்டுப் பூக்களின் மணம் கம்மென்று எங்கும் பரவியது. நாசியைத்

துளைத்த அந்த மணத்தின் போதை இன்பம் ரோகிணியை பெரு மூச்செறியச் செய்தது. என்ன அழகான நிலவு! பொற்குடம் போன்ற அந்த பெருவட்டம் கோவில் கோபுரத்திற்குப் பின்னால் மறைந்தது. உடனே ஸ்தூபியைச் சுற்றி ஒரு ஊதா சுடரொளி உண்டாயிற்று.

அப்பா! இயற்கையின் அழகுதான் என்ன! இருந்தும் அதில் பச்சாதாபமில்லாத ஒரு கொடுமை இருந்தது. மனிதனுடைய அற்பச் சச்சரவுகளை அசட்டை செய்வது போல் அந்த சந்தி வேளையின் நிறைவில் அப்படியொரு பற்றில்லாமை பொருந்தியிருந்தது. ஏன் மனிதன் கோபம் கொள்ள மாட்டான்? அவன் வெறுப்புக் கொண்டு கசப்புடன் உலகத்தைத் துண்டம் போட்டுக் கொண்டிருக்கும் போது, இயற்கையின் இந்தப் பற்றற்ற அழகு தன்மை அவனுக்குக் கோபத்தைத்தானே உண்டாக்கும்! தன் தாபங்களைப் பற்றி அன்னைக்குச் சிறிதும் அக்கறை கிடையாதென்றால் சீற்றல் அடையமாட்டானா? இருந்தும் மூச்சு வாங்க சண்டை போட்டுக் கொண்டிருக்கும் அவனைக்கூட அவ்வப்போது இந்த இன்பநிறைவின் ஆனந்தம் மெய்சிலிர்க்க வைக்கிறது. அழிவில்லாத இயற்கை அழகைக் கண்டு மயங்கி அவள் கூட சற்றுத் தயங்குகிறான். கொஞ்சம் திரும்பிப் பார்க்கிறான். பிறகு ஏதோ நினைத்துக் கொண்டவனைப் போல், மறுபடியும் தீராத அப்போரைத் துவக்குகிறான். வாஸவேச்வரத்தில் வாய்ச் சண்டையும், சூடான சொற்களும், அபவாதமும், தூஷணையும் வெடித்துக் குண்டுகளாக எங்கும் தெறித்தன. இயற்கை கொடுத்த உணவு வகைகளை சேமித்து வைத்துக் கொண்டு இன்புற வாழ்வதை விட்டு , மனிதன் போரில் மூண்டான். இந்த அழகு அவன் கண்ணிற்குத் தெரிய வில்லையே என்று ரோகிணி அங்கலாய்த்துக் கொண்டாள்.

எத்தனை நேரம் இப்படி மெய்மறந்து ரோகிணி உட்கார்ந்திருந்தாளோ தெரியாது. திடீரென்று நரை பூசிய அந்த அந்தி வேளையின் மையத்தில் பனைமரத்தையொத்த ஒரு பிரசன்ன வடிவம் கண்ணை உறுத்திற்று. ஆனால், அது பனைமரமல்ல. ஒரு மனிதன். யார்? பிச்சாண்டி.

அவள் திடுக்கிட்டு எழுந்து, அவசரமாக அப்புறம் செல்லக் காலெடுத்து வைத்தாள்.

"ஏன் இப்படி அவசரம்? கோபமா? இல்லை வெறுப்பு. அப்படித்தானே?"

அவன் வாய் திறந்து அவளிடம் முதல் முதல் பேசியது அப்போதுதான். அந்தக் குரலில் ஒழுகின நூதனமான ஒரு பெருக்கை உணர்ந்ததும் அவள் நடை தடை பெற்றது.

"புரிஞ்சுது. இப்படி உன்னை இடைமறிச்சு பேசறதே பிழை. என்னை நீ அசட்டை செய்யறதும் சரி. நான் எங்கே? வானில் பிரகாசிக்கற ரோகிணி நட்சத்திரமெங்கே?"

அவள் கைகால்கள் தளர்ந்தன. அடித்துக் கொள்ளும் நெஞ்சை சில விநாடிகளுக்கு அமுக்கிப் பிடிக்க முயன்றாள். அதற்கு மேல் அவளால் அந்த சூழ்நிலையின் துடிப்பைப் பொறுக்க முடியவில்லை. பேச்சை வேறு திக்கில் திருப்ப எண்ணி, "ஏதுக்கா இப்படிக் கூத்தடித்துப் பேரைக் கொடுத்துக்கறேள்?" என்று கேட்டாள்.

அவன் மனம் துள்ளிற்று. அப்போது அவளுக்கு அவன் பேரில் அக்கறையா?

"ஏன் கூடாது? மனுஷனை மிருகமாக்கற இந்த உலகப் பழக்கங்களை நான் வெறுக்கறேன். அவனுக்கு கண்ணியமா வாழ உரிமை இருக்குன்னு காட்டத் துடிக்கிறேன். அந்த மாதிரிய வாழ்வைப் பெற அவன் போராடற போது நான் உதவாமே இருக்க முடியுமா?"

"இதுதான் அந்த உதவியோ? இப்படி கூத்தடிச்சு, பாடை கட்டி, சந்தி சிரிக்க வைச்சு..."

"ஓ - அதுவா?" அவன் ஒரு சிறு புன்முறுவல் புரிந்தான். "அதுனாலேயென்ன? சாவு எல்லோருக்கும் வர வேண்டியதுதானே!"

அவனுடைய கிண்டல் அவளுக்குப் புரியாமல் இல்லை.

ரோகிணி தனக்கு வந்த சிரிப்பை சிரமப்பட்டு அடக்கிக் கொண்டாள். அவனும் அவளுடைய இந்த இளக்கத்தைக் கண்டு அதைப் பயன்படுத்திக்கொள்ளத் தலைப்பட்டான்.

“ஏதோ பசங்களுக்கு உற்சாகம் அதிகமாயுடுத்து. தமாஷா கொஞ்சம் வேடிக்கை பாத்துட்டான்கள்” என்று சொல்லி, அவளைப் பார்த்துச் சிரித்தான்.

அவள் விழித்துக் கொண்டாள். ஹாஸ்யத்தை மறைத்து, முகத்தைக் கடுகடுத்தாள்.

“நீங்க பேசறதோ பெரிய பெரிய லட்சியங்கள். செய்யறதோ சிறுமைகள். ஒண்ணும் ஜோடா இல்லையே!”

“அதுதான் சொன்னேனே, பசங்கள் அதிகமா விளையாடிப் பிட்டான்னு. ஆனா, நான் பேசறப்படி ஒரு நாள் செஞ்சு காட்றேனா இல்லையா, பாரு. இந்த பணத்தாசை பிடிச்சவா கொட்டத்தை எல்லாம் அடக்கணும். பணக்கார வர்க்கத்தையே தொலைச்சாத்தான் சமூகம் உருப்படும். அதுவும் சிலபேருக்குன்னு எல்லா அதிர்ஷ்டத்தையும் கொடுக்கறது, பாரு, இந்த தெய்வம்! அதுக்கு நியாய உணர்வே கிடையாது.”

பிச்சாண்டி சூட்டுடன் பேசிக் கொண்டே அவளை நிமிர்ந்து பார்த்தான். அவ்வளவுதான், கல்லாய் உறைந்திருந்த அந்த முகத்தைப் பார்த்ததும், அவன் உற்சாகம் அப்படியே வடிந்துவிட்டது.

“உன் மனசு நோக நான் ஒண்ணும் செய்யமாட்டேன். வேண்டாமுன்னு சொல்லு, தேர்தல் சீட்டை இப்பொவே வாபீஸ் பண்ணிப்பிட்டு எங்கேயாவது மறைஞ்சு போயுடறேன்.”

அவன் குரல் தழுதழுத்தது.

அப் பணிவான வார்த்தைகள் அவளைத் தலை குப்புற அடித்தது. பதில் பேச முடியாமல் திக்கு முக்காடினாள். தன்

கணவன் இதுபோல இசைந்து கொடுக்க வேண்டுமென்றுதானே அவள் படாதபாடுபட்டாள். இவனோ ஒரு நொடிப் பொழுதில் அவள் முகக்குறிப்பை உணர்ந்து, இப்படியொரு இணக்கம் காட்டுகிறானே! அவள் மிக்க சிரமத்துடன் தன்னைச் சமாளித்துக் கொண்டாள்.

"நான் யாரு உங்களுக்கு உத்தரவிட?" என்றாள்.

"நீதானே எல்லாம். அது உனக்குத் தெரியாதா?"

அதைக் கேட்டதும் ஜில்லென்ற ஒரு இன்பப் பரப்பு அவள் உள்ளத்தை நிரப்பியது. ஆனால் பதில் சொல்ல நா எழும்பவில்லை.

"என்ன பேசாமே இருக்கே. தெரியாதூன்னு தைரியமா சொல்லு பாப்போம்."

இதற்கும் அவள் உத்திரங் கொடுக்கவில்லை.

"எனக்கும் உன்னோட விஷயம் தெரியும்" இதைக் கேட்டதும் திடுக்கிட்டாற்போல் அவள் அவனை வெருட்சியுடன் நோக்கினாள்.

"உன் கண்ணைப் பாத்தாத் தெரியறதே - நிஜம்."

இந்தத் தடவை அவள் வாயைத் திறந்து கேட்டாள்.

"என்ன தெரியறது? ரொம்ப என் மனசை தொறந்து பாத்துட்டாப் போல பேசறேளே!"

"நீ சொல்லாட்டா போயேன். உன் கண் சொல்றதே, உன் மனசிலே எம்புட்டு ஏக்கமுன்னு."

அவள் மருண்டே போய் விட்டாள். ஒருவருக்கும் காட்டாமல் ஒளித்து வைத்திருந்த அந்த ரகசியத்தை அவன் எப்படி அறிந்தான்? நிமிர்ந்து அவனை ஏறிட்டுப் பார்க்க அஞ்சி அவள் தலை குனிந்தாள்.

அவன் மேலே பேசினான், "எங்கே என்னைக் கொஞ்சம் நிமிர்ந்து பாரேன். உன்னோட மான் விழியிலேயிருந்து அந்த புண்பட்ட சாயலை துடைக்கணுமுன்னு நான் துடிச்சுண்டு இருக்கேன். எனக்கு அந்த பாக்கியத்தைத் தரமாட்டே? என் அன்பு மேலே ஆணையா சொல்றேன் உன்னை சந்தோஷப்படுத்தத்தான் நான் உயிரையே வெச்சுண்டிருக்கேன்."

"உங்க அகம்பாவம் உங்களை இப்படியெல்லாம் பேசச் சொல்லறது. எனக்கு ஒரு குறையுமில்லே." பேசும் போதே அவள் நாத்துடித்தது. ஐயோ, போர்த்தி மூடி வைத்திருந்த தன் அகத்தின் உணர்ச்சிகளை இப்படி அம்பலத்தில் இழுத்து விட்டு விட்டானே! இனிமேல் இங்கே நின்றால் ஆபத்து அல்லவா? அவள் போக வேண்டும். அவசரமாக நடக்க ஆரம்பித்தாள்.

"அப்பொ நான் எப்படிப் போனாலும் உனக்கு அக்கறை இல்லை, என்னா?"

தன்னை எப்படியாவது அவள் அங்கீகரித்துக் கொள்ள வேண்டுமென்று அவன் முயன்றான். அவளும் அதேபோல எப்படியாவது அவனிடமிருந்து தப்ப வேண்டுமென்று அவசரப்பட்டாள்.

இதை அறிந்ததும் அவனுக்கு உஷ்ணம் மேலிட்டது. முஷ்டிகளை இறுக்கி விட்டுக்கொண்டு சூட்டுடன் சொன்னான்.

"நீ கை விட்டுடப் போறாய் அல்லவா? சரி. அப்படியானா பாத்துண்டே இரு! அம்புட்டையும் சுக்குப் பொடியாக்கிப்பிடறேன்."

அதற்குமேல் அவள் அங்கே நின்றால் தானே! பரபரவென்று இருட்டிற்குள் மறைந்து போய்விட்டாள். ஓடிவந்து அவனிடம் மன்றாடுவாள் என்று எண்ணியிருந்தான், ஆனால் பிச்சாண்டிதான் ஏமாந்து போனான்.

பண்பாடுகளுடன் சம்பிரதாய முறைப்படி ஒரே மாதிரி ஓடும் கிராம வாழ்க்கையில் ஒரு வேற்றுமை உண்டாக வேண்டுமானால்

அது திருவிழாவின் போதுதான். விழா வென்றால் தினசரி முறைகளுக்கு ஒரு நிறுத்தம் - ஒரு கொட்டாவி விடுவது போல எனலாம். தினமும், உழுவது, விதைப்பது, நீர் பாய்ச்சுவது, என்ற இயக்கங்களுடன் உயிர் பெற்றுத் துலங்கும் வயற்கள், அன்று வெறிச் சோடியிருக்கும். ஜனங்கள் தம் தம் சொந்த அலுவல்களை விட்டு விட்டு கூட்டங் கூட்டமாகச் சுற்றி வருவார்கள். அன்று செலவழிக்க வேண்டுமென்று எத்தனையோ கோடித்து வைத்திருக்கும் பணத்தை எடுக்க மனம் வராமல் இடுப்பைத் தடவி விட்டுக் கொண்டே கடை எதிரில் நிற்பார்கள். ஒன்று மில்லாவிட்டால் கும்பலாக உட்கார்ந்து கொண்டாவது வம்பளப்பார்கள்.

வாஸவேச்வரத்து ஜனங்களுக்கு பக்தி கூடுதல், திருவிழாவைக் கிரமப்படி கொண்டாடுவது, வாஸவேச்வரருக்குச் செய்ய வேண்டிய திருப்பணியில் ஒன்று என்ற எண்ணம் கொண்டவர்கள். மாசி மாதம் வாஸவேச்வரருக்கு ஒன்பது நாள் உற்சவம் நடக்கும். தினம் காலையில் பல்லக்கில் சுவாமி புறப்பாடு உண்டு. அப்புறம் இரவில் பலவித வாகனங்களில் அவர் பவனி வருவார். அவைகள் தாம் எத்தனை விதம் ! சிதம்பரேசர், கங்காளப் பட்டர், வெட்டுக் குதிரை என்று சில நாட்களில் சுவாமி இராவும் பகலும், சுற்றி வருவார். பின்னோடு நாயனம் வரும். மேளகாரன் பரம சிவபக்தன். புதுப்பட்டி வேலுப்பிள்ளை. நாத வெள்ளமாகப் பொழிவான். இரவில் வாண வேடிக்கைகள், வானிலிருந்து நட்சத்திரங்கள் உதிர்வது போல், பூச்சொரியும். கிராமத்துப் பெரியவர்கள் ஹர ஹரவென்று கன்னத்தில் போட்டுக் கொள்வார்கள். நெடுசாண் கிடையாக சன்னதியில் விழுந்து சேவிப்பார்கள். பிறகு சுவாமியுடன் ஊரை வலம் வர புறப்படுவார்கள். இவ்வித சமயங்களில் சுந்தா பக்தி பரவசம் மேலிட்டு ஆவேசம் வந்தாற் போலக் கூத்தாடுவான். ரிடப வாகனம் சுந்தா வீட்டைச் சார்ந்தது. கேட்க வேண்டுமா? சுவாமி அவர்கள் வீட்டு வாசலுக்கு வந்து விட்டால் ஊரே திமிலோகப்படும்படி டாக்டர் ஆர்ப்பரிப்பான். ஐந்தாம் நாள் வெள்ளி ரிடப வாகனம், ஏழாம் நாள் கைலாஸ பர்வதம். அது சந்திரசேகரய்யருடைய

காணிக்கை. அவர் அதற்குச் செய்யும் உபசாரங்களைக் கண்டு சுப்பைய்யா வயிறு எரிவான். முன்பெல்லாம் அதை சுப்பைய்யா தகப்பனார் நடத்தி வந்தார்.

ஒன்பதாவது நாள் மக நட்சத்திரத்தன்று தேரோட்டம் மிகச் சிறப்பாக நடக்கும். அந்த வருஷம் விழாவை நடத்தி வைக்க வேண்டிய குழுவில் சுந்தாவும் சந்திரசேகரய்யரும் இருந்தார்கள். தினந்தோறும் சுவாமி புறப்பட்டவுடன், பக்தி பரவசத்துடன் கைகூப்பிய வண்ணம் முன்னே போகும் அவர்கள் இரண்டு பேரையும் பிச்சாண்டி நமுட்டுச் சிரிப்புடன் கவனித்து வந்தான். எதையாவது வழியில் வைத்து அவர்களை இடறி விழச் செய்யலாமோவென்று கூட நினைத்தான். அத்தனை பிரமையுடன் மெய்மறந்து அவர்கள் போய்க் கொண்டிருப்பார்கள். கடைசியில் அவனுக்கு ஒரு யோஜனை தோன்றிற்று. பத்தாம் நாள் சுவாமி ஆறாட்டன்று ஒரு சின்ன வேடிக்கை செய்து பார்க்கலாமென்று எண்ணினான். வாஸவேச்வரர் குளம் பிரம்மாண்டமானது. தெப்பம் அதைச் சுற்றி வர சில நாழிகைகள் பிடிக்கும். அந்த ஊரிலிருக்கும் நாலு குடும்பத்தின் ஆட்கள் வடம் கட்டி வாடிக்கையாகத் தெப்பத்தை இழுத்து வந்தார்கள். அதில் முன்னைய்யன் குடும்பம் ஒன்று. பிச்சாண்டி தூபம் போட்டான்.

"என்னா, பொண்டாட்டியைக் கொன்ன மன்னனுக்கு அழகா காரியம் கைகூடணுமுன்னு நீ தெப்பம் வேறே இழுக்கப் பொறப்பட்டூட்டயா? இம்புட்டு ரோசம் கெட்ட ஜன்மமா?" என்று முன்னைய்யனைத் துரட்டியால் குத்தி விட்டான்.

அதோடு அந்த நாலு குடும்பங்களிலும் பகைமை காய்ந்தது. ஒரு வாரத்திற்கு முன்னாலேயே தெப்பம் இழுக்க அவர்கள் வரப்போவதில்லையென்ற பேச்சு ஊரில் வளைய வந்தது. சமயத்திற்கு ஆட்களைச் சேர்க்க டாக்டர்தானே ஓடுவான்? நன்றாகத் திண்டாடட்டும் என்பது போல பேசிக் கொண்டார்கள். சுந்தாவா சளைப்பான்? தோள் தட்டிக் கொண்டு எதிர்த்துப் புறப்பட்டான். ஊரில் வேறு ஆட்கள் கிடையாதா என்ன? அவன் ஒரு எதிர்ப்படையைச் சேர்த்தான்.

அன்று இருள் அகன்று பொழுது புலர்வதற்குள் கோவிலைச் சுற்றி இரண்டு படைகளும் குவிந்துவிட்டன. கொடி மரத்திற்கெதிரில், வேலுப்பிள்ளை கணீரென்று பௌ்ளி ராகத்தை எடுத்து வர்ணிக்கத் தொடங்கினான். அந்த உதய கீதத்தின் நாதம் ஊரெங்கும் வெள்ளப்பெருக்காய் பிரவாக மெடுத்தது. அதன் ஊடே இரண்டு படைகளுக்கும் வாதம் தொடங்கிற்று. காரணம் வாஸவேச்வரருடைய அதிருப்தியை சம்பாதித்துக்கொள்ள மனமில்லாமல் வாடிக்கைக் காரர்கள் வந்து விட்டார்கள். வழி வழியாக வந்த இந்த வழிபாட்டின் உறுதிக்குப் பிச்சாண்டியின் பிரசாரம் எந்த மூலை? இவன் என்னமோ இன்று ஏதாவது சொல்லி எதையாவது கிளப்பிவிட்டுப் போவான். நாளை தெய்வக் குற்றம் என்று ஏதாவது நேர்ந்தால்? அவர்களுக்கு தெப்பத்திற்கு வராமலிருக்க மனம் வரவில்லை. விஷயம் எந்த மட்டிலும் என்பதை ஆராயாமல் சுந்தா அவசரப்பட்டு வேறு ஆட்களைத் திட்டம் செய்து விட்டான். இரு தரத்தார்களும் தெப்பம் தங்களுக்குத்தான் சொந்தமென்க, பேச்சு பலத்து விட்டது.

பெரிய பாட்டா கோவில் மண்டபத்தில் உட்கார்ந்தபடியே இந்த சர்ச்சையைத் தீர்க்கப் பார்த்தார். ஆனால் அவர்கள் ஒருவரையொருவர் விட்டுக் கொடுப்பதாக இல்லை. “நீங்க போய்ப் பேசிப்பாருங்கோ” என்று அவர் சுந்தாவையும் அம்பி மாமாவையும் தூது விட்டார். சுந்தாவின் மிரட்டலையும் உறுமலையும் ஒருவரும் பொருட்படுத்தவில்லை. அவன் சாடுவதைக் கண்டு யாரும் பயப்படவில்லை. அம்பி மாமா சமாதான முறைகளைக் கையாண்டு பார்த்தான். அதுவும் பலிக்கவில்லை. அவன் வாய் தான் வலித்தது. கடைசியில் அவர்கள் தோல்வியை ஒப்புக்கொள்ள வேண்டியதாயிற்று.

“நீங்கதான் வரணும் போலிருக்கு, பாட்டா” என்று அவரை வந்து அழைத்தார்கள். பொழுதாய்விட்டது. மணி ஏழு. சுவாமி புறப்பாடு தவக்கப்பட்டு விட்டது. பெரிய பாட்டா தர்க்கத்தைத் தீர்க்க தன்னிடத்தை விட்டுக் கிளம்பினார். அதற்குள் இரைச்சலுடன் பேச்சுக் கொழுத்தது.

நாகசுவரத்தின் பெரும் முழக்கத்தைக் கிழித்துக் கொண்டு ஓ... ஆ... என்று கூக்குரல்கள் கிளம்பின. சுந்தா “ஏ, அம்பி மாமா” என்று அந்தக் கூச்சலுக்குமேல் தன் குரல் எழும்பும்படி கத்தினான். திடீரென்று யாரோ ஒருவன் கையை ஓங்கினான். உடனே முன் ஜாக்கிரதையுடன் கட்டுக்காவலுக்காக ஏற்பட்டிருந்த போலீஸ் கூட்டம், அவர்கள் மத்தியில் புகுந்து கொண்டது. அதே சமயத்தில் கும்பலை விலக்கிக்கொண்டு பெரிய பாட்டாவும் வந்து சேர்ந்தார்.

அன்று காலை தெப்பம் பார்க்க வேண்டுமென்ற ஆவலில் தங்கம் அவசர அவசரமாக வீட்டு வேலைகளைச் செய்து முடித் தாள். கோமு, கோமுவென்று அடிக்கடி அவளைக் கூப்பிட்டு ஏவியபடி இருந்தாள். கோமுவுக்கு பப்புவுடன் கண் வேட்டை ஆடுவதை நிறுத்திக்கொண்டு உள்ளே வரமுடியாக ஆயிற்று.

“எங்கேடி வேம்பு? இப்படி கால வேளையிலே திரிஞ்சுண்டு இருந்தா எப்படி நாம் கோவிலுக்குப் பொறப் படறது? போய்க் கூட்டிண்டு வா” என்றாள் தங்கம்.

கோமு வெளியே போய்ப் பார்த்தாள். அடுத்தாத்துத் திண்ணையில் வேம்பு அம்மானை ஆடிக் கொண்டிருந்தாள்.

> *“அம்மானை, அம்மானை, ஆடுவேன் அம்மானை,*
> *ஆடாத சர்ப்பளியும் பாடுவேன், அம்மானை,*
> *வெள்ளியால் அம்மானை, வெங்கலத்தால் அம்மானை,*
> *ஓடும் சர்ப்பளிக்கு ஒண்ணு போச்சு, அம்மானை.”*

ஆட்டத்திலிருந்த சுவாரஸ்யத்தில் கோமு வந்து கூப்பிட் டதும், வேம்பு அவளைத் திரும்பிக் கூடப் பார்க்கவில்லை. அவளை அங்கிருந்து கிளப்புவதற்குள் கோமுவுக்குப் போதும் போதுமென்று ஆகி விட்டது.

சின்னப்பட்டுவும் உள்ளே ஓடி வந்தான். தங்கம் அவனை உட்காரவைத்து தோசை பரிமாறிக் கொண்டே நல்ல வார்த்தை சொன்னாள்.

“கோந்தாய், இன்னிக்கி தன்னே ஓடிடாதே என்னா? ஒரே கூட்டமாயிருக்கும். நீயும் அக்காளும் என்கூட வந்துடணும். அப்பொறம் அப்பாப் பாட்டியோடயே குளத்துங் கிட்டே இருக்கணும். கேட்டயா?” என்றாள்.

அதற்குள் ரங்கனும் அங்கே வந்து சேர்ந்தான். “அக்கா தோசை கிடைக்குமோ? பாப்பா மாமி இன்னிக்கு வெடியற்காலமே கோவிலுக்குப் போயுட்டாள்” என்றான்.

கோமு தன் கண் இமைகளைத் தாழ்த்திக்கொண்டு, ஓரத்தின் இடை வழியாக ரங்கனைப் பார்க்க முயன்றாள். இந்த நாடகத்தைக் கவனிக்க தங்கத்திற்கு சாவகாசமில்லை. அவளுக்கு வேலை விழி பிதுங்கியது. மேலும் அம்மாளு வேறு தொணத் தொணவென்று கொண்டேயிருந்தாள். “என்னை யாரு வகை வெச்சிருக்கா” வென்பது அவள் பாட்டு.

தோசைக் கடை ஆனதும் தங்கம் எல்லோரையும் கூட்டிக் கொண்டு கிளம்பி விட்டாள்.

“கோமு, பாப்பாக்குட்டித் தூங்கறது. அதுக்கும் ஏதாவது ஆகாரத்தைக் கொடுத்துத்தான் கூட்டிண்டு போகணும். அதனாலே நீ இங்கேயே இரு. நான் மாத்திரம் போய் பாட்டியை குளத்தங்கரையிலே ஒரு நல்ல இடம் பார்த்து உட்கார வெச்சூட்டு, சின்னப் பட்டுவையும் வேம்புவையும் அவரோடு விட்டுட்டு, திரும்பி வறேன். அப்பொறமா நீயும் நானுமா பாப்பாக் குட்டியைத் தூக்கிண்டு போகலாம்” என்று சொல்லிவிட்டுப்போனாள். ரங்கனும் பப்புவும் கூடவே போனார்கள். ரங்கன் மாத்திரம் கோமுவைத் திரும்பித் திரும்பிப் பார்த்துக்கொண்டே போனான். அவளோ அலட்சியத்துடன் தலையைத் தூக்கியபடி உள்ளே சென்றாள்.

★★★

டொக். அந்த ஓசையைக் கேட்டதும் சுப்பைய்யாவின் மூளை எங்கேயோ சுவப்பன உலகிலிருந்து திரும்பி வரப் பிரயத்தனப்பட்டது. என்னதிது? ஒரே இருட்டாக இருக்கிறது?

எங்கே போகிறோம் ? குகைக்குள்ளா ? அப்போதுதான். அவன் கண்ணை விழித்து விட்டதை உணர்ந்தான். ஓகோ பொழுது புலரும் தருணமாய் விட்டதோ? வாயைக் கூட்டிக் கொண்டான். ஒரே கசப்பு. ஊம்... ஊம்... இதென்ன மணம்? காப்பி வந்து விட்டாற் போல இருக்கிறது. டொக்கென்ற அந்த சப்தம் தரையில் டபரா ஓசைப்பட்டது தான். இந்த இருட்டிலா காப்பி? அப்போது தான் அவனுக்குப் பளிச்சென்று ஞாபகம் வந்தது. முதல் நாள் இரவு நடந்த சண்டை, விச்சு போனது, அப்புறம் இராவெல்லாம் அவன் பட்ட அவதி.

"நாளைக்காவது எழுந்திருப்பேளா - இல்லாட்டா படுக்கைதானா?" என்று கேட்டுக்கொண்டேதான், முதல் நாள் இரவு, விச்சு அவனுக்குப் பரிமாறினாள்.

சுப்பைய்யா பதில் சொல்லவில்லை.

விச்சு பொருமினாள் "சொல்லுங்கோன்னா. இன்னிக்கித்தான் போகலை. நாளைக்கானாலும் தெப்பம் பாக்க அழைச்சிண்டு போறேளா?"

"அவளுடனா?" அவன் ஒன்றும் பேசவில்லை.

"நீங்க இருக்கறதுதான் சரி. திருநாளுன்னா, அலங்காரம் செஞ்சூண்டு, பை நிறைய காசோடு போகணும். இல்லாட்டா ஏதுக்கு? இல்லையா?

சுப்பைய்யா குனிந்து கொண்டே சாப்பாட்டில் கவனம் செலுத்தினான்.

"ஏன்னா, காது கேக்கறதா? அவன் அதற்கும் பேசவில்லை."

"இப்படித்தானே உங்க வழக்கம். காது கேக்காத மாதிரி பாசாங்கு பண்ணறது. என்னா?"

"நான் உன்னைத் தடுக்கலையே! நீ போயேன்."

"அதுதானே. நான் ஒழிஞ்சு போயுடறேன். பாத்துண்டே இருங்கோ போகத்தான் போறேன்."

“நான் என்ன செய்யணுமின்கறே? பேசாமே இருந்தாலும் கோச்சுக்கறே. பேசினாலும் தப்பாயுடறது. என்னதான் செய்ய?”

“சந்திரசேகரய்யரைப் பாத்தாத் தெரியுமே என்ன செய்யணுமுன்னு. இந்தப் பத்து நாளா திருநாளை எப்படி நடத்தி வைக்கறார் பாருங்கோ.”

அவன் உள்ளத்தில் மந்தமான ஒரு கனம் தோன்ற ஆரம்பித்தது.

“ஆச்சா, அவனைப் பத்திப்பேச ஆரம்பிசுட்டயா?”

“பின்னே என்னவாம்?”

சுப்பைய்யா எழுந்து கையலம்பிவிட்டு துண்டை எடுத்து மேலே போட்டுக் கொள்ளப் போனான்.

“ஏது எங்கேயாக்கும் புறப்பாடு?”

“நீதானே, சுறு சுறுப்பா இருக்கணுமுன்னே.”

“ஓகோ, தினசரி கச்சேரி பாழே போறதோ” அவன் பதில் பேசாமல் கம்பைத் தூக்கிக்கொண்டு புறப்பட்டான்.

அந்தத் தடியைப் பார்த்தவுடன் விச்சுவின் குரோதம் அதிகப்பட்டது.

“ஓ... திருவிழாக் கடையிலே சாமான் எல்லாம் வீண் போற மாதிரி இன்னிக்கி இத்தே ஒண்ணு தூக்கிண்டு வந்தேளாக்கும். இப்படி தொலைக்க நம்மகிட்டே எங்கே காசுன்னு கேக்கறேன்.”

“நீயான்னா இப்படிச் சொல்றே. பெரியபாட்டான்னா, இதைப் பாத்துட்டு ரொம்ப அழகா இருக்கேன்னு கொண்டாடினார். இப்போத்தான் நான் வரத்தே திண்ணேலை உக்காந்துண்டு இருந்தார். பாத்துட்டு ஸ்துதிச்சார்” சுப்பைய்யா கம்பை அழகு பார்த்துக் கொண்டு நின்றான்.

விச்சு அவன் சொன்னதைக் கேட்கவில்லை.

“இதோப் பாருங்கோ. இனிமே என்னாலே ஒரு நிமிஷங்கூட இந்த வாழ்க்கையை சகிச்சுண்டு இருக்க முடியாது. இதென்ன இது? தினம் ஒரு மாதிரிபோல் படுக்கை அல்ல , சீட்டாட்டம் என்ன வேண்டியிருக்கு? எல்லாரையும் போல நாமும் இல்லையேன்னு ஏங்கி... ஏங்கி”

விச்சு மேலே பேசமுடியாமல் விம்மினாள்.

“எம்புட்டோ பொறுத்தாச்சு. இனிமே முடியாது. ஒண்ணுலே நீங்க திருந்தி நேரா எல்லாராட்டமா இருக்கணும். இல்லாட்டா நான் போறேன். என்னாலே சகிக்கலை.”

அவன் அந்த நிமிடத்தில் தனக்கு எது போதாது என்ற உண்மையை அறிந்தான். விவரிக்க முடியாத ஒரு கனம் அவன் வயிற்றில் உருண்டது.

“நான் போகட்டுமா?”

“போயேன்” அவனையும் அறியாமல் அவன் வாய் முணு முணுத்தது.

ஆனால் அடை போன்ற அந்த உள்ளக் கனம் அவனை விடவில்லை. கதவண்டை போனான்.

“அப்போ நான் போறேன். பத்து மணிக்கி கீழக்கோடியாத்து முத்து வண்டி அவ அத்தையைக் கூட்டி வர புதுப்பட்டி போறது. ரொம்ப வாக்காப் போச்சு. கோந்தையைக் கூட்டிண்டு அதிலே போயுடறேன்” என்றாள் விச்சு.

அவன் பதில் பேசாமல் வெளியே போய்விட்டான். சீட்டாட்டம் கழித்து திரும்பி வந்ததும் விச்சு வீட்டில் இல்லை. அவள் நிஜமாகவே புறப்பட்டுப் போய் விட்டாள். அவன் பாயை விரித்துக் கொண்டு படுத்தான். தூக்கம் பிடிக்கவில்லை.

மனம் அசை போட்டது. குறை. குறை. குறை. இந்தத் தாழ்மையுணர்ச்சியானது உள்ளத்தின் ஊக்கத்தையெல்லாம் கரைத்து விவரிக்க முடியாத ஒரு சோர்வை உண்டாக்கிற்று.

ஊம். படுக்கையில் புரண்டான். மணி ஒன்று, இரண்டு. பொழுது ஊர்ந்தது. மல்லாந்து படுத்துப் பார்த்தான். ஒருக்களித்துக் கொண்டான். எழுந்து உட்கார்ந்தான். நா உலர்ந்து விட்டது. உள்ளே சென்று தண்ணீர்ப் பானையிலிருந்து ஜலத்தை மொண்டு சாப்பிட்டான். திரும்பவும் வந்து படுத்துக் கொண்டான். யோசித்தான். ஒன்றும் புரியவில்லை. ஏதாவது கவலையோ, பயமோ, யோசனையோ தோன்றினால்தானே! ஒன்றே ஒன்று. விச்சு அவனை உபயோகமற்றவன் என்று எண்ணுகிறாள்.

கண்களை மூடினான். உடனே ஏதோ ஒரு பீதி திடீர் என்று அவனைக் கவ்விக்கொண்டது. கையைத் தூக்க எண்ணினான். ஆனால் அதை உயர்த்த முடியவில்லை. காலை அசைத்துப் பார்த்தான்! அது மரம் போல் கனத்தது. இதென்ன? அவன் கைகால்கள் மரத்து விட்டனவா? அவனால் ஏன் நகர முடியவில்லை? மறுபடியும் அவன் கையைத் தூக்கி ஓங்கினான். இந்தத் தடவை அடி பளீர் பளீரென்று விழுந்தது. அடி பொறுக்க முடியாமல் அவன் சட்டென்று கண்ணை விழித்துக்கொண்டான். ஒரே அந்தகாரம். அவன் எங்கே இருக்கிறான்? என்ன நடந்தது? ஓகோ , கனவு. அவன் தனியாகப் படுத்துக்கொண்டிருக்கிறான். விச்சு போய்விட்டாள். அவள் அவனை உயிர் உணர்வில்லாத மரத்துப்போன ஒரு ஜடமென்று எண்ணியிருக்கிறாள். என்றைக்காவது... எப்போதாவது... அவன் கண் அயர்ந்து விட்டான்.

காலையில் எழுந்தவுடன் எத்தனை கொப்புளித்தும் வாய்க் கசப்புப் போகவில்லை. அதுவும் ஜில்லென்று பாப்பா மாமி எப்போதோ வைத்துவிட்டுப் போன அந்த காப்பியை குடிக்கவே முடியவில்லை. தினமென்றால் விச்சு சுடச்சுட...

விச்சுதான் போய் விட்டாளே.

மணி ஆறே முக்கால். அவன் படுக்கையை சுருட்டி வைத்தான். இதென்ன அதிசயம்! தினம் அவள் சொல்லச் சொல்லத் திரும்பிப் படுப்பானே!

துண்டை எடுத்துக்கொண்டு சுப்பைய்யா ஆற்றங்கரையைப் பார்த்து நடந்தான்.

நேற்றைய கனம் திரும்பவும் அவனை இறுத்தியது. நடக்கும்போது அது அடிவயிற்றில் கனத்தது. எத்தனை நாட்களுக்கு இப்படி இதைச் சுமப்பது. இதென்ன நோவா, வருத்தமா , கோபமா , துவேஷமா, என்னது? அவனுக்குச் சொல்லத் தெரியவில்லை. ஆனால் வருஷக்கணக்காக அது அவன் உள்ளத்தைத் தொளைத்து வருவதென்னமோ நிஜம். இப்போதும் அந்தச் சுமை பாறாங்கல்லாகக் கனத்தது. இன்று எப்படியாவது அதை மனதிலிருந்து இறக்க வேண்டும். அப்படிச் செய்தால், அந்த பாரம் அவனை விட்டு அகன்றால், ஒரு வேளை அவனுக்கு ஊக்கமுண்டாகலாம். உற்சாகம் பிறக்கலாம். அப்புறம் அவன் விச்சு சொல்வது போல சுறு சுறுப்புடன் வளைய வரலாம். அவளுக்கு வேண் டியதைச் செய்து கொடுக்கலாம். அவளை சந்தோஷப்படுத்தலாம். அவளைக் களிக்க வைக்கலாம், அவள் குதூகலம் கொள்ளுவாள். உங்களைப் போல் யாருண்டு என்று சொல்லி, அவன் கழுத்தைத் தன் கரத்தால்...

ஆனால் இந்த சுமையை எப்படி இறக்குவது? எங்கே இறக்குவது? இதற்குக் காரணம் தான் என்ன? ஏமாற்றமா? பொறாமையா? அல்லது விச்சு சொல்வது போல கையால் ஆகாதேயென்ற திக்கற்ற தன்மையா?

அவனுக்குத் திடீரென்று தலையைச் சுற்றிற்று. ஒரு கணத்திற்கு கண் கூடத் தெரியவில்லை. திரை விலகி மறுபடியும் கண்களைத் திறந்ததும் அவன் மேலக் கோடியாத்துக்கு எதிரில் நிற்பது தெரிய வந்தது. ஓகோ. இவனா? ஹா... ஹா. தன்னுடைய கதையின் கதாநாயகன். விச்சுவின் ஆதர்ச புருஷன். லட்சியவாதி. அவன் முகத்தில் ஒரு ஏளனச் சிரிப்பு. சட்டென்று அது மறைகிறது. இதென்ன? சுப்பைய்யா கண்களில் இதுவரையில் பார்த்திராத ஒரு புதிய ஒளி மின்னுகிறது?

அப்போது திண்ணைப்படியிலிருந்து ரோகிணி இறங்கி கோவிலைப் பார்த்துப் போய்க் கொண்டிருந்தாள். திறந்த

அவ்வாயிலை நோக்கியபடியே அவன் அப்படியே கொஞ்ச நேரம் அங்கே நின்றான். ஆனால் அவளைப் பார்க்கவில்லை. அவளும் அவன் அங்கே நிற்பதை அறியவில்லை. உள்ளே நடந்த அந்த நூதனமான நாடகத்தை நினைத்துக் கொண்டே போனாள்.

★★★

"ஏது மணி ஏழுதானே ஆறது? இந்த சமயத்திலே இங்கேயெங்கே வந்தேள்?" என்று ரோகிணி கணவனை விசாரித்தாள்.

"அதேன் கேக்கறே? தெப்பம் இழுக்க ரண்டு படைகள் கூடியிருக்கே. அவாளுக்குள்ளே யார் வடம் பிடிக்கறதுன்னு ஒரே வாக்கு வாதம். சுந்தாவானா கூப்பாடு போடறான். ஆட்காரா ஆ... ஊ... இன்னு தோள் தட்டறா. ஆகப்போக தெப்பம் கிளம்ப நேரமாயுடுமுன்னு தோணித்து. அப்படியே கொஞ்சம் காப்பி குடிச்சுட்டுப் போகலாமுன்னு வந்தேன். அக்கா எங்கே?"

"அப்பவே கோவிலுக்குப் போயுட்டாரே?"

"நீ மாத்திரம் எப்போதும் போலே போகாமே நின்னுட்டயாக்கும்?"

"திருநாளிலே என்னவிருக்கு?"

"அதுதானே. பட்டணமா? எக்ஸிபிஷன், கலைவிழான்னு நாகரீகமா இருக்கறத்துக்கு? இதென்னமோ பட்டிக்காட்டான் செய்யுற கூத்தாச்சே, என்னா?"

ரோகிணி அவரை ஒரு விதமாகப் பார்த்தாள். ஆனால் அந்தப் பார்வையின் எச்சரிக்கை அவர் மூளைக்கு எட்டவில்லை. அவர் அவளை மேலும் மேலும் வதைக்க ஆரம்பித்தார்.

"நாங்களெல்லாம் நாட்டுப்புறம். நன்செய் புன்செய்யின்னு பேசிண்டிருப்போம். திருவிழாக்கடைக்குப் போவோம். புகையிலை போடுவோம். என்னா?"

அவர் அவளை முறுக்கி விட்டுக் கொண்டே போனார்.

“இதோப் பாருங்கோ. வீணா இப்படி என்னை ஏதேனும் சொல்லிண்டிருக்காதேயுங்கோ” அவள் அழமாட்டாக் குறையாகக் கெஞ்சினாள். சந்திரசேகரய்யரோ அவள் சொன்னதைக் கவனியாமல் மேலும் மேலும் அவளை ஏய்த்துக் காட்டிக் கொண்டே போனார்.

“எப்போதும் இப்படித்தான். நமக்குள்ளே ரம்மியமேது?” என்று அவள் முணு முணுத்தாள்.

இதைக் கேட்ட பிறகுதான் அவர் விழித்துக் கொண்டார். முகத்தில் சிறிதளவு சலனம் படர்ந்தது.

“ஏது அப்படிச் சொல்றாய் , ரோகிணி. மறந்துட்டாயா? நாம் எம்புட்டோ பிரியமா இருந்திருக்கோமே.”

“இல்லவேயில்லை. நமக்குள்ளே எப்போதும் சண்டைதானே!”

“அப்போ நீ என் கூட சந்தோஷமா இருந்ததேயில்லையா?”

“ஆரம்பம் முதல் இப்படித்தானே. சதா வாக்குவாதம், போர், ஏச்சுக்காட்டல். ஆசையா இருக்க எங்கே சமயம்?”

“ரோகிணி!” அவர் மனம் தடுமாறிற்று.

“உங்களைப் போல சாந்தமா இம்புட்டு இனமா, சௌஜன்யமா யாரும் இருக்கமாட்டான்னு ஊர்க்காரா எண்ணிண்டிருக்காளே. நிஜமாகவே நீங்க எப்படீன்னு தெரிஞ்சா என்ன சொல்லுவாளோ” என்றாள் ரோகிணி.

அவர் கலவரத்துடன் அவளைப் பார்த்தார்.

“ஆமா. உங்களோட இந்த ராட்சஸ ரூபத்தை காட்டிக் கொடுக்கணும். என்னா?”

அவர் துணுக்குற்றார்.

“நீ சொல்றது சரியில்லேன்னு உனக்கே தெரியும். ஏதோ, எப்பவோ, அலுப்பிலே என்னவோ சொன்னேன்

இன்னு...” அவர் வார்த்தைகள் தட்டுத்தடுமாறிக்கொண்டு வெளிவந்தன.

“எப்போதாவதா அப்படி இருக்கேள்? நேக்குன்னா தெரியும்? துக்கம் தீர அம்புட்டு பேர் கிட்டேயும் நிஜத்தைச் சொல்லணுமுன்னு தோணறது.”

“ஓ. அப்படியெல்லாம் புறப்பட்டுடாதே. அவமான முன்னா.”

“உங்களோட நிஜமான குணம் ஊர்க்காராளுக்குத் தெரிய வேண்டாமா?”

“ரோகிணி, வேண்டாமடி...” அவர் பயந்தே போய் விட்டார்.

ஓகோ. சட்டென்று ஒரு வெளிச்சம். அப்போதுதான் ஊர்க்காரர்களுடைய நல்ல அபிப்ராயம் அவருக்கு எவ்வளவு அவசியம் என்ற உண்மை அவளுக்குப் புலப்பட்டது. அதை இழந்துவிட்டால் அப்புறம்... அப்புறம்...? அவள் அவரைப் பார்த்தாள். சந்திரசேகரய்யர் தன் முகத்தைக் கவிழ்த்துக் கொண்டார். ஆமாம். ஊரில் அவருக்குள்ள அந்தப் பெயர் தான் அவருடைய சுவ கௌரவத்தைக் காப்பாற்றிற்று. அதை இழந்து விட்டால், அப்புறம் அவருக்கு அங்கே தலை தூக்கமுடியாது. இதை ஏன் அவள் இதுவரையில் உணரவில்லை.?

“நான் சுத்த முட்டாள். உங்களாட்டமா மொறை வாழ்க்கை நடத்தறவாளுக்கு ஊரிலே வழங்கற பெயர்தானே முக்கியமுன்னு இம்புட்டு நாளாக தெரிஞ்சுக்காமே இருந்துட்டேன். இப்போ தெரிஞ்சுது. நான் என்ன செய்யணுமுன்னு.”

அவர் கவலையுடன் அவளைப் பார்த்தார்.

“ரோகிணி, ஊர்க்காராகிட்டேப் போய் தாறுமாறாக உளற உன் சுவ புத்தி உனக்கு இடம் கொடுக்காதுன்னு நெனக்கறேன்.”

“ஏன்? பாத்துண்டே இருக்கேளா?”

“ரோகிணி, இதோப் பாரு. போனது போகட்டும். இனிமேல்

உன்னை அப்படியெல்லாம் சொல்லமாட்டேன். சத்தியமாச் சொல்றேன்."

சந்திரசேகரய்யர் அவளுடன் மன்றாடினார். அவளோ இணக்கம் காட்டாமல் இறுமாப்புடன் இருந்தாள் அவருடைய பணிவைக் கண்டு பரமானந்தம் கொண்டு, அவரை அப்படியே அழுத்திப் பிடித்து வைக்க வேண்டிய இடத்தில் வைத்து வேடிக்கை பார்ப்பது என்று தீர்மானித்தாள். அதை நடத்தவும் நடத்தினாள். நிலைமை கைமாறி விட்டதை உணர்ந்து அவர்தான் தவித்தார்.

இந்த நாடகம் கலைந்து அவள் வெளியே வரும்போது தான் சுப்பைய்யா எதிரே வந்தான். அவள் அவனைக் கவனியாமல் போய்விட்டாள்.

★★★

தெப்பத்திற்கு முதல் நாள் இரவுதான் ஹெட்கான்ஸ் டெபிள் தங்கவேலுவுக்கு சந்தேகம் தோன்றிற்று. தெப்பம் இழுக்க இருதரத்தார்களும் வந்துவிடலாமென்ற எண்ணம் அவனுக்கு உதித்தது. அப்படியானால் கோவிலைச்சுற்றி நூறு, இருநூறுவென்று ஆட்கள் கூடலாம். நிச்சயமாக வாதம் நடக்கும். அடிதடியும் உண்டாகலாம். நாலு சிப்பாய்களுடன் அத்தனை பெரிய கூட்டத்தை எப்படி சமாளிப்பது? அவனுக்கு யோசனை உண்டாய் விட்டது. உடனே ஒரு சிப்பாயைக் கூப்பிட்டு அவன் மூலம் திருநாகனூர் சப் - இன்ஸ்பெக்டருக்கு செய்தி விடுவித்தான். பிறகு பொழுது புலர் வதற்குள் மீதியுள்ள மூன்று சிப்பாய்களை அழைத்துக் கொண்டு கோவிலுக்குச் சென்றான்.

மெதுவாக சிறு அலைகளாக ஆரம்பித்து பேச்சுப் பலத்துக் கொண்டு வந்தது. சூரியன் கிழக்கு வானத்தில் ஏற ஏற அது வலுத்தது. இரு தரத்தார்களும் ஒருவர் மேல் ஒருவர் பாய தருணம் பார்த்து முறைத்து நின்றனர். சுந்தா என்னவெல்லாமோ சுவரம் போட்டுப் பார்த்தான். அம்பி மாமாவுக்கு வேர்த்து விறு விறுத்தது. அந்தத் தடியர்கள் அடங்கினால்தானே!

“ஏ, எலே, எங்க தெப்பத்துங்கிட்டே உங்களுக்கென்னடா வேலை?”

“இவரல்ல எங்களை அழைச்சுக்கிட்டு வந்தது? அவரைக் கேளடா தெரியும்?” என்று ஒருவன் சுந்தாவைச் சுட்டிக் காட்டினான்.

“வெக்கமில்லே? இப்படி வந்து ரகளை பண்ண?”

“மூடடா வாயை. எங்கேடா உங்க புரட்சிக்காரத் தலைவரு? அவரும் வரட்டும் சொல்றேன்.”

“குடுடா, ஒண்ணு. அப்படித்தாண்டா.”

கைகள் ஓங்கி உயர்ந்தன. முஷ்டிகள் இறுகின. மூன்று சிப்பாய்களும் நசுக்குண்டார்கள். அதற்குள் பெரிய பாட்டா அங்கே வந்தார். அந்தவூரில் அவரைத் தெரியாதவர்கள் உண்டோ? அந்த முகவெட்டு, அந்த தோரணை, அந்தப் பார்வை! அவர்கள் மந்திர சக்தியால் கட்டுண்டது போல அயர்ந்து விட்டார்கள். சூட்டுடன் வெளிவர இருந்த வார்த்தைகள் சப்பென்று அமுங்கின. பாம்பு மூச்சு விடுவதுபோல பொருமிக்கொண்டிருந்த அந்த கூட்டத்தின் பெருமூச்சு அடங்கிற்று. அவர்கள் அவருக்கு வழி விட்டார்கள்.

“சுவாமி புறப்பாடு தவக்கப்படறது, நீங்க இப்படி சண்டை போடறேளே? அழகாயில்லையே. ஆனா எல்லாம் வாடிக்கைக்காரா மேலேதான் தப்பு. ஏதோ சில அதிகப் பிரசங்கிகள் பேச்சைக் கேட்டுக்கொண்டு நீங்க தெப்பம் இழுக்க வரலேன்னு சொன்னேள். இவாளைக் கூப்பிட முடியா ஆச்சு. அதுக்காக வந்தவாளோடே சண்டை போடலாமோ?”

பெரிய பாட்டா சுற்று முற்றும் பார்த்தார். ஒரு ஓரமாக பிச்சாண்டி நின்றிருந்தான். தன்னால் இந்தக் கலகம் விளைந்ததைக் குறித்து அவன் பெருமைப்பட்டுக்கொள்வது போலிருந்தது அவனுடைய பாவம். அதில் அத்தனை ஆக்கி ரோசம், பெருமிதம், வெற்றிக்களை. இதுதான் சமயம், இவனை

அடக்கவென்று எண்ணினார், பாட்டா. அதுவும் அவனுடைய புரட்சிக்கார ஆட்களை வைத்துக் கொண்டே அவனை நன்றாக...

“ஆமா, நீங்க இப்படி ஒத்தரை ஒத்தர் அடிச்சிண்டு என்ன பிரயோஜனம்? இப்படியெல்லாம் கலகம் பண்ணி விட்டது யாரு? அதையின்னா யோசிச்சுப் பாக்கணும். தப்புச் செஞ்சவாளை அல்லவா தண்டிக்கணும்?”

பெரியபாட்டா கண்கள் பிச்சாண்டியை நோக்கின. கூட்டமும் அவனைப் பார்த்து விட்டது.

உடனே இது வரையில் எங்கே பாய்ச்சவென்று தெரியாமல் பொருமிக்கொண்டிருந்த அதனுடைய ஆத்திரம் பிச்சாண்டி மேல் திரும்பிக் கொண்டது.

“இதோ இவராலேதான் வந்த கஷ்டமெல்லாம்.”

“ஏண்டா அவரு கலைச்சா, உன் புத்தி எங்கே போச்சு? நீ ஏன் கெட்ட பேச்சைக் கேக்கணும்?”

“ஏனய்யா , புரட்சி பண்ணி, எங்களுக்கு பாவம் தேடி வெக்கப் பாத்துட்டு இப்பொ சும்மா நிக்கறே?”

“என்னய்யா சிரிப்பு?”

பிச்சாண்டி தூண்டி விட்ட அந்த ஆட்களே, அவன் மேல் விழுந்தார்கள். அவனை அங்கேயே பிய்த்துப் போட்டிருப்பார்கள். நல்ல வேளையாக அந்த சமயத்தில் பத்து, பன்னிரெண்டு சிப்பாய்களுடன் திருநாகனூர் சப் இன்ஸ்பெக்டர் வந்து சேர்ந்தார். வந்தவர் தாமதிக்காமல் கலாட்டாவை அடக்கும் தொழிலில் மும்முரமாக முனைந்தார். இது மாதிரிய ரகளையை ஆரம்பித்து விட்டால் அப்புறம் அடக்குவது எளிதா? அப்போது பிச்சாண்டி இருந்த இடம் தெரியவில்லை. அவனை ஒருவரும் தேடவுமில்லை. இதுதான் சாக்கென்று நினைத்து, கூட்டத்திலுள்ளவர்கள், அவனவன் தன் சொந்த பகைமைகளை எண்ணி, குறிபார்த்து அடிக்க

வாரம்பித்தான். சீக்கிரம் பிச்சாண்டிக்காக துவக்கின அடி தடி பொதுவாகி விட்டது. ஆள் வெள்ளம் அலைபுரண்டு சிப்பாய்களை எதிர்த்தது. அவர்கள் கையில் தடிகளுடன் எதிர் நீச்சுப் போட்டுக் கொண்டு அதைத் தாக்கினார்கள். பெரிய பாட்டா முகத்தில் வெற்றி தாண்டவமாடிற்று.

ஒருவர் மேல் ஒருவராக அவன்மேல் சாடியதும், பிச்சாண்டி நிதானமிழந்து கீழே விழுந்தான். அதன் பிறகு கூட்டம் அவனை எழுந்து நிற்க சம்மதிக்கவில்லை. இருந்தும் நசுங்கிச் சாகாமல் இருக்க அவன் மிக்க சாதுர்யத்துடன் ஆயிரம் கால்கள் இடைவழியாக ஊர்ந்து சென்று ஒருவரும் அறியாமல் தப்பித்துக் கொண்டான். அவன் சென்றதை யாரும் கவனிக்கவில்லை. அத்தனை புரளி, புழுதி, நெருக்கம்.

பிச்சாண்டி முகத்தில் ரத்தம் வழிந்தோடியது. கையிலும் காலிலும் பலத்த அடி. தடவி விட்டுக்கொண்டே அவன் நடந்தான். சீ. இந்த அற்ப மனிதர்களுக்காகவா அவன் இத்தனை தூரம் கிளர்ச்சி பண்ணி விட்டான். அசத்துக்கள். ஆட்டு மந்தையைப் போல கைகாட்டியபடி செல்லு கிறவர்கள். இவர்களுக்காகவா அவன் பாடுபட எண்ணினான்! சீர்திருத்தமாவது, மண்ணாங்கட்டியாவது? இந்த ஜனங்கள் இப்படித்தான் இருப்பார்கள்? முறை வாழ்க்கை என்னும் கூண்டில் பொறுப்பற்று சுகமாக ஜீவித்திருப்பவர்களுக்கு சுதந்திர வாழ்வின் சுமையைத் தாங்க லேசில் சக்தியுண்டாகுமா? யாராவது இந்தக் கோட்டானைப் போல ஒரு தொண்டு கிழம் வந்து ஏதாவது சொன்னால் அதைப் பல்லை இளித்துக் கொண்டு கேட்பார்கள். இவர்களுக்கா கூட்டுறவு வாழ்வு? அதற்கு அருகதையுள்ளவர்களா? ‘உங்களோட கொள்கைகள் எங்கே, இந்தச் சிறுமைகள் எங்கே’ என்று அவள் கேட்டதில் என்ன தவறு? போயும், போயும் இந்த ஜனங்களுக்காகவா அவன் பஞ்சாயத்தில் சீர்திருத்தம் செய்யத் திட்டம் போட்டான்? அங்கே போனால் அவன் நோக்கங்கள் பூர்த்தியாகும் என்று எப்படி நினைத்தான்? அங்கேயும் இந்தக் கோட்டான் உட்கார்ந்திருக்குமே. அகத்தில் பழைய முறைக் குப்பைகளை

சுருட்டி வைத்துக்கொண்டு கதையளக்கும். புறத்தே அழுக்கைச் சுமப்பதாகச் சொல்லி இவனைச் சுட்டிக் காட்டும். நிஜத்தை விண்டு பார்க்க இந்த மூட ஜனங்களுக்கு தைரியமுண்டா? கூட்டுறவென்றால் விடாமுயற்சியுடன் அல்லவா முன்னுக்குப் போக வேண்டும்? அதற்கு வேண்டியது துணிவும் அழுத்தமும் படைத்த ஒரு குழுவு. லட்சியங்களுக்காக உயிரைக்கூட தியாகம் செய்ய தயாராக இருக்கும் ஒரு குழுவு தேவை. அதை இந்தப் பட்டிக்காட்டில் எதிர்பார்த்தது அவனுடைய மடமை. "என்ன சாமி, இன்னிக்கி நீ வந்து ஏதாச்சியும் சொல்லிக்கிட்டுப் போவே, நாளைக்கு நாங்கன்னா இங்கே இருந்து கிட்டு பயிர் சேயணும்," என்று எத்தனை தடவை இவர்கள் அவனிடம் சொல்லியிருக்கிறார்கள்! சீ... இந்த ஜனங்கள் உதவாது. பேசாமல் பட்டணத்துக்குப் போனால், அங்கே பயிற்சி அடைந்தோர் இடையே ஏதோ ஒரு சிலராவது அவனைப்போல் மனப்பான்மை படைத்தவர்கள், கிடைப்பார்கள். அவர்களுடன் சேர்ந்து கொண்டால் என்றைக்காவது அவனுடைய லட்சிய உலகத்தை நிலை நாட்டலாம். இந்த கிராமத்தான்களை வைத்துக்கொண்டு எவனாவது பாடுபடுவனா? சீ.... அவன் புஜங்களை வீசிக்கொண்டே நடந்தான். அப்போது ரோகிணியின் முகமும், அவளுடைய ஏளனமும் அவனுக்கு ஞாபகம் வந்தது. அவள் குரலில் தொனித்த இகழ்ச்சியை நினைத்துக் கொண்டதும் அவன் நெஞ்சில் வேதனை படர்ந்தது. ஆமாம். அவன் அங்கேயே இருந்து கொண்டு தேர்தலில் ஜயித்து, பிரமாதமாக சீர்திருத்தங்கள் செய்து பிரபலமானால் கூட அவள் அவனைப் பாராட்டுவது சந்தேகம். அதில்லாவிட்டால், எங்கே இருந்தால் ஆகாது? எங்கேயாவது கண் மறைவாக... ஆனால் போவதற்குள் அவளை ஒரு முறையாவது கண்டு பேசிவிட்டுப் போக வேண்டும். அவன் கால்கள், அவனை, மேலக்கோடியாத்துத் திண்ணை வரையில் கொண்டு விட்டன. வாசற்கதவு திறந்து கிடந்தது.

மாண்டவர் சாபம்

III

இதென்ன இது? அவன் இங்கே எப்படி வந்தான்? எதற்காக? ஓகோ! அவன் சுற்று முற்றும் பார்த்தான். அண்டை அயலில் யாரும் இருப்பதாகத் தெரியவில்லை. எல்லாக் கதவுகளும் சாத்தியிருந்தன. கிராமமே சூனியமாக விளங்கிற்று. துலவிலிருந்து சுவாமி புறப்பாட்டின் ஆரவாரம் கணகணவென்று முழங்கிற்று. ஆமாம். தெப்பம் ஆரம்பமாய் விட்டது. ஊரோடு அங்கே ஜனங்கள் கூடி இருப்பார்கள். மீனக்கா கூட போயிருப்பாள். இந்த சமயத்தில் - ஏன் கூடாது? அவனுக்குத் தெரியும் ரோகிணி இவ்வித கூட்டங்களுக்குப் போகும் வழக்கம் கிடையாதென்று. அவன் தைரியமாக உள்ளே நுழைந்தான். போனவன், இரண்டு நிமிடங்களில் திரும்பி வாசலுக்கு வந்து விட்டான். அவன் முகம் பேயறைந்தாற் போல இருந்தது. நிதானமிழந்து திண்ணைச் சுவரில் முட்டிக் கொள்வது போல் தள்ளாடினான்.

இதென்ன விபரீதம். உஸ். அவனுக்கு உடம்பெல்லாம் குப்பென்று வேர்த்தது. தர்ம சங்கடமாய் விட்டதே. யாரையாவது கூப்பிடுவோமென்றால், இந்த சமயத்தில் அந்த

இடத்திற்கு எப்படி வந்தான் என்று அல்லவா கேட்பார்கள். வேண்டாம். அவனுக்கு எதற்கு இந்த வம்பெல்லாம். பேசாமல் நழுவிவிடுவதுதான் உசிதம். இல்லாவிட்டால் யாராவது, எதையாவது கிளப்பிவிடப் பார்ப்பார்கள். அவன் போகக் காலெடுத்து வைத்தானோ இல்லையோ தங்கவேலுவும் இரண்டு சிப்பாய்களும் குறுக்குச் சந்து வழியாக வெளிவந்து மேலக்கோடிப் பக்கமாக விரைந்தார்கள்.

“இதோ இருக்காரே புரட்சிக்காரத் தலைவரு. அம்புட்டு ரகளைக்கும் இவருதானே மூலகாரணம். புடியுங்கோடா இவரை” என்று உரக்க உத்தரவிட்டான் தங்கவேலு. சிப்பாய்கள் பிச்சாண்டியை நெருங்கினார்கள். அப்போது தான் பிச்சாண்டி ஒரு அசட்டுத்தனத்தைச் செய்தான். ஒன்றுக்கும் அதிராத அவன் அந்த ஒரு கணத்திற்கு தன் பகுத்தறிவை இழந்து விட்டான். யோசியாமல் சட்டென்று திரும்பி சந்திரசேகரய்யர் வீட்டிற்குள் ஓடி புறக்கடைக் கதவை எட்டப் பார்த்தான். சிப்பாய்கள் அவனைத் தொடர்ந்து ஓடினார்கள்.

தங்கவேலுவும், “விடாதேயுங்கோ, ஓடுங்கோ ” என்று கூப்பாடு போட்டபடி பின்னால் ஓடினான்.

அப்போது கூடத்தில் அவர்கள் கண்ட அலங்கோலக் காட்சி ஒரு நிமிடம் எல்லோரையும் திகைக்க வைத்தது.

மறுகணம், “53, நீ போய் அவரைப் பிடித்து வா, இதை நான் கவனிக்கிறேன்” என்றான் தங்கவேலு.

53 குடல் தெறிக்க ஓடினான். பின்புறமுள்ள குறுகிய சந்தில் பிச்சாண்டி அகப்பட்டுக் கொண்டான். அவன் கையில் விலங்கிட்டு உள்ளே அழைத்து வந்தான் 53.

“ஏம்பா, ரகளை போறாதுன்னு இதுவுங்கூடாவா செஞ்சே,” என்று கேட்டபடி பிச்சாண்டியை முறைத்துப் பார்த்தான் 56.

தங்கவேலு பேசவில்லை. தரையை நோக்கி குனிந்தபடியே

பரிசோதனையில் முனைந்திருந்தான். ஐந்து நிமிடங்கள் கழித்துத்தான் நிமிர்ந்து 56-ஐப் பார்த்தான்.

“சீக்கிரமா ஓடிப் போயி இன்ஸ்பெக்டர்கிட்டே விஷயத்தைச் சொல்லு. அப்படியே பெரிய பாட்டாவையும் டாக்டரையும் கூட்டி வா. ஓடு,” என்றான்.

சந்திரசேகரய்யர் நடுக்கூடத்தில் குப்புற விழுந்து கிடந்தார். யாரோ, அவர் மண்டை ஓடு பிளக்கும்படி ஓங்கி பல முறை அடித்திருந்தார்கள். நசுக்குண்ட அந்தத் தலை பிசைந்த ஒரு ரத்த பிண்டமாகத் தென்பட்டது. தரையெங்கும் ரத்தக் கறைகள். தங்கவேலு அவர் கையைத் தூக்கி நாடியைப் பரிசோதித்தான். ஊ... ஊம். உயிர் நீங்கி விட்டது. ஆனால் உடம்பில் இன்னும் கதகதப்பு இருந்தது என்னவானாலும் டாக்டர் வரும் வரையில் பேசாமல் இருந்து தான் ஆக வேண்டும். அவன் சுற்றுமுற்றும் பார்த்தான்.

ஒரு இரும்பு உலக்கை ஓரமாக உருண்டோடி இருந்தது. ஓகோ, இந்த உலக்கை செய்த வேலைதானா இது. யார், அது? ஈவிரக்கமின்றி இப்படி அவர் தலையை துவையலாக மசித் தது? அவன் மறுபடியும் நாலா பக்கமும் கண்களை ஓட்டினான். அது எல்லா கிராம வீடுகளைப் போலொன்று. கூடத்து சுவரில் பூஜை அலமாரி. எதிரே பெரிய வெங்கலக் குத்து விளக்கு. ஓரத்தில் ராமாயணப் பலகை. அடுக்களைக் கதவருகே நீர்ப் பானைகள் இரண்டும், குடமொன்றும் இருந்தன. மூலையில் ஒரு கைத்தடி. மித்தவோரத்தில் சந்தனக்கல், ஒரு செம்பு, சில பாத்திரங்கள். இவ்வளவே. இவை எல்லா வீடுகளிலும் சகஜமாகக் காணும் வஸ்துக்கள். வேறு ஒரு வித மாறுபாடும் அங்கே தென்படவில்லை.

ரேழி சன்னலோரமாக சிப்பாயுடன் நின்றிருந்த பிச்சாண்டியிடம் தங்கவேலு சொன்னான்.

“நல்லவேளை. அந்த ரகளைக்காரத் தலைவரைப் புடிச்சுக்கிட்டு வாங்கோன்னு இன்ஸ்பெக்டர் சொல்லவே நாங்க இப்படி

வந்தோம். இல்லாகட்டி நீங்க எங்கே அகப்பட்டிருப்பீங்க?"

"இதோப்பாரு. இந்த கண்றாவியைப்பத்தி நேக்கு ஒண்ணுமே தெரியாது" என்றான் பிச்சாண்டி.

"அதுதான் எங்களைக் கண்டவுடனே அப்படி ஓடினீங்களோ?"

பிச்சாண்டியால் இதற்கு விடை அளிக்க முடியவில்லை.

"அப்படி வாங்க வழிக்கி? ஏதுக்கு ஓடினீங்க? நீங்க அப்படி ஓடியிருக்காட்டா இந்தக் கொலையைக்கூட நாங்க இப்போ கண்டு புடிச்சிருக்க மாட்டோமே?"

"அப்போ நான் தான் அவரைக் கொலை செஞ்சுப்புட்டு ஓடினேன்னு சொல்லறயா?"

"அதென்னமோ. விசாரணை ஆனா அல்ல தெரியும்? இருந்தாலும் நாங்க உங்களை கலாட்டா சம்பந்தமாத்தானே பிடிக்க வந்தோம். நீங்க மாத்திரம் சும்மா வாசல்லே நின்னுகிட்டு இருந்திருந்தா, அந்த வாக்கிலே புடிச்சுக்கிட்டுப் போயிருப்போமே. அதில்லாமே ஓடினீங்க. இப்போ இதெல்லாம் உங்க தலைமேலே விழாமே எங்கே போகும்?"

பிச்சாண்டி தன் குற்றத்தை உணர்ந்தான். இருந்தாலும் தடுமாற்றத்தை வெளிக்காட்டாமல், உறுதிபூண்டு, "நேக்கு இதைப் பற்றி ஒண்ணும் தெரியாது" என்று அடிக்கடி வாய்க்குள்ளேயே முணு முணுத்தபடி இருந்தான்.

★★★

ஆனந்தா திருநாள் கும்பலில் புகுந்து கொண்டாள். அலைபோல் ஜனப்பிரளயம். ஊசி குத்த இடமில்லாமல் வழிநெடுக கடைக்கண்ணிகள். அவை எப்படித்தான் முளைத்தனவோ, அப்புறம் திருநாள் கழிந்ததும் எப்படித்தான் மறையுமோ! அந்தப் பத்து நாட்களுக்கும் அங்கே அப்படியொரு சந்தடி! டும் டும்மென்று கொட்டு மேளத்தின் டுங்காரம் வேறு காதைப் பிளந்தது. அதற்கிடையில் சத்தம் போட்டு பேரம் பேசுகிறார்கள்,

ஜனங்கள். பாத்திரம், ஜோடு, ஜவளி என்பதிலிருந்து சோழி, குந்துமணி வரையில் தினுசுவாரியாக விற்பனைப் பண்டங்கள் குவிந்து கிடந்தன. பளபளவென்று, நாகர், ஜடவில்லை, குஞ்சலமென்று பூச்சு நகைகள் இளம் வேனலில் மினுமினுத்தன. இப் பெண்கள் ஜோடிப்புகளை கண் கொட்டாமல் பார்த்து நின்றாள், ஆனந்தா.

இடித்து மோதிக்கொண்டே நடமாடினார்கள் ஜனங்கள். விழாவில் கலந்து கொண்டதும், நாடோடி வாழ்க்கையின் நிபந்தனைகளிலிருந்து விடுபட்டாற்போல் அவர்களுக்கு ஒரு சுதந்திர உணர்வு உண்டாயிற்று. இந்த கூட்டத்தில் எவன் என்ன செய்தாலும் யார் கவனிக்கப் போகிறார்கள் என்ற ஒரு நம்பிக்கை அவர்கள் உற்சாகத்தை வளர்த்தது. கூச்சமில்லாமல் சிரித்து விளையாடினார்கள்; ஜோடி சேர்ந்து கூட மறைந்தார்கள்; இந்தக் கூத்துக் களியெல்லாம் கொஞ்சப் பொழுதிற்குத்தானே! அப்படி யாராவது எதையாவது கண்டு விட்டாற்கூட 'திருநாள் அல்லவா என்று சொல்லிப் பார்க்காதது போல போய்விடுவார்கள். சுப்புக்குட்டி சாஸ்திரியும் ஆனந்தாவுடன் ஒட்டிக்கொண்டார். அவள் அவரை முறைத்துப் பார்த்தாள்.

"ஏதுக்கு இப்படி என்னையே சுத்தறேள்? யாரேனும் பார்க்கப் போறா?"

"உன்னோட இப்படி வெளிப்படையா உலாவணுமுன்னு ஆசையா இருந்தது, வந்தேன். திருநாள் கூட்டத் திலே யாரு கவனிக்கப் போறா?" என்றார் அவர், அவளை வெட்கத்துடன் பார்த்துக்கொண்டே.

"சரியாப் போச்சு, யாரேன் கண்டுட்டா மானமுன்னா போகும்."

சுப்புக்குட்டி அவளைக் கெஞ்சும் பாவனையில் பார்த்தார். "இப்படியே எப்போதும் இருக்க நான் கொடுத்து வைக்கலையே!"

அவர் முகத்தைப் பார்த்ததும் ஆனந்தாவுக்குக்கூட பரிதாபமாக இருந்தது.

“சரி, வாங்கோ, போகலாம். இங்கே நின்னா அபத்தம்” என்றாள் அவள், தன் கடு கடுப்பைத் தணித்துக்கொண்டு.

“சாமு வீட்டிலே தோசை இருக்கும். வாங்கிண்டு வரட்டுமா? நீ முதல்லே போறயா?” அவர் ஆவலுடன் கேட்டார்.

மணி ஏழரை இருக்கும். சாமு வீட்டில் தோசை செலவழிந்து விட்டது. ஆனந்தாவுக்கோ தின்னப்பிடிக்கும்.

அவர் வெறுங்கையுடன் போனால் ஏதாவது, ஒடியெறிதலாகச் சொல்லுவாள். சுப்புக்குட்டி தின்பண்டத்தைத் தேடி கொஞ்சம் அலைந்தார். கடைசியாக அதே குருட்டுத் தெருவுக்குப் போகப் புறப்பட்டார். முடுக்கைத் திரும்பினதும், மேலைக் கோடியாத்து கொல்லைப் புறமாக யாரோ வருவது அவர் கண்ணில் புலப்பட்டது. அட... டா இந்த சமயத்தில் அவரை அங்கே யாராவது கண்டுகொண்டால் வீண் வம்பல்லவா? அவர் சட்டென்று திரும்பிப் போனார். ஆனால் அன்று அவருக்குப் போதாத காலமென்றுதான் சொல்ல வேண்டும். எதிரே முத்து வந்து கொண்டிருந்தான். அவனிடமிருந்து மறைந்து கொள்ள அவர் சட்டென்று பக்கத்திலிருந்த ஒரு வீட்டுத் திண்ணையில் பதுங்கிக் கொண்டார். முத்து தெருக்கோடியைத் திரும்பினதும், மறுபடியும் தன் அவசரப் பிரயாணத்தைத் துவக்கினார்.

அந்த இடத்தில் காலை சூரியனின் சரிவான ரேகைகள் கூட புகுராது. அத்தனை குறுகிய இடைவழி. இருட்டு. எப்போதும் போல சுப்புக்குட்டி சாஸ்திரிகள் கரங்கள் அந்தகாரத்தில் ஆனந்தாவை நாடின.

“என்ன இது? எல்லாருக்கும் உபதேசம் பண்ணிப் பிட்டு, நீங்களே பட்டப் பகலிலே இப்படி....?”

பகல் கலவி பாபமென்பதை வாஸவேச்வரத்து ஜனங்களுக்கு அவரே எத்தனை முறை எச்சரித்திருக்கிறார்? அவ்வூராரும் அதை ஒரு தகாத காரியமென்றுதான் எண்ணினார்கள், அதுவுமல்லாமல் ஊரின் சதாசார ஒழுக்கங்களுக்கு இவர்கள் தாம் பொறுப்பாளிகள் போல தவறாக நடப்பவர்களைக்

கண்டனமும் செய்து வந்தார்கள். அப்படிச் செய்யும் போதெல்லாம் விவரக் கட்டைகளாக நடந்து கொள்ளும் அவ்விதக் காதலர்களைப் பற்றிப் பேச்சுக் கிளம்புவது இயற்கைதானே. அப்போது ஜனங்கள் காதலைப் பற்றி விரிவாகவும் ருசியாகவும் சம்பாஷிக்கத் தவறமாட்டார்கள். சங்கதிகளை சரிவர ஆராய்ந்தால் தானே பிறகு கண்டனம் செய்ய முடியும்? அவர்கள் அதைக் குறித்து நன்றாக விஸ்தரித்துப் பேசினார்கள். எப்படியாயிற்று? எப்போது கூடினார்கள்? எங்கே சந்தித்துக் கொண்டார்கள்? என்ன பேசினார்கள்? நல்லொழுக்கங் கொண்ட ஜனங்களானதினால் அவர்கள் சீர்கேடான நடவடிக்கைகளைக் குறித்து இவ்விதமாக கவலையுடன் விசாரிப்பதில் ஆச்சரியமில்லை. ஒவ்வொரு அம்சத்தையும் முழுவதும் விசாரிப்பது கடமையல்லவா?

“இதென்ன கூத்து? உங்களுக்கு இருக்கிற ஆர்வம் இளங் காளைகளுக்குக் கூட வராதே!” என்றாள் ஆனந்தா.

அப்போது சுப்புக்குட்டி தன் தேகத்தைப் பற்றி விசனத்துடன் எண்ணிப் பார்த்துக் கொண்டார். தொப்பை, சூம்பிய தொடைகள், கூம்பி நிற்கும் தோட்கள், வளைந்த முதுகு, வழுக்கை மண்டை ஓட்டிற்கு நடுவே ஒரு சிறு குடுமி. அவர் தன்னைத்தானே நொந்து கொண்டார். அந்த நாட்களில் எப்படி இருப்பார்? தலையில் கட்டு மயிர், உருவி விட்டாற்போல பளபளக்கும் தேகம். அதையெல்லாம் அப்போது ஒரு பொருட்டாக எண்ணினாரா? ஏதோ எல்லோரையும் போல விவாகம், குழந்தைகள், குடும்பப் பொறுப்பு என்று வாழ்க்கையை நடத்தி வந்தாரே தவிர விசேஷ இந்திரிய நாட்டங்கள் ஏதும் அவருக்கு இருந்ததில்லை. இப்போது என்னவென்றால், இந்த ஐம்பது வயதில் அவருக்குச் சின்ன பிள்ளையைப்போல இருதயம் அடித்தது, ரத்தம் கொதித்தது. பால்யம் திரும்பிவிட்டது. இல்லை. அது இப்போது தான் ஆரம்பமாயிருக்கிறது என்று சொல்லலாம். ஏன் என்றால், அவர் கனவிலும் நினைக்காதது, அனுபவிக்காதது எல்லாம்

இப்போது அவருக்கு அமிழ்ந்த இன்பத்தைக் கொடுத்தது. தவிர்க்க முடியாத ஆவலும் அதனால் அச்சமும் விளைந்தது.

★★★

கொஞ்சங் கொஞ்சமாக செய்தி திருநாள் கூட்டத்தை எட்டிற்று. கேட்க வேண்டுமா கிளர்ச்சிக்கு. சலசலவென்று இரைச்சலுடன் ஜனங்கள் பெரிய பாட்டா வருவதற்குள்ளாகவே சந்திரசேகரய்யர் வீட்டிற்கு எதிரில் கூடிவிட்டார்கள். திருநாள் கிடக்கட்டும். அது வருடந்தோறும் வருகிறது. இது? கொலையாமே... அதுவும் சந்திரசேகரய்யரை. பேச்சுப் பிரவாகமாக எடுத்து, கூட்டத்தின் தலைமேல் அலைவீசிப் பாய்ந்து சென்றது.

உள்ளே மீனக்கா கோவென்று அலறி அழும் சத்தம் கேட்டது. ரோகிணி திக்பிரமை கொண்டு இடைநாழிச் சுவர் மேல் சாய்ந்து கொண்டிருந்தாள். பெரிய பாட்டா முகத்தில் ஈயாடவில்லை.

“வாங்க, நீங்க வந்த பிறகுதான் வீட்டை சோதனை போட்டு, மத்த பரிசீலனைகளைச் செய்யணுமுன்னு காத்துக் கிட்டு இருந்தேன்” என்றார் இன்ஸ்பெக்டர்.

குனிந்து பிணத்தைப் பரிசோதித்துக் கொண்டிருந்த சுந்தா நிமிர்ந்து கொண்டான். பிறகு கையிலுள்ள கடியாரத்தைப் பார்த்தான்.

“இப்போ மணி ஒன்பதரையா? சுமார் ஏழைரைக்கி மரணமாயிருக்கும். கூடிப்போனா ஏழே முக்காலுன்னு சொல்லலாம். அதுக்கு முன்னாலே இருக்காது” என்றான்.

“நீங்க சொல்றது சரிதான்னு தோணறது. நான் இங்கே வரச்சே தேகத்திலே சூடு கூட இருந்திச்சு. அப்பொ மணி எட்டேகால் தானிருக்கும்” என்றான் தங்கவேலு.

பெரிய பாட்டா கண்கள் சுற்றுமுற்றும் ஓடி அலைந்தன. தங்கவேலுவைப் போல் தான் அவரும் நினைத்தார். விசேஷமாக எடுத்துச் சொல்ல முடியாக அங்கே ஒன்றுமே தென்படவில்லை. ஓ... இதென்ன கைத்தடி? புதிதாக இருக்கிறதே! அவர் அருகில்

போய் அதை நன்றாக பரிசோதித்துப் பார்த்தார். போலீஸார்கள் தம் சோதனைகளைத் துவக்கினார்கள்.

"ஊரிலே விஷமம் செஞ்சுண்டு இருந்தப்போ ஏதோ அல்ப மனுஷன்னு பட்டது. இப்போ என்னான்னா துஷ்டனாகவே ஆயுட்டயே. தேர்தல் போட்டீன்னா இப்படியா மனுஷனையே கொன்னுடறது?" சுந்தா பிச்சாண்டியை ஆக்ரோசத்துடன் பார்த்தான். அந்தப் பார்வையில், போரில் வெற்றி பெற்ற வீரன் கீழே விழுந்த எதிரியை காலால் உதைக்கும் போதுண்டாகும், குதூகலம் இருந்தது.

பிச்சாண்டியா இதைப் பொறுப்பவன்? அவன் சுந்தாவை சுட்டுவிடுபவன் போல விழித்துப் பார்த்தான்.

"என்ன ஓய், யோசிச்சுப் பேசும். அனாவசியமாப் பழியைச் சாத்த வேண்டாம். நான் அவரைக் கொல்லவில்லை."

"நீ சொன்னால் போதுமா?"

"இப்படித்தான் அப்பவே பிடிச்சு சொல்லறாரு. அப்படியானா எங்களைப் பார்த்தவுடன் ஏன் ஓடணுமுன்னு நான் கேக்கறேன்?" என்றான் தங்கவேலு.

பெரிய பாட்டா பிச்சாண்டியை யோசனையுடன் பார்த்தார். ஆமாம். எல்லாம் அவனைத்தான் குறிப்பிட்டன. அவன்தான் அதைச் செய்திருக்க வேண்டும். இருந்தாலும் கொலை செய்துவிட்டு இப்படிக் கொலைஞன் அழகாக அகப்பட்டுக் கொண்டான் என்றால் அது என்னமோ நடக்கக் கூடியதாகத் தோன்றவில்லையே. சந்தர்ப்பங்கள் ஒன்றாய் வந்து சேர்ந்து, கொலையாளி அப்படியே போலீஸ் கையில் சிக்கிக்கொண்டான் என்றால் விசித்திரமாக அல்லவா இருக்கிறது. அவர் பிச்சாண்டியைப் பார்த்தார். அவன் பாவம் கையும் கொலையுமாக பிடிப்பட்டவன் மாதிரி இல்லை. அதில் திகைப்பும் பிரமிப்பும் தான் அதிகமாயிருந்தது. சுந்தா அவனைத் தாக்கினதும் அவன் தன் கழுத்தை உயர்த்திக் கொண்டு, இதழ்களிடையே இகழ்ச்சிப் புன்னகை நெளிய,

டாக்டரை ஏறிட்டுப் பார்த்த வண்ணம் இருந்தான். வாஸ்தவம். இந்த நாடகத்தை வைத்துக்கொண்டு அவன் குற்றவாளி அல்லவென்றும் சொல்ல முடியாது. பிச்சாண்டியைப் போலுள்ளவர்கள் குற்றவாளியென்று ருசுவான பிறகு கூட இப்படித்தான் வீம்புடன் குப்புற விழுந்தாலும் மீசையில் மண்ணொட்டவில்லை' என்ற மாதிரியில் இருப்பார்கள். இருந்தாலும் அந்த சூழ்நிலையிலுள்ள ஏதோ ஒன்று அவர் மனதை உறுத்தியது. இசை கேடான ஒரு நிலைமை அங்கே தேங்கி நின்றது. அந்த எண்ணம் நிழலைப் போல அவர் நினைவிற்குள் ஓடி மறைந்ததே தவிர இன்னதென்று கண்டு கொள்ள முடியாமல் இருந்தது. எது நிஜம்?

சுந்தா என்னமோ சந்தேகமே படவில்லை. அவன் ஆவேசத்துடன் பிச்சாண்டி பேரில் பழி சாத்தினான்.

"உன் மனசிலே எம்புட்டு இருந்தா இப்படி செஞ்சிருப்பே. அட, கோவமுன்னா இப்படியா? தெர்தலை ஐயிச்சுப் புடறேன்னு ஜம்பம் பேசினயே. அப்படியே சேஞ்சு தொலைக்கக்கூடாதா? இதென்ன குரூரம்?" வார்த்தைகளைக் கொட்டின வேகத்தில் சுந்தாவுக்கு மூச்சுத்திணறியது.

அப்போது போலீஸ் டாக்டர் அங்கே வந்து சேர்ந்தார். (சுந்தாவின் பேச்சு வெள்ளம் தடைபெற்றது) அவன் அவருடன் பிணத்தைப் பரிசோதிக்கச் செல்லும்படி ஆகி விட்டது.

இதுதான் தருணமென்று பெரிய பாட்டா, "இப்படி வாப்பா, குச்சிலுக்குப் போய்ப் பேசுவோ" மென்று பிச்சாண்டியை அழைத்தார். அவன் அவருடன் நடந்தான். சிப்பாயும் கூடப் போனான். பெரிய பாட்டா சிப்பாயைக் குறிப்புடன் பார்த்தார்.

"நீ ரேழியிலேயே இருப்பா சத்தே" என்றார்.

அவன் தயங்கனபடியே அங்கே நின்றான்.

"பயப்படாதே, குச்சில்தானே. அவன் ஓடிப்போக முடியாது," என்றார் பெரிய பாட்டா, இன்ஸ்பெக்டரைப்

பார்த்துக்கொண்டே. அவரோ பதிலே கொடுக்கவில்லை. அவ்வளவு மும்மரமாக சோதனையில் ஆழ்ந்திருந்தார். சிப்பாய் அந்தவூர்க்காரன். குழந்தைப்பருவத்திலிருந்து பெரிய பாட்டாவை ஊருக்குப் பெரியவராக வைத்து மரியாதை பண்ணினவன். இப்போது அவர் சொல்லை எப்படித் தட்டுவது? அவன் ரேழியுடன் நின்று விட்டான்.

பெரிய பாட்டா பிச்சாண்டியை குச்சிலுக்குள்ளே கூட்டிப் போனார். பிறகு ஆயாசத்துடன் அங்குள்ள பென்சின் மேல் சாய்ந்து கொண்டார். காலையிலிருந்து ரகளை, சச்சரவு, கடைசியில் இது. இந்தவூர்தான் என்ன அமர்க்களப்படுகிறது. குக்கிராமத்தில் வாழ்க்கை சம்பவ மற்று நிதானமாக ஓடுவதாக யார் சொன்னார்கள்? அவர் பெருமூச்சு விட்டார் .

“ஊம், அப்பா, நீ மாத்திரம் இம்புட்டெல்லாம் கிளப்பி விட்டிருக்காட்டா...” மறுபடியும் நீண்ட ஒரு சுவாசம். பிறகு சற்று நேரத்திற்கு அங்கே மௌனம்.

பிச்சாண்டியின் முகத்தில் ஒரு விசனச் சாயைப் படர்ந் தது. அவன் பதில் சொல்லாமல் தலை குனிந்து கொண்டிருந்தான்.

“கோவில் வாசல்லே இப்போத்தான் அடிதடி ஓஞ்சு, சமாதானமாகி, தெப்பம் இழுக்க ஆரம்பிச்சா. அதுக்குள்ளே இது? ஏண்டாப்பா, என்கிட்டே ஒளிக்காம சொல்லு. உன் மனசிலே சந்திரசேகரய்யர் கிட்டே காரமிருக்க எத்தனையோ காரணம் இருக்கலாம். அதை எப்படியெல்லாமோ காட்டவும் செய்தாய். ஆனா, கொலை செய்யும் தூரத்திற்கு அவர் உன்னை என்ன பண்ணிப்பிட்டார்?”

பிச்சாண்டி நன்றாக நிமிர்ந்து கொண்டு அவரை நேருக்கு நேராக நிதானத்துடன் பார்த்தான். அவன் முகத்தில் ஆழ்ந்த சிந்தனைக்குறி ஒன்று தோன்றிற்று.

“நீங்களாவது என்னை நம்புங்கோ. இந்தக் கொலை பாதகத்தை நான் செய்யலை. அதைப்பத்தி நினைக்க நினைக்க எனக்கு ஒரே திகைப்பாத்தான் இருக்கு.”

“சரி, அப்படியே வெச்சுக்குவோம், என்னா. ஆனால் கோவில் கலாட்டாலே கலந்துண்டு இருந்த நீ, இங்கே ஏதுக்கு வந்தாய் அதைச் சொல்லு.”

“ஏதோ வந்தேன்” பிச்சாண்டி சுருக்கமாய் பதில் சொன்னான்.

பெரிய பாட்டா அவனைக் கூர்ந்து கவனித்தார்.

“நான் உன் வார்த்தையிலே நம்பிக்கை வைக்கணும்னா நீ நிஜத்தைச் சொல்லணும், கேட்டயா? இல்லாட்டா எப்படி?”

அவன் கொஞ்சம் தயங்கினான். பிறகு, இஷ்டமில்லாலே பேசவாரம்பித்தான்.

“எல்லாமே கொஞ்சம் விரஸமா போயுட்டாப் போலே நேக்கு என்னமோ திடீரென்று ஒரே அலுப்புத் தட்டிப் புடுத்து. சண்டை, பூசல், ரகளை... இதெல்லாம் என்ன பிரயோஜனம் இன்கறேன். இந்த மட்டிப் பசங்களுக்கு வாழ்வுக்கு யோக்கியதையே இல்லேன்னு தோணிப்போச்சு. உடனே அம்புட்டையும் தொலைச்சுக் குளிச்சுப்பிட்டு தேமேன்னு ஊரைவிட்டே கிளம்பி விடலாமுன்னு நெனச்சூட்டேன். அதுனாலே...” பிச்சாண்டி முகம் குப்பென்று சிவந்தது, “அதுனாலே... சொல்லிண்டு போகலாமுன்னு வந்தேன்.”

பெரிய பாட்டாவுக்கு விஷயம் ரொம்ப நாட்களாகத் தெரியும். எது ருசுவாகாவிட்டாலும் இப்போது அது ருசுவாய் விட்டது. அவர் ஒருகணம் யோசித்தார்.

பிறகு சாவதானமாக , “சரி, நீ இங்கே வந்தப்போ யாரையேனும் வழியில் கண்டாயா? இல்லே, இங்கே எதையேன் பாத்தயா? வேறு யாரேனும் வந்து போன அடையாளம் ஏதேன் தெரிஞ்சுதா?”

பிச்சாண்டி இல்லையென்று தலையை ஆட்டினான்.

“போலீஸ் வர வரையில் என்ன செஞ்சுண்டு இருந்தே, சொல்லு பாப்போம்.”

“கோவில் கிட்டே கலாட்டா சுமார் ஏழு மணிக்கி ஆரம்பமாயிருக்குமுன்னு நெனக்கறேன். அதுக்கப்பொறம் தான் நீங்க வந்து பேசினேள். அந்தப் பாவி பசங்களும் என் மேலே பாய்ஞ்சான்கள். இதோ பாத்தேளா உடம் பெல்லாம் ஊமக்காயம். எப்படியோ தப்பிச்சுண்டு ஆத்தங்கரையைப் பாத்து நடந்தேன். அப்போத்தான் இந்த வீட்டு வாசலோடு வந்தேன். வாசக்கதவு தொறந்து கிடந்தது. சரியின்னு வந்து பாத்தா, கூடத்திலே இந்த அலங்கோலம். நேக்கு ஒண்ணுமே புரியலை. இன்னது பண்ற தூன்னு கூடத் போய்ப் பாத்தேன். உசிரு இருக்கறாப்போல இல்லே. நிமிந்தேன். ரேழிகடியாரத்திலே எட்டு அடிச்சுது. யாரையேனும் கூப்பிடலாமோன்னு வாசலுக்கு வந்தேன். அப்போத்தான் தங்கவேலுவைப் பாத்தேன். அவனைக் கண்டதும் திடுக்கிட்டுப் போயுட்டேன். நான் போலீஸை அங்கே எதிர்பாக்கலை. அதுனாலே தானோ என்னமோ குழம்பிப் போய் சட்ன்னு திரும்பி ஓடினேன். அப்படி செஞ்சது தப்பூன்னு இப்போ தெரியறது. அதுனாலே தான் அவங்களுக்கு என் மேலே சந்தேகம் வந்துடுத்து.”

“ஆமாம். ஏழு மணிக்கிதான் ரகளை தொடங்கித்து. அது நேக்கும் தெரியும். அது மும்முரமாய் நீ வெளியே வர அரைமணி ஆச்சூன்னு வெச்சுக்குவோம். அப்படியிருந்தாலும் இங்கே வர உனக்கு அம்புட்டு நாழி எப்படியாச்சு?”

“அதுதான் நேக்கு இன்னிக்கி பலத்த யோசனை வந்துடுத்துன்னு சொன்னேனே. இத்தனை நாளா நடந்த இல்லாமே சுத்திண்டு இருந்துப்புட்டேன் போலிருக்கு. அதுதான் அம்புட்டு தாமஸம்.”

அவனை அனுப்பிவிட்டு பெரிய பாட்டா யோசித்தார். பிச்சாண்டி சொல்வதெல்லாம் நிஜமாகத்தான் தோன்றுகிறது. தங்கவேலு பிணத்தைத் தொட்டுப் பார்க்கும் போது அது கத கதப்புடன் இருந்தது. அப்படியும் உயிர்போய் அரைமணி நேரமாவது ஆகியிருக்க வேண்டும் என்பது நிச்சயம். அதனால் பிச்சாண்டி அப்போது அவரைக் கொலை செய்திருக்க முடியாது.

அப்படிச் செய்திருந்தால் தங்கவேலு வரும்போது உயிர்கூட முழுக்கப் போயிருக்காது. கொலை தங்கவேலு வருவதற்கு அரைமணி முன்னால்தான் நடந்திருக்கிறது. அந்த சமயத்தில் பிச்சாண்டி கூட்டத்தில் அல்லவா இருந்தான்? ஒருவேளை அவன் ஏழரை மணிக்கே அங்கே வந்து கொலையைச் செய்து விட்டானோ? ஆற்றங்கரைப் பக்கத்தில் ஏதேதோ சிந்தனைகள் செய்த வண்ணம் உலாவிக் கொண்டிருந்ததாகச் சொன்னது பொய்யோ? அப்படியானால் ஏழரை மணிக்கு கொலை செய்தவன், எட்டு மணிவரையில் அங்கே ஏன் காத்துக் கொண்டிருக்க வேண்டும்? அதுவுமல்லாமல் எல்லார் கண்ணிலும் படும்படி எதற்காக வாசலில் வந்து நிற்க வேண்டும்? இதில் எத்தனை நிஜம் - எவ்வளவு பாசாங்கு? அவர் ஒன்றையும் சரியாக நிர்ணயிக்க முடியாமல் கஷ்டப்பட்டார்.

அப்போது குச்சில் கதவின் பின்னால் லேசாக ஒரு அரவம் கேட்டது. அவர் திரும்பினார். ரோகிணி மறைவிலிருந்து மெதுவாக வெளி வந்தாள்.

தலை குனிந்தபடியே தாழ்ந்த குரலில், "உங்க மனசிலே எப்படிப் படறது? இந்தப் பாதகத்தை இவர் செஞ்சிருப்பாரென்று தோணறதா?"

பெரிய பாட்டா அவளைக் கூர்ந்து நோக்கினார். அவள் அங்கே வந்து அந்தக் கேள்வியைப் போட்டதுமே, அவருடைய சந்தேகம் ருசுப்பட்டு விட்டது. இவர்களுக்குள் விஷயம் எந்த மட்டில்? ஒரு வேளை இரண்டு பேருமாகச் சேர்ந்து இதைச் செய்யத் துணிந்தார்களா? அப்படியானாலும் இப்படி அசட்டுத்தனமாக அகப்பட்டுக் கொள்ளுவார்களா? ஊம். எல்லாமே ஒரே மர்மமாக இருக்கிறது. பெரியபாட்டா அவளை நன்றாகப் பார்த்தார். நல்ல அழகு. அந்த அழகுக்குள்ள கர்வமுமுண்டு. பாவம். சந்திரசேகரன் இவளை வைத்துக் கொண்டு கொஞ்சம் சிரமப்பட்டிருப்பான். சந்தேகமேயில்லை. யார் கண்டது? ஏதாவது, அந்தரங்கத்தில் மனஸ்தாபம், மனத்தாங்கல் என்று கூட ஏற்பட்டிருக்கலாம். அவள் அப்பேர்ப்பட்டவள் தான். அதற்காக கொலை பாதகத்திற்கு அஞ்சாதவள்

என்று சொல்லிவிட முடியுமா? வேண்டுமானால், வீம்பில், பிச்சாண்டியுடன் பகிரங்கமாகப் போயிருக்கலாம். அத்தனை தூரத்திற்கு அவளுக்குத் தைரியமுண்டு. ஆனால் கொலை செய்யும் அளவிற்குத் துணிந்தவளா? இல்லை. ரோகிணி அங்கே வந்ததை அவர் தவறாக அர்த்தம் செய்யக்கூடாது. அவள் ஒரு பாவமும் அறியாமல் இருக்கலாம். பிச்சாண்டி பேரில் மனதிற்குள் சந்தேகங் கொண்டு, அதை வாய்விட்டுச் சொல்ல இஷ்டமில்லாமல், பெரியவர் அபிப்ராயத்தை நிஜமாகவே அறிய ஆவலுடன் வந்திருக்கலாம். ஆமாம். அப்படித்தானிருக்கும். அவன் நிரபராதியென்று கேட்க ஆசைப்பட்டுத்தான் அவள் வந்திருக்கிறாள் என்று தோன்றிற்று. அவர் அவளை சற்று அனுதாபத்துடன் பார்த்தார்.

பிறகு குரலில் கடுமையை வரவழைத்துக் கொண்டு, “அம்மா, இதோப் பாரு. இதெல்லாம் அழகாயில்லே. அவன் அசலான். கொலையுண்டது உன் அகத்துக்காரர். நீ பேசாமே இருக்கிறது தான் நல்லது. உள்ளே போ. எல்லாத்தையும் நான் பாத்துக்கறேன். அப்பொறம் போலீஸ்கிட்டே கூட ஒண்ணு கிடக்க ஒண்ணு சொல்லி வைக்காதே. வாயை மூடிண்டு இரு. இல்லாட்டா அபத்தம் வரும். போம்மா, உள்ளே” என்றார். அவள் போய் விட்டாள்.

அவர் பெருமூச்சு விட்டுக்கொண்டே தம்மிடத்தை விட்டு எழுந்திருந்தார். இந்தக் கொலையை பிச்சாண்டி செய்திருந்தால் கூட அதை எப்போது செய்தான் என்று நிரூபிப்பது கடினம். தங்கவேலு அவ்விடத்திற்கு வரும் தருணத்தில் செய்யவில்லை. அதென்னமோ நிச்சயம். அதனால் அவன் அதைச் செய்யவில்லை யென்று சொல்வதற்கில்லை. ரோகிணிக்கும் அது விஷயம் ஒன்றுமே தெரியாது என்று சொல்ல முடியாது. இரண்டுபேருமாகச் சேர்ந்து செய்திருக்கலாம். அப்படியானால் அவர்கள் நடத்தை அதற்குப் பொருத்தமாகயில்லையே!

அவர் கூடப்பக்கம் வந்தார்.

இதற்குள் போலீசார் பரிசோதனைகளை முடித்துவிட்டு,

போஸ்ட் மார்ட்டத்திற்காக பிணத்தை எடுத்துக் கொண்டு போய்விட்டார்கள். சுந்தாவும் போலீஸ் டாக்டருடன் போய் விட்டான்.

இன்ஸ்பெக்டர் தான் கண்ட விவரங்களை பாட்டாவிடம் சொன்னார். ஒரு ருசுவும் அகப்படவில்லை. உலக்கையிலிருந்த விரல் பதிவுகள் தாறுமாறாகக் கலைந்து போயிருந்தன. அதிலிருந்து தகவல் ஒன்றும் கிடைக்கவில்லை. மீனக்காவை விசாரித்தாய் விட்டது. அவள், பாவம், இதில் சம்பந்தப்பட்டவளாகவே தெரியவில்லை. ஆறுமணிக்கே கோவிலுக்குப் போய் விட்டாளாம். அங்கே அவளைப் பல பேர் கண்டு பேசினதாகவும் தெரிகிறது. அதனால் அவளை சந்தேகிக்க இடமில்லை. ரோகிணியும் ஏழரை மணிக்கெல்லாம் கோவிலுக்குப் போய் விட்டதாகச் சொல்லுகிறாள். அவள் போகும் போது கணவன் உயிருடன் நன்றாக இருந்ததாகச் சாதிக்கிறாள். இதை எத்தனை தூரம் நம்பலாமென்பதற்கு யாதொரு சாட்சியுமில்லை. இருந்தாலும் அவள் கொலை செய்திருக்க மாட்டாள் என்று தோன்றுகிறது. கொலைஞன் பிச்சாண்டியாகத்தானிருக்க வேண்டும். அவனுக்கு சந்திர சேகரய்யரிடம் காரமுண்டு என்பது ஊர் அறிந்த விஷயம். அவருடன் ஏதோ தர்க்கம் செய்ய வந்தவன் , என்ன நடந்ததோ. கோபத்தினால் நிலை தடுமாறி, இப்படியொரு தீவினை புரிந்திருக்கிறான். இது இன்ஸ்பெக்டருடைய அபிப்ராயம்.

பாட்டாவோ பிச்சாண்டி குணத்தை நன்கு அறிவார். அவன் புரட்சி செய்வான், சவால் விடுவான். பகிரங்கமாகக் கிண்டல் செய்து மானத்தை வாங்குவான்; அழமாட்டாக் குறையாக எதிரியை ஓட வைப்பான்; வெளிப்படையாகப் போட்டி போட்டு, சண்டை போடுவான்; கையைக்கூட ஓங்குவான். ஆனால் இப்படி ஈவிரக்கமின்றி உலக்கையைத் தூக்கிப் போட்டு கொலை செய்ய மாட்டான் என்று அவருக்குத் தோன்றிற்று. அப்படியானால் இந்தப் பாதகத்தை யார் செய்தது?

சந்திரசேகரய்யருக்கு ஊரிலே விரோதிகளே கிடையாதே. வாஸவேச்வரத்தில் ஒருவர் பாக்கி இல்லாமே எல்லாரும்

அவரைக் கொண்டாடுவார்களே! அப்படி அவர் எல்லாரிடமும் அன்பும் ஆதரவும் அல்லவா காட்டு வார்? ஆட்காராக் கூட்டத்தில் கூட அவர் நியாயமாக நடக்கப்பட்டவர் என்ற பெயருண்டே. வேலையை வாங்கிக் கொண்டு கூலி கொடுக்காமல், இன்று வா, நாளை வாயென்று அலைக்கழித்து, அவர்களை வருத்தும் சுபாவம் அவருக்குக் கிடையாதே. அதனால் பண்ணை வேலை செய்வோர்களுக்கு அவரிடம் பகையென்று சொல்வதற்கும் இல்லை. பகை பகையென்று கதை விட்டதெல்லாம் பிச்சாண்டி அல்லவா? இப்படிப்பட்டவருக்கு ஏன் இவ்வித சாவு நேர்ந்தது? பாட்டா யோசனையுடன் வீட்டை நோக்கி நடந்தார்.

அப்போது சுப்புக்குட்டி சாஸ்திரிகள் எதிரே வந்தார்.

"இதென்ன அநியாயம்? எப்படி நடந்தது? யாருக்காக்கும் இப்படிச் செய்ய மனசு வந்தது?" அவசரமாக வந்ததால் அவருக்கு இரைத்தது.

வாசல்லே பிச்சாண்டி நின்னுண்டு இருந்தான். அவனைப் பிடிச்சிருக்கா. அவன் இருக்கானே நானில்லேன்னு சாதிக்கிறான்."

"அவனாகத்தானிருக்கணும். இல்லையின்னா யாருக்கு இம்புட்டுத் தைரியம் வரும்?"

"என்னத்தை சொல்ற தூங்கறேன். இன்னும் ஒண்ணும் ருசுவாகல்லே."

"ஊரிலே என்ன வெல்லாமோ சொல்றா."

"அதுக்கென்ன? எதை வேணாச் சொல்லலாம்."

சுப்பைய்யா கூடபரசு மோட்டுத்து முடுக்குத்தெ எங்கே?"

"அப்போ அவன் இல்லேன்னா யாராக இருக்கக் கூடும்? அவன் தான் இன்கறேன்."

"சொல்ல முடியாது. திருநாள் வேறயா? ஒரே கூட்டம். ஒரே குழப்பம். யாரு எங்கே இருந்தான்னு ருசு பண்ணறதே கஷ்டம்."

"அதுசரி. இன்னிக்கி யாரையெல்லாமோ எங்கே எல்லாமோ பார்த்தேன். முத்து முடுக்குத் தெருவிலே இருந்தான்; பரசு மோட்டுத் தெருவிலே இருந்தான். சுப்பைய்யாகூட ஒரு நாளுமில்லாமே இன்னிக்கி காலம் காத்தாலே ஏழரை மணிக்கி ஆத்தங்கரைக்குப் போயுண்டு இருந்தான்னு தோணறது. அவனைப் போல யாரோ அந்தப் பக்கமா போறதைப் பார்த்தேன்."

"நீ எங்கே இங்கேயெல்லாம் அலைஞ்சுண்டு இருந்தயா? கோவிலுக்குப் போகலை?"

சுப்புக்குட்டிக்கு விக்கினாற்போலிருந்தது. சரியாகப் பேச முடியவில்லை. தன்னை சமாளித்துக்கொள்ளப் பேச்சை மாற்றினார்.

"ஆமாம். ஆத்துக்குக் குளிக்கப்போறேளா? குளிச்சுட்டு தேமேன்னு சாப்பிட்டுட்டு கொஞ்சம் உட்காருங்கோ. உங்களுக்கு ரொம்ப அலைச்சல். நல்லவேளையா மேலக்கோடியாம் முடுக்கைத் தள்ளிப்போயுடுத்து. அதுனாலே மத்த வீட்டுக்கெல்லாம் தீட்டில்லை. பொழைச்சுது."

சாஸ்திரிகள் இன்னும் ஏதேதோ சொல்லிக் கொண்டு போனார். ஆனால் பெரிய பாட்டா காதில் அதொன்றும் விழவில்லை.

அவருக்கு ஒரு விஷயம் நினைவுக்கு வந்துவிட்டது. அது தான் அந்தக்கம்பு. அந்த முகப்பு வைத்த புதுத் தடியை எங்கோ பார்த்தாற் போல அவருடைய நினைவு ஓடி மறைந்ததே. இப்போது ஞாபகம் வந்துவிட்டது. முதல் நாள் இரவு அதைப்போல ஒரு கழியை சுப்பைய்யா திருநாள் கடையில் வாங்கி வந்திருந்தான். இது விஷயம் மற்றவர்கள் கண்டார்களோ என்னமோ, அவருக்குத் தெரியும். சுப்பைய்யா வெகு பெருமையுடன் அதை வாங்கி வந்ததும், அவரிடம் காட்டினான். ஆமாம். அந்தக் கழியா இப்போது சந்திரசேகரய்யர் வீட்டுக் கூடத்தில் கிடக்கிறது? அல்லது அதுபோல மற்றொன்றா? அதிகாலையில் சுப்பைய்யா ஆற்றங்கரைக்குப் போனான் என்று

சாஸ்திரிகள் சொன்னதும், என்ன காரணத்தினாலோ, பெரிய பாட்டாவுக்கு அந்தக் கம்பின் ஞாபகம் உதித்து விட்டது.

ஒரு வேளை சுப்பைய்யா நேற்று அங்கே போனானோ? அவன் எதற்காக அங்கே போக வேண்டும்? சாதாரணமாக அவன் சந்திரசேகரய்யர் வீட்டிற்குப் போகும் வழக்கமே கிடையாதே. ஒரு வேளை சீட்டாடப் போகும் வழியில் அப்படியே மேலக் கோடியாத்தில் கொஞ்சம் ஏறினானோ? அப்படியானால் கம்பை அங்கே வைத்து விட்டு மறந்து விட்டானா? ஒருவேளை அதை மீட்கவென்று காலையில் அங்கே போனானோ? அப்படியானால் அவன் கண்ணில் ஏதாவது பட்டிருக்கலாம். அவனைக் கண்டு விசாரிக்க வேண்டும். பெரியவர் மனம் மேலும் மேலும் குழம்பிற்று. இதைச் செய்தது யார்?

★★★

தெப்பக்குளம் வரையில் போய் ஒரு நல்ல இடத்தைப் பார்த்து தங்கம் மாமியாரை உட்கார வைத்தாள். ஆனால் அவளால் திரும்பி வர முடியவில்லை. அதற்குள் வாய்ச் சண்டை பலத்து கைச்சண்டையாக மாறிவிட்டது. ஜனப் பிரளயம் அலை புரண்டது. போலீஸார் கும்பலில் கழிகளுடன் தோன்றினார்கள். இந்த அமளியில் அவள் எப்படித் திரும்பி வரமுடியும்? தங்கம் அகப்பட்டுக் கொண்டாள்.

கோமு தனியாக இருந்தாள். பப்புதான் முதலில் உள்ளே வந்து அவனுடைய இருப்பிடமான குச்சிலுக்குள் போனான். பிறகு கோமு எப்போது நடைக்கு வருவாளென்று ஆவலுடன் காத்திருந்தான். அதற்குள் ரங்கனும் வந்து வட்டான். அவனுக்கு பப்பு திரும்பி விட்ட விவரம் தெரியாது. தனக்கு இயற்கையாகயுள்ள வரட்டு ஜம்பத்தை வரவழைத்துக் கொண்டு, மேலும் கீழுமாக செருக்குடன் நடந்தான். தைரியமாக ரேழியைத் தாண்டி கூடத்துக்குப் போனான். அங்கு சற்று நின்றான். கோமு பூஜை அறையிலிருந்து வெளியே வரவில்லை. ரங்கன் கொஞ்சம் தயங்கினான். பிறகு இடை நாழி வழியாக கொல்லைக் கதவண்டை போனான். அது தாழ்ப்பாளிட்டிருந்தது. திரும்பி

வந்து ரேழி வரைக்கும் போனான். நடையில் யோசனையுடன் நின்றான். பிறகு மறுபடியும் நெடுக நடந்தான்.

அவன் செய்யும் இந்த ஜம்ப நாடகத்தைக் கவனித்துக் கொண்டிருந்த கோமுவுக்கு கிளுகிளுத்தது. ஆண் தன்னை வெறித்துப் பார்க்கிறான் என்றாலே பெண்ணுக்குக் கிளர்ச்சி தான். உடனே அச்சமும் இச்சையும் ஒருங்கே சேர்ந்து கொள்ள, அவள் குழம்புவாள். ஆனால் பெண்ணுக்கு இது ஒரு புதிய அனுபவமல்ல. யுகயுகமாக அவள் தாயும், தாயின் தாயும் இவ்விதமான பயத்தையும் ஆவலையும் சேர்த்து ரசித்திருக்கிறார்கள். ஆற்றங்கரைக்குப் போகும் வழியில் எவனாவது அவளைக்கண்டு விழித்தால், இதென்ன இவன் இப்படி உற்றுப்பார்க்கிறான், ஏதாவது செய்யத் துணிந்து விடுவானோ என்று எண்ணுவாள். ஆனால் அப்படி நினைக்கும் போதே அந்தரங்கத்தின் ஆழத்தில் பதிந்து கிடக்கும் உணர்ச் சிகள் கிளறி விட்டாற்போல் வெளிக்கிளம்பும். இந்தப் புருஷர்கள் ! என்று உதாசீனமாகச் சொல்லிக் கொண்டாலும் அவன் மறுபடியும் தன்னைப் பார்க்க மாட்டானாவென்று பச்சாதாபத்துடன் திரும்பிப் பார்த்துக் கொண்டே போவாள். கோமுவுக்கும் இப்போது அப்படித்தானிருந்தது. மேலும் அவளுக்கு ஒரு யோசனை தோன்றிற்று. பப்புவை வைத்துக்கொண்டு ஒரு சின்ன நாடகம் நடத்தினாலென்ன? பலித்துவிட்டால் அவளுக்கு ஜயம். இல்லையென்றால் ஒரு நஷ்டமுமில்லை. ஏன் கூடாது? ஒரு பரிட்சை பார்த்தாலென்ன? அவள் பேசாமல் காத்திருந்தாள். சூழ்நிலையில் ஒரு மௌனம். இறுக்கம். ஆனால் மூன்று இருதயங்கள் மாத்திரம் திக் திக்கென்று அடித்துக் கொண்டன.

இந்தப் பயல் ஏதாவது விஷமம் செய்ய வந்திருக்கானா? அவனுக்கு தான் அங்கேயிருப்பது தெரியாதோ? பப்பு செவி யைத் தீட்டி விட்டுக் கொண்டு, என்ன நடக்குமோவென்ற பதற்றத்துடன் காத்திருந்தான்.

ரங்கனோ கொல்லைக்கும் ரேழிக்கும் பதி வைத்தான்.

திடீரென்று பப்பு காதில் ஐய்யோவென்று ஒரு அலறல் சுரீரென்று பாய்ந்தது. அவன் பதறிவிட்டான். ஓ! நினைத்த மாதிரி ஆகிவிட்டதாவென்ன? சதிகாரப் பயல்! அவன் விழுந்தடித்துக்கொண்டு பூஜை அறையைப் பார்த்து ஓடினான்.

அப்போது ரங்கன் எதிரே வந்தான். அவர்கள் ரேழியில் சந்தித்து முட்டிக் கொண்டார்கள். பப்புவுக்கு ரத்தம் தலைக்கேறியது. கண் தெரியாமல் வெறி மூண்டது. பூனையாக இருந்தவன் அடையாளம் தெரியாத புலியாக மாறி விட்டான். தன் இரு கைகளாலும் ரங்கன் குரல் வளையைப் பிடித்து, அழுத்தவாரம்பித்தான்.

"அடுமாண்டு போறவனே, உன் மென்னை நெறிச்சு, மண்டையைச் சுவர் மேல் மோதி, கையை ஓடிச்சு..." பப்புவுக்கு பேச முடியாமல் மூச்சுத் திணறியது. ரங்கனும் அவன் பிடியிலிருந்து விடுபட திமிறினான்.

"ஓடிப்போனாயோ பொழச்சே. இல்லாட்டா உன்னையுமா? அடாது செய்ய நெனச்சயா? ஊம். ஓடு. எங்கேயாவது அப்படியே மறைஞ்சு போயுடு."

"நான் ஒண்ணுமே பண்ணலே" ரங்கன் திணறினான்.

"அடபாவி, பொய் வேறயா சொல்லறே. அந்தப் பொண்ணு அழறது கேக்கலை?"

"இல்லேடா அது அம்புட்டும் புளுகு. சாகசம் செய்யறது. என் மேலே பழி சுமத்தணுமுன்னு, வேணுமென்னு கூப்பாடு போட்டு தூன்னா?"

"ஓகோ அது வேறா. அடாது செய்யப் பாத்துட்டு போலுள்ள போக்கிரிகளுக்கு இது வழக்கம் தானே. ஆனா பாத்துக்கோ. என்கிட்டே இந்த பொய்யெல்லாம் பலிக்காது. உதை விடட்டுமா. சும்மா போறயா?"

அப்பாடா. பப்பு எப்படி மாறிவிட்டான். அந்தக் கணத்தில் அவன் ஒரு வெற்றி வீரனாக சோபித்தான். அதுவும் கோமு

அவனைப் பூஜை அறையிலிருந்து பெருமிதத்துடன் பார்ப்பாள் என்ற எண்ணம் அவன் துணிவை இன்னும் தூண்டிவிட்டது. அவன் ரங்கனை இகழ்ச்சியுடன் பார்த்தான்.

"பிறகு, ஓடிப்போறயா இல்லை கழுத்தை நொறுக்கட்டுமா?" என்று சீறிக்கொண்டு மறுபடியும் அவன் பக்கமாக நகர்ந்தான். ரங்கன் அங்கே நிற்கவில்லை. ஓடிவிட்டான்.

பப்பு பூஜையறைக்குள் போன போது கோமு இரு கைகளாலும் முகத்தை மூடியபடி தேம்பித் தேம்பி அழுது கொண்டு மெல்ல அவள் கைகளை விலக்க முயன்றான். பிறகு மிருதுவான குரலில் சமாதானமாகப் பேசினான்.

"பயப்படாதே, கோமு. நானிருக்கேன், உன்னைப் பார்த்து கொள்ள" வென்று சொல்லி அவளைத் தன்னுடன் சேர்த்து அணைத்துக் கொண்டான்.

கோமு தன்னை விடுவித்துக்கொள்ள முயன்றாள். "ஏது? என்னை நம்பமாட்டாயா?" அவன் குரலில் அன்பு கனிந்தது.

கோமு தன் கண்களில் ஒளித்த வெற்றிக்குறியை மறைக்க முகத்தைத் திருப்பிக் கொண்டாள்.

"கோமு, கோமு, என்னை நம்பு, என்னா? நான் உன்னை ஒருபோதும் கைவிடமாட்டேன்."

"இந்தாருங்கோ, நீங்க செய்யறது சரியில்லை. உங்கம்மா, அப்பா கண்டா சரி இம்பாளா?"

"ஏது மாட்டா? அவாளும் என்னாட்டமா, உன் மொகத்தைக் கண்டு மயங்யுடமாட்டா?"

"அம்புட்டும் தெரிஞ்சிருந்தும் இப்படிச் சொல்றேளே? வரதட்சணை விஷயத்தை மறந்துட்டேளா? உங்கம்மா போட்ட சத்தத்திலே தங்கமக்கா பயந்தே போயுட்டாளே."

"அது கிடக்குங்கறேன். என் மனசு இப்படியின்னா அப்பொறம் அவா என்ன சொல்லவிருக்கு?"

கோமுவின் யுக்தி பலித்து விட்டது. அவள் மனநிம்மதியுடன் பப்பு மார்பில் சாய்ந்து கொண்டாள்.

★★★

சுப்பைய்யா படுக்கையில் கிடந்தான். குழந்தையில்லாமல் வீடு வெறிச்சோடிக் கிடந்தது. தனிமை. தனிமை அவன் அடிவயிற்றில் ஒரு குழியைத் தோண்டி அங்கே வேதனையைப் புகுத்திற்று. பொழுது மெதுவாக ஊர்ந்தது. அவனைத் தனியாகவும் மௌனமாகவும் விட்டு விட்டுக் காலம் அகன்று கொண்டிருந்தது. சட்டென்று ஒரு நினைவு. அவன் ரத்தம் சரசரவென்று தலைக்கேறியது. மண்டையில் ஏதோவொன்று ரீங் கென்று ஓசை செய்தது. அவனால் அந்த நிலையைப் பொறுக்க முடியவில்லை. எழுந்து வாசலுக்கு வந்தான்.

ஏன் இன்று தெருக்கூட உயிரற்று விளங்குகிறது? ஒரே ஒரு கிழவி தள்ளாடியபடி நடந்து வந்தாள். இரண்டு சின்னப் பையன்கள் போட்டி போட்டபடி காலால் ஒரு கல்லைத் துரத்தி சாக்கடையில் தள்ளப் பார்த்தார்கள். கீச் கீச் சென்று எங்கிருந்தோ கிணற்றில் ஜலம் இழுக்கும் சத்தம். திண்ணையோரத்திலுள்ள ஓடையில் தவளைகள் கொர கொரத்தன. வெய்யல் காய்ந்தது. அதன் காங்கை பட்டு அவன் கண்களை மூடினான். பிறகு திரும்பியும் சோர்வுடன் வந்து படுத்தான். உஸ். என்ன உஷ்ணம். மத்தியானம் இரண்டு மணி. காப்பி? நினைத்த சமயத்தில் காப்பி கொடுக்க விச்சுவா இருக்கிறாள்? சீ... இதென்ன? இப்படி இருந்தால் எப்படி? சென்றதை மறந்துவிட வேண்டும். கொன்றழிக்கும் கவலையென்னும் குழியில் விழுந்து குமையக்கூடாது. மனமே, மற. மற. சீ. பேயாக அலையும் இந்த மனதை எப்படிக் கட்டிப்பிடிப்பது. எதற்காக கற்பனை விளைவுகளை எல்லாம் எண்ணிப்பார்க்க வேண்டும் ? அவன் படுக்கையில் புரண்டான். இந்தத் தொல்லை தரும் மனப்பேயை எப்படி அடக்குவது? அது திரும்பத் திரும்ப நடந்ததை நினைவுறுத்திக் கொள்ளுகிறதே. அப்பொழுது பெரிய பாட்டா உள்ளே வந்தார்.

“என்னா, சுப்பைய்யா தலைக்கனமோ?”

தலைக்கனமாவது. அவரைக் கண்டதும் பத்து ஆஸ்பிரின் மாத்திரைகளைச் சாப்பிட்ட மாதிரி அவன் ரத்தம் மண்டைக்குள் கொதித்தெழும்பியது.

“இல்லே, ஒண்ணுமில்லே” என்றான் தாழ்ந்த குரலில்.

“விச்சு இல்லையேன்னு பாப்பா மாமிகிட்டே உன்னை கவனிக்கச் சொல்லியிருந்தேனே! சாப்பிட்டாயோ?”

யார் செத்தாலும் பிழைத்தாலும் வயிற்றுக்குப் போட வேண்டுமென்பது வாஸவேச்வரத்து ஜனங்களின் அழுத்தமான அபிப்பிராயம். வேளா வேளைக்கு ஆகாரங்களை உட்கொள்ள வேண்டாமோ? விருந்தினர்களையும் அவர்கள் அப்படியே உபசாரம் செய்வார்கள். அவர்களும் சாப்பிட்டு விட்டு வந்திருந்தாலுங்கூட, கொடுத்ததை வேண்டாமென்று சொல்லாமல் உள்ளே தள்ளுவார்கள். வயிற்றை இரைப்பை என்று சொல்லுவதற்கு தகுந்தாற்போல, அதைத் தின்பண்டங்களைப் போட்டு மூடும் ஒரு பையாகவே அவர்கள் கருதினார்கள். அப்படியிருக்க, இந்த அமர்க்களத்திற் கிடையே கூட அவர் உபசாரம் பண்ண மறக்க வில்லை. “இப்போ வேணா காப்பி கொண்டு வரச் சொல்லட்டுமா?” என்று கேட்டார். சுப்பைய்யா ஒன்றும் வேண்டாமென்னும் பாவனையில் தலையை அசைத்தான். வாய் பேச மறுத்துவிட்டது. பெரிய பாட்டா அவன் அருகில் வந்து அமர்ந்து கொண்டார்.

“காலம்பரத்திலிருந்து ஒரே நிர்தூளி போ. நேக்கு மூச்சுவிடக்கூட நேரமில்லே. அப்பவே பிடிச்சு உன்னை வந்து பாக்கணுமுன்னு பாத்தேன். முடியலை. செய்தி கேள்விப்பட்டாயோ?”

சுப்பைய்யா அதற்கும் பதில் பேசாமல் தலையை ஆட்டினான்.

“மனசுக்கு ரொம்ப கஷ்டமா இருக்கு. யோக்கியமான மனுஷர். அநியாயம், போ. பிச்சாண்டி புத்தியிலே என்ன தான் தோணித்தோ. இப்படி மண்டையிலே போடு போடுன்னு போட்டுப் பிட்டான்.”

"அவன்தான் அதை செஞ்சான் இன்னு என்ன நிச்சயம்?" சுப்பைய்யா உள்ளம் சங்கடப்பட்டது. "அநியாயமா ஒத்தர் மேலேயும் பழி சுமத்தக்கூடாது" என்றான்.

"அதுசரி. கொலைக்கேஸு அல்லவா? சரியான சாட்சியோ ருசுவோ இல்லாமே தீர்மானமா ஒண்ணும் சொல்ல முடியாது."

"அப்படிச் சொல்லுங்கோ. அதுதான் பார்த்தேன்."

"ஆமா, ஆமா. இன்னும் எம்புட்டோ விசாரிச்சாத்தான் சங்கதி பிடிபடும். அதுகூட சந்தேகம். என்னா இன்னா மணிக்கணக்கெல்லாம் பிசகா இருக்கு. சுந்தா சொல்லறதைப் பார்த்தா மரணம் சுமார் ஏழரை மணிக்கி ஆகியிருக்கணும். அந்த சமயத்திலே பிச்சாண்டி என்னான்னா கோவில் ரகளையிலே கலந்தூண்டு இருந்தான். அவன் ரண்டு இடத்திலேயும் எப்படியிருக்க முடியும்? ஆனா அரை மணி கழிச்சு தங்கவேலு சந்திரசேகரய்யர் வீட்டுக்கு வந்தப்போ பிச்சாண்டி வாசல்லே நின்னுண்டிருந்தான். உள்ளே போயி அவன் பொணத்தைத் தொட்டுப் பாத்தப்போ தேகத்திலே கணகணப்பு இருந்ததாம். அப்படியும் செத்து அரைமணி ஆகியிருக்கணுமென்கிறான். ஒண்ணும் தோதாயில்லை. ஒண்ணிலே சுந்தா கணக்குத் தப்பு. இல்லாட்டா பிச்சாண்டி போயிருக்கான்."

"டாக்டர் கணக்கு பிசகியிருக்குமோ?"

"அவன் என்னவோ ரொம்ப நிச்சயமா சொல்றான்."

பசியினாலோ என்னமோ சுப்பைய்யாவுக்கு வயிற்றைக் குமட்டியது.

"ஊம்... என்னமோ ரொம்ப யோக்கியமான மனுஷர் போயுட்டார். கொழந்தை குட்டியுமில்லே. ஆமாம் கேக்கணுமுன்னு நெனச்சேன். எல்லாம் அந்த ஒண்ணுவிட்ட அண்ணனுக்குத்தானே போகும்? அவனுக்குக்கூட கொழந்தைகள் இல்லையோ?"

“இருந்ததுகள். எல்லாம் அல்பாயுசிலே போயுடுத்து. இப்போ அவர் ஒத்தர் தான் மிச்சம். அவருக்குக்கூட க்ஷயம். வயசும் எழுபதாச்சு.”

“ஆமா, ஆமா. நெனவு வந்துடுத்து. அப்போ அவனுக்கப் பொறம் நீதானே வார்சு?”

சுப்பைய்யா ஏதோ முணு முணுத்தான். அவன் சொன்னது ஒன்றும் அவர் காதிற்கு எட்டவில்லை.

“ஆமா, நீ மாத்திரம் ஏது தெப்பம் பாக்க வரலையா?” என்றார் பெரிய பாட்டா.

“ஊ ஊம்.”

“ஏது? காலையிலே கூட சீக்கிரமா குளிக்கப் போனயாமே.”

“யார் சொன்னா?”

“சுப்புக்குட்டி உன்னைப்போல யாரோ போனாப்போலே இருந்தது. அவசரமாக போயுண்டு இருந்தேன். சரியாப் பாக்கலையின்னு சொன்னான்.”

சுப்பைய்யா தலை குனிந்தபடி அவரைக் கண்ணோரத்தால் பார்த்தானே தவிர பதில் சொல்லவில்லை.

“ஒரு வேளை நேத்தி ராத்திரி நீ கண்டா சந்திரசேகரனைப் பாக்கப் போனயோ?”

சுப்பைய்யா வெடுக்கென்று கண்களை நன்றாகத் திறந்தான்.

“நானா? சந்திரசேகரனையா ? நேத்தி ராத்திரியா? நான் ஏதுக்கு அங்கே போறேன்? ஏது அப்படிக் கேக்கறேள்?”

“இல்லை. ருசுவுக்காகத் தேடிண்டிருக்கோமல்லவா? நீ கண்டா அங்கே போனயோ. போயிருந்தா எதையேன் பாத்தயோயின்னு தான் கேட்டேன்.”

பெரிய பாட்டா ரேழியைச் சுற்றிச் சுற்றிப் பார்த்தார்.

“காலையிலே அந்தவழியாத்தான் ஆத்தங்கரைக்குப் போனேன். ஆனா அவாத்துக்குப் போகவுமில்லே, ஓண்ணையும் பாக்கவுமில்லே.”

சுப்பைய்யா குரல் கம்மியிருந்தது. நான் என்ன செய்தேன். என்னை எதற்கு இம்ஸை செய்கிறீர்’ என்பது போல அது கரகரத்துத் தொனித்தது.

பெரிய பாட்டா எழுந்திருந்தார்.

“சரி நான் வறேன். உனக்கு தலைக்கனம். பாப்பா மாமியைக் கொண்டு காப்பி தரச்சொல்றேன். குடிச்சுப் பிட்டு பேசாமே படுத்துக்கோ” அவர் போய் விட்டார்.

இதென்ன! அவர் பேசிக் கொண்டிருக்கும் போது ஏதோ ஒரு செய்தி அவருக்குள்ளிருந்து ஓடுவது போலவும் அவர் அதைச் சொல்லாமல் பலாத்காரமாக நிறுத்தி வைத்திருப்பது போலவும் அவனுக்குத் தோன்றிற்று. அவன் நினைவு எங்கேயெல்லாமோ மிதந்தது. பாவம் பிச்சாண்டி. அவனை எண்ணிக் கொண்டதும் அவன் உள்ளத்தில் எங்கிருந்தோ ஒரு கிலி. அப்பாடா ... சற்று நேரம் கண்களை மூடிக் கொண்டான்.

பிறகு தவிர்க்க முடியாத ஒரு விசனம் அவன் அகத்தில் புகுந்து கொண்டது. விச்சு. விச்சு போய் விட்டாள். ஏதோ சுவப்பன உலகில் காண்பது போல அவள் முகம், உதடுகள், கைகால்கள்... அவன் மூடிய கண்களுக்குள் காட்சி அளித்தன. மெதுவாக மனக் கைகளால் அவன் அவள் அங்கத்தைத் தடவிக் கொடுத்தான்.

இரவு ஒன்பது மணி இருக்கும். இதென்ன ரங்கனைக் காணவில்லை. ஒருவேளை திருநாள் கூட்டத்துடன் திருநாகனூர் போயிருப்பானோ . அப்படி அவன் அடிக்கடி ஒன்று இரண்டு நாட்களுக்கு சொல்லிக் கொள்ளாமல் மறைவதுண்டு. பிறகு ஒன்றுமே அறியாதவன் போல உள்ளே நுழைவதுமுண்டு. அவரும் ஒன்றையும் கவனியாதது போல இருந்து விடுவார். ஆமாம். இப்போதும் அப்படித்தான் எங்கேயாவது சுற்றப்

போயிருப்பான். பெரிய பாட்டா படுத்துக் கொண்டார். ஆனால் அவருக்குத் தூக்கம் பிடிக்கவில்லை .

ஆமாம். அவர் சந்திரசேகரன் வீட்டில் பார்த்த கழி சுப்பைய்யாவுடையதைப் போலவே இருந்ததே. அவன் என்னமோ அவ்விடத்திற்குப் போகவே இல்லையென்று ஒரேயடியாகச் சாதிக்கிறானே! ஒரு வேளை முதல் நாள் இரவு சுப்பைய்யா தாழத் தெருவில் சீட்டாடிக் கொண்டிருந்த சமயத்தில் பிச்சாண்டி அதை எடுத்திருப்பானோ? ஏன் கூடாது? வெங்காச்சத்தின் வீட்டிற்கு அடுத்த வீடுதானே அவனுடையது? தடி திண்ணையை விட்டு உருண்டோடி இருந்தாற்கூட பிச்சாண்டி அதை எடுத்திருக்கக்கூடுமே. அப்படித்தானிருக்கும். அப்படியானால் அதை சந்திரசேகரன் வீட்டிற்கு எடுத்துச் செல்ல வேண்டிய அவசியம்? ஓகோ வேண்டுமென்றேதான் அதை அங்கே கொண்டு வைத்தானோ? அப்படிச் செய்தால் சுப்பைய்யா மாட்டிக் கொள்ளுவான் என்ற தந்திர ஆலோசனையா? இல்லை. இல்லை. அப்படியிருக்க முடியாது. அப்படியுண்டானால் பிச்சாண்டி அவ்விஷயத்தை நன்றாக போலீஸாருக்குப் புலப்படும்படி எடுத்துக் காட்டியிருக்க மாட்டானா ? விஷயம் அப்படியில்லை, பிச்சாண்டிக்கு கம்பின் செய்தி தெரியாது. அடா...டா.

அவர் சட்டென்று எழுந்து உட்கார்ந்தார். இப்போது தான் ஒரு சமாசாரம் அவர் மூளைக்கு எட்டியது. சுப்பைய்யாவிடம் பேசிக் கொண்டிருந்தபோது அவர் கண்கள் அவ் வீட்டைத் துருவிப் பார்த்தபடி இருந்தனவே. ஒரு இடத்திலும் அவனுடைய கம்பைக் கண்டதாக நினைவில்லையே.

அது எங்கே போயிருக்கும்? நேற்று வாங்கின கம்பை அதற்குள் தொலைத்து விட்டானா?

போஸ்ட் மார்ட்டம் கழிந்து டாக்டர் வீடுவர இரவு வெகு நேரம் ஆகிவிட்டது. வந்ததும், குளித்துச் சாப்பிட்டு விட்டு களைப்புத்தீர அவன் உறங்கப் போய் விட்டான். இந்த சமயத்தில் ஒன்றையும் கிளப்பிவிடக் கூடாது என்று தங்கமும், கோமு

சொன்ன கதையை அவனிடம் தெரியப்படுத்தவில்லை. என்ன அவசரம்? மெதுவாகச் சொன்னாற் போயிற்று. ரங்கன் கூட திரும்பி வரவில்லையென்று அவள் எண்ணிக் கொண்டாள். மேலும் அந்தச் சம்பவத்தைப்பற்றி அம்மாளூ அறியாமல் இருப்பது நலம். அவள் இல்லாத சமயம் பார்த்து கணவனிடம் விவரங்களை விளக்கி, சீக்கிரத்தில் கோமுவின் திருமணத்தை நடத்தி வைக்க வேண்டுமென்று அவள் மனத்துள் தீர்மானித்தாள். கோமு சொன்னதிலிருந்து இனிமேல் பப்பு வீட்டார்கள் ஒரு தடங்கலும் செய்ய மாட்டார்கள் என்பது தெளிவாயிற்று.

இரவு முழுவதும் சுப்பைய்யா தூங்கவில்லை. வெகு நேரம் விழித்துக் கொண்டிருந்தான். சுவப்பன உலகை எட்ட எவ்வளவோ சிரமப்பட்டுப் பார்த்தான். அங்கே போனாலாவது இந்த சுவய நினைவு உள்ளடங்குமல்லவா? கடைசியில் சோர்ந்து அயர்ந்து, இத்தனை போதாக விழித்திருந்தது கூடத் தெரியாமல் அவன் கண்களை மூடினான். இதென்ன? பிச்சாண்டியைத் தூக்கிலிடுவது போல ஒரு பிராந்தி. அவன் சட்டென ஒரு உதறலுடன், கழுத்தை உயர்த்திக் கொண்டே எழுந்தான். வெளியே ஓரே இருள் மையம். ஓகோ கனவு கண்டு கொண்டிருந்தானா? விவரிக்க முடியாத ஒரு பயம் அவனுள் உதித்தது. ஏதோ ஒன்று அவன் அகத்தைக் கவ்விற்று. அது தரையிலிருந்தே அவனை எழுப்பச் செய்து எங்கேயோ கொண்டு போயிற்று. மண்டையில் வந்து முட்டி அதை பட படக்க அடித்தது. நெற்றிப் பொட்டில் கொட்டு மேளத் தாளம் போட்டது. வாய் நிறைய எச்சல். துப்பவும் முடியவில்லை. தொண்டைக்குள் எச்சக் குளம். அப்பாடா. இதைத்தான் துர் சுவப்பனம் என்பார்களா? மற்றொரு ஜீவனை தூக்கிலிடும் சித்திரம் அவனைக் கலக்கிற்று. இரக்கமற்ற அதன் குரூரத் தோற்றம் கனவு கலைந்துங் கூட மிஞ்சி நின்றது. நீரில் முழுகி அமிழும் சமயத்தில் ஆதாரத்தைத் தேடித் தத்தளிப்பவன் போல அவனுக்கு மூச்சு வாங்கித் திணறிற்று.

விடிந்ததும் எழுந்தான். நடக்க முடியவில்லை. கை கால்கள்

தள்ளாடின. நா உலர்ந்து போயிருந்தது. ஏதாவது சுடச் சுடக் குடிக்கலாமென்றாலோ பாப்பாமாமி வந்தாகவில்லை. அவன் மெதுவாக எழுந்து அடுக்களைக்குச் சென்று காப்பி போட்டான். அந்தக் காரியத்தை எப்படிச் செய்து முடித்தானென்று அவனுக்கே தெரியாது. மூளை அப்படி சுரணையற்று, செயலிழந்து மரத்திருந்தது. காப்பியை வாயில் விட்டான். கை நடுங்கி, அது கடைவாயிலிருந்து வழிந்தோடியது. ஏதோ குடித்தான். குடித்தது, குடித்தது போலில்லை. நாவில் ருசியில்லை. காப்பி வாயில் சாம்பலாகக் கரைந்தது. திடீரென்று இத்தனை நேரமாகக் குமைந்த அவன் உள்ளத்தில் அலைமோதின. குளத்தில் தேக்கமுண்டாவது போல ஒரு அமைதி. அப்பாடா. ஏன் இப்படி வீணாக மனதைப் போட்டுப் பிசைந்து கொள்ளுகிறான்? நன்றாக இருக்கிறது! அவனாகத்தான், பெரிய பாட்டா தன்னை எப்படியோ பார்த்ததாக எண்ணிக்கொண்டான். அவர் ஒன்றும் அப்படி அவனைக் கவனிக்கவில்லை. ஆமாம். அவனிடம் ஏதாவது மாறுதல் காணுகிறதா? நடையிலோ, பேச்சிலோ ஏதாவது -- குறிப்பாகச் சொல்லும்படி - வித்தியாசம் இருக்கிறதா? அவன் ரேழிச் சுவரில் தொங்கின நிலைக் கண்ணாடியில் தன் பிம்பத்தை உற்று நோக்கினான். ஊம். சோகை பிடித்த ஒரு முகம். ரோதனத்தினால் தொங்கும் ஒரு வதனம். விசனம் தோய்ந்த கண்கள். நீண்ட தாடை. வெளிப்படையாகப் பார்த்தால், அவன் அதே சுப்பைய்யாதான். அவன் எழுந்து வாசலுக்கு வந்தான்.

தெருவில் காற்றேயில்லை. காலை சமயத்தில் கூட மஞ்சள் வெய்யல் சூடாக அடித்தது. தூரத்தில் யாரோ வருவது தெரிந்தது. யாரு? தங்கவேலு, சுப்பைய்யாவுக்கு குப்பென்று வேர்த்தது. அவன் கை முஷ்டியை இறுகப் பிடித்து விட்டான். அது உதறிக்கொண்டது. படபடவென்று பறவையின் இறக்கைகள் போல் கழுத்துக்கணுக்கள் தெறித் தன. பயமென்னும் இந்தப் போர்வையை விலக்க அவனுக்கு மாத்திரம் உறுதி இருந்தால்? ஜில்லென்று அவன் முதுகு எலும்பில் ஏதோ ஊர்ந்தது. தங்கவேலு அவனைக் கவனிக்காமல் அவன் வீட்டைத் தாண்டி

பாட்டாவைப் பார்க்கப் போனான். இதென்ன பிரமை. அவனை யாருமே கவனிக்கவில்லை. ஒருவருக்கும் ஒன்றுமே தெரியாது.

சீ. இழிவான இந்த அற்ப உலகம் அவனை ஏசிற்று. அவன் வாழ்வைத் தூற்றிற்று. ஆனால் அந்த வாழ்வுகூட இப்போது காற்றில் பறந்து போய்விடும் போலிருந்தது. அவன் தன்னுள் நேர்ந்துள்ள மாறுபாடுகளைப் பற்றி சிந்தை செய்தான். ஆபத்து நேரிடுமானால் அவன் என்ன மாதிரி வேஷம் போட வேண்டும்? அவனால் யோசித்தே பார்க்க முடியவில்லை. ஏதோ ஒரு தீங்கான செயலினால் போர்த்தி மூடப்பட்டவன் போல் படுக்கையில் தழைந்தான். பிச்சாண்டி , சந்திரசேகரன், கொலை, கூச்சல், அவறல், அப்பப்பா. என்னென்னமோ சம்பந்தமில்லாமல் மனம் சுழன்றது.

★★★

கிராம வாழ்க்கையில், பொழுது ஒருவிதமான விறு விறுப்பில்லாமல், சோம்பிக்கொண்டுதான் ஊரும். அதில் இயக்கமேயில்லாத ஒரு தேக்கமுண்டு. அலுப்பும் சலிப்புமாக சேர்ந்து ஜனங்கள் மனம் தொய்யும். நெல் கதிர் விட்டு விட்டால், அறுவடை வரையில் என்ன செய்வது? எதைப் பற்றிப் பேசுவது?

இது மாதிரி ஒரு கொலை நேர்ந்து, ருசியாகப் பேச ஒரு சந்தர்ப்பம் வாய்க்குமென்று அவர்கள் எதிர்பார்க்கவே இல்லை. அட சக்கை. வாஸவேச்வரத்தில் கொலை! இந்த தூங்குமூஞ்சி ஊரில் விறுவிறுப்புத் தரக்கூடிய ஒரு செய்தி!

ஜனங்கள் உள்ளம் பெருமையால் ஊதிற்று. அவர்கள் கிராமத்தில் ஒரு சம்பவம். தேசம் பூரா முழங்கக்கூடிய ஒரு விபத்து. தினசரி பத்திரிகைகளும் ஓயாமல் தாள் தாளாக விவரங்களை பிரசுரித்துத் தள்ளின. ஜனங்கள் கூடிக் கூடிப் பேசினார்கள். அந்த சம்பவம் நடந்த சமயமும் சௌகரியமான கட்டம். அறுவடை சமயமாக இருந்தால் அவர்களுக்கு இப்படிக்

கூடிப் பேச நேரம் கிடைக்குமா? ஜனங்கள் ஆற்றங்கரையில் குளிக்கும் போதும், சாப்பிடும் போதும், குதூகலத்துடனும் பேசினார்கள்.

"இதேதடி அக்கிரமம்?" மோவாயைக் கையால் பிடித்தபடி பாலுண்ணிப்பாட்டி ஆற்றங்கரையில் பெண்கள் சபை கூட்டினாள்.

"அம்புட்டு கர்வமா இருந்தாளே! இப்போ அவளுக்கே வந்தூடுத்து. துக்கம் போறா தூன்னு அவமானம் வேறே."

"இது தெரியுமோ? பொணம் கூடத்திலே கிடக்கு, இவ பாட்டுக்கு நிமிர்ந்த தலையோடு ரேழிக்கி வந்து பாட்டாவோடே வாதாடினாளாமே. சீப்பாய் சாமியப்பா அம்புட்டையும் கேட்டுண்டு இருந்தானாம்."

"எப்படியடி தைரியம் வந்தது? அம்புட்டு ஆம்புள்ளைகளும் இருக்கறத்தே அப்படிப் போய்ப் பேச? என்ன சொன்னாளாம்? அவனை விட்டூடணுமுன்னு சொல்லியிருப்போ. ஆசை வெக்கமறியாது இன்கறேன்.'

"ரண்டு பேருமா துணிஞ்சுப்பிட்டாப் போ." '

"ஆமா. மேலக்கோடியாத்துக் காரியைத் தெரியாதா? பொகு துணிச்சல் ஆச்சே."

"அழகாலே கெட்டா. என்னா?"

"இப்படியும் ஒரு பெண் உண்டோ? நாக்கைப் பிடுங்கிண்டு சாகணுமுன்னு இருக்காதோ? வெக்கக்கேடு, போ."

"ஆமா. அவன் ஜெயில்லே இருக்கானே. இவ சாதம் கொண்டு போறாளோ?"

"சே... சே. அவர் செத்து பத்து நாள் ஆகல்லே . அதுக்கு முந்தி அவகூட வெளியிலே இறங்கக் கூசுவாள்."

"அவளா? இம்புட்டும் துணிஞ்சவளா இதுக்குப் பயப்படப் போறா?"

பெரிய பாட்டாவுக்கு பலத்த யோசனையாக இருந்தது. நெடுநேரம் அப்படியே சிந்தனையில் ஆழ்ந்து விட்டார். நடுவில் ஒருமுறை சுப்பைய்யாவை விசாரித்துப் பார்க்கலாமென்று மறுபடியும் அவனைத் தேடிச் சென்றார். அவனோ சுவரைப் பார்த்தபடி படுத்திருந்தான். தூங்குகிறான் போல் இருக்கிறது. அப்புறம் பார்த்துக் கொள்ளலாம். என்ன அவசரம்? அவன் மனம் குழப்பியிருக்கிறது. இன்றைக்கு அவனிடமிருந்து ஒருவித தெளிவான பதிலும் வராது. நாளைக்கு ஆகட்டும். புத்தி தெளிவு பெற்றால் ஏதாவது கோவையாகச் சொல்லக்கூடும். அவர் ஏதோ எண்ணியவாறு திரும்பிப் போனார்.

உச்சி வேளை. ரேழி பெஞ்சில் உட்கார்ந்திருந்தார், பாட்டா. அப்போது சுந்தா அவரிடம் வந்து ரங்கன் கோமுவிடம் நடந்து கொண்ட விவரத்தைக் கூறினான். விஷயத்தைக் கேட்டதும் சுரீரென்று முள் தைத்தாற்போல் அவர் உடல் ஒருகணம் துடித்தது. பிறகு மின்னல் வேகத்துடன் அந்தப் பதறல் வந்த சுவடு தெரியாமல் அடங்கிவிட்டது. "அவ்வளவுதானே" என்பது போல 'ஸ்ஸோ' வென்று அலட்சியத்துடன் உதடுகளைக் கூட்டி விட்டார். பிறகு இரு கரங்களையும் பெஞ்சின் மேல் அழுத்தியபடி அப்படியே உட்கார்ந்து விட்டார். தேகம் தழைந்தது. சதை தளர்ச்சியுற்றது. ஆனால் தலையை நிமிர்த்திக் கொண்டார். சுந்தாவும் மேலே பேச பயப்பட்டு வாளாவிருந்தான். அடிக்கடி பாட்டாவிடமிருந்து கிளம்பின பெருமூச்சிலிருந்து அவர் சென்றதைக் குறித்து நினைத்துக் கொண்டிருக்கிறார் என்று மாத்திரம் தெரிந்து கொண்டான். இந்தக் குட்டையான கறுப்பு மனிதன்! இவனா இப்படி பெண்களை... ஊம். நாராயணனுடைய கம்பீர அழகென்ன, ஒழுக்கமென்ன... சீ. அதைப் பற்றி எண்ணுவதில் என்ன லாபம்? சென்றதினி மீளாது. அதைக் குறித்து வருந்தி பிரயோசனமில்லை...

அப்போது தெருவில் ஒரு அரவம். நாலைந்து பேர்களாக ஓடி வந்தார்கள். பெரிய பாட்டா வீட்டை அடைந்ததும் தயங்கி நின்றார்கள். சாமியப்பாதான் தைரியமாக திண்ணையேறி உள்ளே வந்தான். நடைக்கு வந்தவுடன் பெரிய பாட்டா

அவனை நிமிர்ந்து பார்த்தார். திடகாத்திரமான அவருடைய தோற்றம் அவன் உறுதியைக் குலைத்தது. சொல்ல வந்ததை எப்படிச் சொல்லுவது என்று கூசி நின்றான்.

"என்னா, சாமியப்பா?" அவர்தான் கேட்க வேண்டியதாயிற்று.

அப்போது கூட அவன் நா எழவில்லை.

"என்ன சங்கதி?"

"இல்லே" யென்று மென்று விழுங்கிக் கொண்டே சாமியப்பா விஷயத்தை வெளிப்படுத்தினான். திருநாகனூரிலிருந்து வந்து கொண்டிருந்த பஸ் கவிழ்ந்து நொறுங்கி ஆட்சேதமுண்டாய்விட்டது. அந்த பஸ்ஸில் ஏறியிருந்த ரங்கனும் நசுக்குண்டு இறந்துவிட்டான்.

வலிவு பெற்ற பாட்டாவின் தேகம் அதிர்ந்து தன்னையும் அறியாமல் ஒரு குலுங்கு குலுங்கிற்று. அதன் பிறகு அவரிடம் அசக்கமே காணவில்லை. அப்படியே கல்லாய்த் தோய்ந்து இருந்துவிட்டார். இதற்குள் திண்ணை, நடை, ரேழியெங்கும் ஜனங்கள் நிரம்பிவிட்டார்கள். ஆனால் யாராவது நகர வேண்டுமே. ஊஊம். மௌனமாய் சமாதி நிலையில் வீற்றிருந்த அந்த உருவத்தைப் பார்த்து எல்லோருமே அப்படியே ஓடும் திரைப்படம் உறைந்தாற்போல் நின்று விட்டார்கள். வெகுநேரம் கழித்து, அங்கே ஒரு முனகல் 'ரங்கா... ரங்கா'. இருந்தும் பாட்டா நிலை மாறவில்லை. சிலை போல் அமர்ந்திருந்தார். கண்களிலிருந்து மாத்திரம். கண்ணீர் தாரை தாரையாக வழிந்தோடி கன்னங்களை நனைத்தது. அங்கிருந்தோரும் அந்த நிலையைக் கலைக்கக் கூசி அப்படியே இருந்தார்கள். கடைசியில் பெரிய பாட்டா தான் எழுந்து நின்றார்.

'சரி மேலே நடக்க வேண்டியதைக் கவனிக்க வேண்டு'மென்று சொல்லுவது போல தோட்களை அகற்றிக் கொண்டார். பிறகு நிமிர்ந்து உறுதியுடன் நடந்து வெளியே வந்தார். வாருங்கள், போவோம். துயரை ஒழிப்போம். இன்றுதான் புதிதாய்ப் பிறந்தோமென்று நினைத்து வாழ்வின் கடமைகளை

தைரியமாக மறுபடியும் கைப்பற்றுவோம் என்ற பாவத்துடன் திண்ணமுடன் கால்களை தூக்கி முன்னே வைத்தார். அட... டா வயது முதிர்ந்தும், சோர்வோ, துயரோ, பயமோ இவரை வாட்டவில்லையே! எப்படி இந்தத் தாங்கொண்ணா துக்கத்தை இப்படியே அந்த இடத்திலேயே விட்டுவிட்டு இவரால் முன்னே நடந்து போக முடிகிறது. அங்குள்ளோர் அவருடைய மனோபலத்தைக் கண்டு வியந்தார்கள்.

★★★

இருள் கவிந்தது. இரவு. மறுநாளை நினைக்கும் போது கவலை சுப்பைய்யாவைப் பிடித்து வதைத்தது. இன்னும் ஒரு நாளா? இப்படி இன்னும் ஒருநாளா? மறுபடியும் சூரியனை எப்படி முகங் கொண்டு பார்ப்பது? இப்படி அவன் மண்டை கொதித்தால் மீதியுள்ள அவன் வாழ் நாட்களை எப்படி கழிப் பது? இதுவரையில் அவன் அகத்திலிருந்த அசதி போய் வேறு ஏதோவொன்று அங்கே புகுந்துவிட்டது. அதென்ன? பயமா, அச்சமா, வேதனையா? என்னவானாலும் அது அவனை வாட்டியது. சாப்பிடும் போது கையைத் தடுத்தது. திண்ணைக்கு வந்தால் தெருவோடு போகிறவர்கள் தன்னைத்தான் குறிப்பாகப் பார்ப்பதாக முணு முணுத்தது. பாப்பாமாமி காப்பி கொண்டு வைத்தால் அவள் முகத்தைப் பார்க்காதே என்றது, ஆற்றங்கரைக்குப் போகாதே என்று குரல் கொடுத்தது, சீட்டாட்டத்தைத் தடுத்தது. எல்லாவற்றையும் விட சுவற்றில் தன் கோர பிம்பத்தைக் காட்டிக் கொக்கரித்தது.

இனிமேல்? அவனால் இந்த நிலைமையைப் பொறுக்க முடியாது. ஆமாம்... பெரிய பாட்டாவுக்கு விஷயம் தெரியுமா இல்லையாவென்று முடிவாக்கிக் கொள்ள வேண்டும். அது சரி. நேராகக் கேட்டு விட்டால்? என்ன பயம்? அவன் உறுதியுடன் எழுந்து அடுத்த வீட்டிற்குள் போனான்.

திண்ணை, நடை, ரேழி. ரேழியை அடைந்ததும் அவன் இருட்டில் நின்றபடி சன்னல் வழியாக கூடத்தை எட்டிப் பார்த்தான். பெரிய பாட்டாவின் முகம் ஒளியுடன் சோபித்தது. இருள்

மையத்தில் விளக்கின் காந்தி அதை திருத்தமுடன் பிரகாசிக்கச் செய்தது. அவன் அவரை உற்றுப் பார்த்துக்கொண்டே வெகு நேரம் நின்றான். அம் முகத்தில் தோய்ந்து நின்ற தீராத துயரத்தின் சாயையைக் கண்டு கொள்ளவில்லை. அவன் கவலை அவனுக்கு.

அவர் தலையைத் திருப்பினார். ஏன்? காலடி சத்தம் கேட்டு விட்டதோ . அவன் அவரை மறுபடியும் உற்றுப் பார்த்தான். எதற்காக இப்போது அவரிடம் பேசப் போக வேண்டும்? அப்படி நினைத்து அவன் இங்கே வந்ததே தவறு. அவர் சொல்லாமலே, அவர் முகம் அவனுக்கு எல்லாவற்றையும் விளக்கி விட்டது. பேச வேண்டிய அவசியமேயில்லை.

அவன் திரும்பிப் போக எண்ணி கால்களைப் பின்வாங்கியபடி சுவர் மேல் கையை வைத்தான். அது அங்கிருந்த மாடப் பறைக்குள் விழுந்தது. அவன் கரம் ஒரு பாட்டிலுக்கு மேல் உராய்ந்தது. திடுக்கிட்டான். இதென்ன? ஓகோ. பட்டாவின் தூக்க மாத்திரை புட்டி. அவன் இருதயம் பக்கென்று சுருங்கிற்று. 'இனிமேல்' என்று கேட்டதற்கு விடை அங்கேயே கிடைத்து விட்டது. கை விரல்கள் புட்டியின் கழுத்தை இறுகப் பிடித்துக் கொண்டன. பிறகு மெதுவாக ஓசைப் படுத்தாமல் அவன் வந்த வழியே திரும்பினான்.

வீடு வந்ததும் தொப்பென்று படுக்கையில் விழுந்தான். இனிமேல்? ஒரே வழிதான். அவன் மார்பு திக் திக்கென்று அடித்துக் கொண்டது. டும்மென்று மண்டை இடித்தது. வயிற்றைக் குமட்டியது. தலை சுற்றியது. முகத்தில் சவக்களை பரவியது. கண்ணைத் திறந்தான். சுவர். கண்ணீர் வெளி வழிந்தோடாமல் தொண்டையில் அடைத்து நின்றது.

எவ்வளவோ நினைவுகள் அவன் மூளையில் மோதிக் கொண்டு அலை பாய்ந்தன. அவன் தாயார் சிறு வயதில் அவனுக்குப் பயத்தைப் போக்க பரிவுடன் "சுப்பைய்யா, சுப்பைய்யா' வென்று அழைக்கும் அந்தக் குரல். ஒருநாள் கூட அவன் சாப்பிடாவிட்டால் அவளுக்கு மனசாகாது.

சாதத்தைப் பிசைந்து எடுத்து வந்து கையில் போடுவாள். “போனாப் போறதடா. அடுத்த வசை ஆகட்டும். அவனைத் தோற்கடிச்சுப்புடு.” சந்திரசேகரன் பரீட்சையில் அவனை முந்திக்கொள்ளும் போதெல்லாம் அவள் இப்படிச் செய்வது உண்டு. இப்போது? இந்தக் கடைசிப் போட்டியில் யார் யாரை முந்திக் கொண்டார்கள்?

இனிமேல் என்னவிருக்கிறது? அவன் அகம். அந்த அகத்தினுள் அகம்பாவம். அந்த பாவத்தினால் இந்த கதி. இருந்தாலுமென்ன? அவன் அதைச் செய்ய முடியாது. ஆமாம். முடியாதென்றால் முடியாது. வேண்டுமென்றே, தன் உயிரைத் தானாகவே... முடியாது. அவன் கைகள் உயிருள்ள அந்த தேகத்தை உருவிப் பார்த்துக் கொண்டன. மூச்சுவிடும் அந்தத் தேகம். உயிருடன் துடிக்கும் இந்தச் சரீரம். அப்புறம்? அப்புறம் என்ன? ஒருநாளும் அவன் கண்கள் திறவா. ஆற்றங்கரையில் வெள்ளை மணல், வெள்ளி நிலவொளி, குன்றின் மேல் கோபுரம்... அங்கே கூவியழைக்கும் பறவைகள். ஒன்றையுமே அவன் காண முடியாது. இப்போது அவன் கண்களிலிருந்து கண்ணீர் முத்து முத்தாய் உருண்டோடி கன்னங்களை நனைத்தது.

விச்சு. அன்றிரவு . அவனுக்கு ரோசம் பொத்துக் கொண்டு வந்தது. சட சடவென்று எழுந்து போய் ஒரு காகிதத்தையும் பென்சலையும் கொண்டு வந்தான். விச்சு. அவள் அவனை ஏசிக்காட்டியிருப்பது போல் யார் செய்திருப்பார்கள்? நிஜமாகவே அவன் எப்படியென்று தெரிந்தால் அவள் என்ன சொல்லுவாள்? ஆமாம் அவளுக்கு உண்மை தெரிவது அவசியம். எதையும் அவனால் சாதிக்க முடியுமென்று அவள் அறிய வேண்டும். இல்லை. சாதித்து விட்டானென்று உணர வேண்டும். அவன் சொன்னபடி - ஒருநாள் காட்டி விடுகிறேன் என்று சொன்னானே - அதன்படி செய்து விட்டதாக அவளுக்கு உணர்த்த வேண்டும். ஆமாம். சொல்லி விட வேண்டும். அப்புறமாவது. அவன் எவ்வளவு துணிச்சலுள்ளவன் என்று தெரிந்து, அவனை நினைத்து அழட்டும். அவன் மனவுறுதியுடன் எழுத உட்கார்ந்தான்.

டொக். மாத்திரை புட்டி கீழே சரிந்து விழுந்தது, அவன் அதை எடுத்தான். இதுதான் தருணம். அவன் உள்ளத்தில் ஒரு அமைதி. நிதானமாக எழுந்து உட்கார்ந்து கொண்டான். சாந்தியுடன் புட்டியை எடுத்தான். இது தான் சமயம். சாவகாசமாக மாத்திரைகளைக் கையில் கொட்டிக்கொண்டு பிறகு அப்படியே அவைகளை வாயில் போட்டு விழுங்கினான். பிறகு நிதானத்துடன் எழுத உட்கார்ந்தான். சர சரவென்று ஏழெட்டு வரிகள் எழுதினான். அவன் பென்சில் விறு விறுப்புடன் ஓடிற்று.

அப்போது சுரீரென்று ஊசி பாய்ந்தாற்போல ஒரு உணர்ச்சி வேகம், அவனைத் தாக்கியது. ஐயோ! மாத்திரைகள் உள்ளே போய் விட்டனவே. கை நடுங்கியது. பென்ஸல் கீழே விழுந்தது. அவன் படுக்கைமேல் சாய்ந்தான். ஐயோ! தெரியாத்தனமாக அவன் என்ன செய்து விட்டான். அந்நியாயமாக தன் உயிரைத் தானாகவே மாய்த்துக் கொள்ளத் துணிந்து விட்டானே. இனிமேல்? ஓடிப்போய் பாட்டாவிடம் சொல்லவா? அவன் எழுந்து ஓட முயன்றான். முடியவில்லை. தேகத்தில் உதறலெடுத்தது. கைகால்கள் தள்ளாடின. பீதி வயிற்றைப் பிடித்துக்கொண்டது. விக்கலெடுத்தது. ஏதோ ஒன்று தொண்டையை அழுத்திற்று. ஆயிற்றா? இதுதான் முடிவா? ஐயோ. வேர்வை அவன் தேகத்தை நனைத்துத் தெப்பமாக்கிற்று. ரத்தம் தலைக்கேறினாற் போலிருந்தது. பிறகு மாற்றி மாற்றி குளிரும் சூடுமாக அவன் உடம்பு அவதிப்பட்டது. கண் இருண்டது. ஆயிற்றா? அப்போது அந்தக் கணத்தில் நீர் வீழ்ச்சியைப் போல ஒரு வேகம் அவனுள் பாய்ந்து சென்றது. சட்டென்று ஒரு அமைதி. ஒகோ . இதுதானா? அப்பா ! விடுதலையா? கவலையினால் குமைந்து சுழலும் இந்த வாழ்வு முடிவடைந்து விட்டதா? அவன் கண்களை மூடினான். டொக் டொக். நெற்றிப் பொட்டுக்கள் வெடித்தன. அவன் உள்ளத்தில் சிறு மந்தம். லேசாக ஒரு மயக்கம் அவனைப் பிடித்துக் கொண்டது. மாத்திரைகள் வேலை செய்ய ஆரம்பித்து விட்டன.

சுப்பைய்யாவின் வீட்டில் அமைதி. நிம்மதி. முடிவு. ஆனால் வெளியில்? வெளியில் ஒரே புயல் காற்று. கருமேகங்கள் சூழ்ந்து கொண்டன. வானம் அசுர சேனையால் தாக்கப்பட்டது போல இருண்டு, பயங்கரத் தோற்றமளித்தது. இடி முழங்கிற்று. மின்னல் திரிகள் கீற்று இட்டு பொறி பறந்தன. பூமி அதிர்ந்தது. அதன் உதரத்திலிருந்து சப்தங்கள் ஊளையிட்டு உருண்டோடின. சட் சட் என்று கூரைமேல் உருண்டை நீர்த்துளிகள் பெரும் சத்தத்துடன் விழுந்தன. சோவென்ற இரைச்சலுடன் வானம் பிளந்தது. வீதிகள் ஆறாய்ப் பெருகின. ஓடைகளில் உடைப்பெடுத்தது. உறுமலுடன் கர்ஜித்துக் கொண்டு பேரிடி முழங்கிற்று. விடியும் இரண்டு நாழிகைக்குள் வாஸவேச்வரத்தில் பிரளயம். மரங்கள் சாய்ந்தன. கொடிகள் சரிந்து தரையில் புரண்டன. கூரைகளைப் பிய்த்தெறிந்தது காற்று. கொட்டில் சுவர்கள் இடிந்து விழுந்தன. வாழைத் தோட்டங்கள் அழிந்தன. ஊரின் அருமை பழ வகைகள் நாசமாயின. மட்டைகள் ஒடிந்து துவண்டு தாறுமாறாகத் தொங்கின. தாறுகள் மண்ணில் புரண்டன. ஜனங்கள் கதிகலங்கி வீட்டிற்குள் பதுங்கிக் கிடந்தார்கள். இதென்ன? பிரளயமா? பூகம்பமா? இல்லை. மாண்டவர் தாம் மறுபடியும் சாபமிட வந்து விட்டாரா?

சுவாமி வாஸவேச்வரரே! வரப்ரசாதி, க்ஷமியும். க்ஷமியும். இனிமேல் இல்லை... இல்லை யென்றால் இல்லை.

★★★

காலையில் எழுந்திருக்கும் போதே பெரிய பாட்டாவுக்கு யோசனை தான். சுப்பைய்யா எப்படியிருக்கானோ? அவனைப் போய்ப் பார்க்க வேண்டாமா? நேற்றுதான் பிரச்சினையை முடிக்க முடியாமல் அந்த இடி... சீ. அவர் தொள தொளக்கும் தன் மனதைக் கெட்டிப்படுத்திக் கொண்டார். அதுதான் விடியற்காலை அடித்த புயல் எல்லா நினைவுகளையும் அடித்துக்கொண்டு போய்விட்டதே. இனிமேல் மேலே நடத்த வேண்டியதை கவனிக்க வேண்டும். அவர் திடமனதுடன் எழுந்து சுப்பைய்யாவைப் பார்க்க கிளம்பினார்.

அப்போது பாப்பாமாமி நடைக்கு வந்து கதவோரத்தில் பதுங்கி நின்றாள். “காப்பி கொண்டுபோய் வெச்சு ஒரு நாழி ஆறது. சுப்பைய்யா எழுந்திருக்கவுமில்லே, கூப்பிட்டுப் பாத்தா பதிலுமில்லே. கொஞ்சங் கிட்டப் போய்ப் பாக்கறேளா? சுகமில்லையோ என்னவோ?” என்றாள் தாழ்ந்த குரலில்.

பாட்டா திடுக்கிட்டார். எத்தையாவது ஒன்று கிடக்க ஒன்று செய்து வைக்கப் போகிறானே! விறுவிறுவென்று அடுத்த வீட்டிற்குள் நுழைந்தார். ஒரு முறை பார்த்ததுமே அவருக்கு விஷயம் விளங்கி விட்டது? அப்படியா? தானாகவே முற்றுப்புள்ளி வைத்து விட்டானா? அவர் குனிந்து நாடியைப் பரிசோதித்துப் பார்த்தார். கை ஜில்லிட்டிருந்தது. ஓகோ, நினைத்தது சரிதானா? அவர் சுப்பைய்யாவைக் கூர்ந்து கவனித்தார். தேகம் விறைத்துப் போயிருந்தது. முகம் சாந்தமாக தூங்குவதுபோல தோன்றிற்று. கை... இதென்ன? கையில் ஏதோ காகிதம் இருக்கிறது. அவர் அதை எடுத்தார். கையைத் தூக்கனதும் பக்கத்திலுள்ள புட்டி கண்ணில் பட்டது. இதென்ன காகிதம்? ஒரு கடிதம். விச்சுவுக்கு. வாசித்துப் பார்த்ததும் அவர் சந்தேகம் தீர்ந்தது. ஊம். நம் குடும்பத்தில் இப்படி ஒன்றா? விச்சுவுக்கு ஒரு பலத்த அடி. இடி விழுந்தாற் போலிருக்கப் போகிறது. அவளிடம் எப்படி இந்தத் துண்டைக் கொடுப்பது? விஷயம் தெரிந்தால் ஊரில் மானம் போகுமே? போலீஸாருக்கல்லவா முதலில் சொல்ல வேண்டும் ? பேசாமல் எல்லாவற்றையும் அமுக்கி விடலாமா? அப்படியானால் பிச்சாண்டி? பெரிய பாட்டா சட்டென்று தன்னை சமாளித்துக் கொண்டார். தவிர்க்க முடியாததை செய்துதான் தீர வேண்டும். கடமை என்னவென்று வெட்ட வெளிச்சமாகத் தெரிந்த பின்பு அதிலிருந்து நழுவிக்கொள்ள முடியுமா? அதுவும் அவரைப் போலுள்ளவர்கள்? அவர் போலீஸ் ஸ்டேஷனுக்குக் கிளம்பினார். ஆனால் செல்லும் போது கைகால்கள் தள்ளாடின. உறுதி குலைந்தவரைப் போல் மெல்ல மெல்ல அடிமேல் அடிவைத்து நடந்தார். முகத்தில் ஈயாடவில்லை.

அவர் திரும்பிச் சென்ற பிறகு இன்ஸ்பெக்டர் எண்ணிக் கொண்டார். அப்பா! ஆயிரத்தில் ஒருவர். என்ன உறுதி! என்ன பெருந்தன்மை! சுப்பைய்யா தான் அபராதியென்று நிரூபிக்க அவர் தவறவில்லை. அது விஷயம் வெளிவந்தால் குடும்பத்திற்கு மகத்தான அவமானம் தான். இருந்தாலும்.... கடமையைச் செய்யாமல் விடுவதா? அப்படிச் சொல்லும் போது அவர் முகத்தில் ஒளித்த அந்த உதாரத் தோற்றம்! ஏழை ஜனங்களுக்கிடையே திருடு, பொய், சூது, கொலையென்று பார்த்துப் பார்த்து மானிட வர்க்கத்தினிடமே நம்பிக்கை இழந்திருந்த இன்ஸ்பெக்டருக்குக்கூட இப்பேர்ப்பட்ட மனிதர் தோன்றும் பொழுதெல்லாம், திரும்பவும் ஓர் சிறிதளவு உள்ளத்தில் சமாதானமுண்டாகும். போகிறது. அத்தனையும் சொத்தையில்லை. இப்படியும் சிலர் இருப்பதால்தான் பூமியில் பயிர் செழிக்கிறதோ! அவர் யோசித்தார்.

சுப்பைய்யாவின் தீவினையை வெளியிடாமல் அப்படியே அமுக்கி விட்டாலென்ன? பாட்டா மனம் திருப்தி அடையட்டுமே. ஆனால் பிச்சாண்டி தன் உரிமையை விட்டுக் கொடுப்பானா? குற்றவாளி அவனில்லை என்று ஊர் அறிந்தால்தானே அவனுக்கு வாழ்வுண்டு? அவன் எப்படி இதை மறைக்க ஒப்புவான்? எப்படியிருந்தாலும் அவனைக் கூப்பிட்டுப் பேசித்தான் பார்க்கலாமே. இன்ஸ்பெக்டர் பிச்சாண்டிக்குச் சொல்லி அனுப்பித்தார். தோன் அவனைக் கூட்டி வந்தான். ஆனால் அங்கே மற்றுமொரு வியப்பிற்குரிய மனப்பான்மை அவரைத் திகைக்க வைத்தது.

இன்ஸ்பெக்டர் பிச்சாண்டிக்கு எல்லாவற்றையும் விளக்கினார். பெரிய பாட்டா முகத்தைத் திருப்பிக்கொண்டு மௌனமாகக் கேட்டிருந்தார். பிச்சாண்டிதான் அவரைப் பார்த்தான். பாட்டாவின் முகம் அவனுக்குப் பக்க வாட்டமாகத்தான் தென்பட்டது. இருந்தாலும் அதில் தோய்ந்திருந்த ஆழ்ந்த துயரத்தைக் கண்டு அவன் கண்கள் கலங்கின. ரங்கனின் வெட்கங்கெட்ட நடத்தை, அவன் சாவு, இப்போது சுப்பைய்யாவின் இழிவான முடிவு. அவர் மனம் என்ன பாடு பட்டுக் கொண்டிருக்கும். இருந்தும் விஷயத்தை ஒளிக்காமல்,

அவனுக்காக இங்கே வந்து... பிச்சாண்டி தொண்டையில் ஏதோ கனத்தது. நிமிர்ந்த அலட்சியத்துடன் இன்ஸ்பெக்டரைப் பார்த்தான்.

"சார், சங்கதி நம்மோடு இப்படியே அமுங்கட்டும், என்னா? நம்ம மூணு பேருக்கு மாத்திரம் இது தெரிஞ்சிருந்தாப் போரும். நானோ ஊரைவிட்டுப் போறேன். இந்த மட்டிப் பசங்கள் என்ன நெனச்சுண்டா நேக்கென்ன? சுத்த மோசமுங்கறேன். புதிய வாழ்வுக்கு யோக்கியதையே இல்லே. எப்படி வேணாப் போகட்டும். என்னைப் பத்தியும் என்ன வேணா சொல்லட்டும். லட்சியமில்லே. ஆனா... ஆனா... ரோகிணி கிட்டே மாத்திரம் நிஜத்தைச் சொல்லிப் பிடுங்கோ." கடைசியாக வாயில் வந்த அவ்வார்த்தைகளைச் சொன்னதும், அவன் முகம் கவிழ்ந்தான்.

"நிஜமாகவா அப்படிச் சொல்லறே?'' இன்ஸ்பெக்டர் தன்னையுமறியாமல் கூவி விட்டார். அவருக்கு ஆச்சரியம் பொறுக்க முடியவில்லை.

"ஆமாம். அப்படித்தான். மத்தவாளைப்பத்தி நேக்கு அக்கறையில்லை. இவரை..." அவன் பெரிய பாட்டாவைப் பார்த்துக் கொண்டே தயங்கினான். அவரோ பேசவுமில்லை. அவனைப் பார்க்கவுமில்லை.

பிச்சாண்டிதான் அவரை திரும்பித் திரும்பி பார்த்தபடி அவ்விடத்தை விட்டு தயங்கிக்கொண்டே போகவேண்டியதாயிற்று. போகுமுன், "இன்ஸ்பெக்டர், நான் சொன்ன அந்தவொரு செய்தி மட்டும் ஞாபகமிருக்கட்டு"மென்றான்.

இன்ஸ்பெக்டர் தலையை சரியென்று ஆட்டினார். ஆனால் அவரால் பேசமுடியவில்லை. இப்படியும் ஒரு பிரகிருதி உண்டா? வாழ்க்கையை முஷ்டியால் இடித்து வீழ்த்திக் கொண்டு போகும் பேர் வழிகளில் இவனொருவன். எதற்கும் அஞ்சமாட்டான். சாடுவான், ஓடுவான். எப்படியோ உதைத்துக் கொண்டு முன்னுக்குப் போவான். ஆனால் அவனுக்குக்கூட

நொய்மையான இணக்கம் காட்டத் தெரிகிறதே. என்ன விசித்திரமான மனப்பான்மை!

பெரிய பாட்டா போக எழுந்தார். அவர் செல்லுவதையும் இன்ஸ்பெக்டர் பெருமிதத்துடன் பார்த்துக்கொண்டிருந்தார். உலகம் மறுபடியும் அவர் மனக்கண் முன் காட்சியளித்தது. எங்கே பார்த்தாலும் நோய், பிணி, வருத்தம். உபாதைகளைத் தகர்த்துக் கொண்டு முன்னே போக முடி யாமல், ஜனங்கள், துன்பத்தை விதியென பொறுதியுடன் ஏற்கிறார்கள். ஆனால் தொங்கும் அம்முகங்களில் எத்தனை ரோதனம்! யுக யுகமாக நம் மக்கள் அனுபவித்துவரும் இன்னல்களின் சாயை அந்த ரோதனத்தில் பிரதிபலிக்கிறது. காய்ந்த வயிறுகளுடன் சுருண்ட தேகங்கள், வியாதியால் ஒடுங்கின சரீரங்கள், தொங்கும் முகங்கள், சுருங்கிய நெற்றிகள், ஒளியிழந்த கண்கள். எங்கும் இதே காட்சி. இதே தவிர்க்க முடியாத சூழ்வினை. ஏற்றுக்கொள்ள வேண்டியதுதான். அனுபவிக்க வேண்டியதுதான். இருந்தும் கந்தைக் குவியலென்று சொல்லும்படி இருக்கும் இம்மனிதப் புழுக் களின் கும்பலில் எப்போதாவது இப்படியொரு உருவம் தோன்றும். அதாவது பெரிய பாட்டாவைப் போல ஒரு வீரன் தோன்றுவான். நரைத்த தலை. இழுத்து விட்டுக் கொண்டால் ஆறடி உயரம், வைரம் பாய்ந்த மார்பு; கையி லுள்ள தடி ஊன்றிக் கொள்வதற்கல்ல, இறுமாப்புடன் சுழற்றுவதற்கு. முகத்தில் பொறுதி, கண்களில் உறுதி. நடையில் திட நம்பிக்கை. மனிதர்க்குள் தீரன். எதையும் எதிர்த்துப் போராடுவான். அஞ்சாமல் கோட்டைகளை முற்றுகை போட்டுத் தாக்குவான். அவைகளைப் பொடித்து சுக்கு நூறாக்கவும் செய்வான். பாமரனுக்கு மத்தியில், அவ்வப்போது இவ்வித அர்ச்சுனன்கள் தோன்றுவதால் தான் உலகம் நடக்கிறது என்று எண்ணிக்கொண்டார் இன்ஸ்பெக்டர்.

★★★

சடங்குகள் யாவும் நடந்தேறின. வாஸவேச்வரத்தில் மூண்ட சிறு கலகம் சூரியன் முன்பனி போல் மறைந்தது. வாழ்க்கைச் சக்கரம் மறுபடியும் சுழன்றது. கோவிலில் கதா

காலட்சேபம். சுப்புக்குட்டி சாஸ்திரிகள் சப்பளாக் கட்டையை வைத்துக்கொண்டு குதித்தார். அன்று சீதா பரிணயம்.

அவர் விருத்தங்களைப் பாடினார். பிறகு வசன நடையில் ராகத்துடன் வியாக்கியானம் செய்தார்.

"த்தச்ச துவாதசே மாஸே சைத்ரே நாவமிகே திதௌ...? பகவான் அவதாரம் பண்ணினார். மனுஷனாப் பொறக்கறத்திலே இருக்கற கஷ்டத்தை அறிஞ்சுண்டு ஆசை என்கறத்தை திடமனசோடே வெல்ற தூன்னா எப்படீன்னு காட்ட ராமாவதாரம் செஞ்சார். பகவான் செஞ்ச மாதிரி நாமும் சுமுகத்தோடே கஷ்டங்களை ஏத்துண்டா சந்துஷ்டி உண்டாகும். இதுதான் ராமாயணக் கதயோட சாரம் அம்புட்டும்."

தியாகராஜஸ்வாமி சொல்றார். "இந்த நேர்ச்சினா, இந்த ஜூச்சினா...

ராமனுடைய இருதயம் போல நம்மோடதும் சரியான வழியிலே போகாததுனாலே, மனுஷன் மண்ணாசை, பெண்ணாசையின்னு அவதிப்படறான்."

ஜனங்கள் ஆழ்ந்த கருத்துடன் அவர் சொல்லுவதைக் கேட்டுக் கொண்டு அமைதியுடன் உட்கார்ந்திருந்தார்கள்.

"மனுஷனாப் பொறந்ததாலே பகவானே ஆசைக்கு உட் பட்டார் இன்னா அப்பொறம் நம்மைப் பத்திக்கேக்கணுமா? சீதையோட ஆசையை நிறைவேத்த வீரன் ராமனே பொன் மானைத் தேடிண்டு போய்ப் பல துன்பமுற்றான். காதலினாலே மானுடர்க்குக் கஷ்டம் தான் இன்கறத்துக்கு இதுக்கு மேலே என்ன ருசு வேணும்? மாண்டவர் சாபம் நெனவு இருக்கட்டும். எல்லாத் தீவினைக்கும் காரணம் இந்த ஆசை."

மாண்டவர் சாபமென்றதும் சபையில் ஒரு நெளிவு, ஒரு பரபரப்புண்டாயிற்று. எல்லோருக்கும் அன்றொரு நாள் விடியும் சமயத்தில் நடந்த இயற்கையின் உற்பாதம் நினைவுக்கு வந்தது. ஜனங்கள் உள்ளத்தில் பீதி ஏற்பட்டது. இத்தனை நாட்களாகப்

பாடுபட்டு வளர்த்த அருமையான வாழைகள் அநியாயமாக அழிந்து போயினவே. வாஸவேச்வரத்தின் தனிரகங்கள், இனிய கனிகள்! இயற்கையின் கடுமையால் வெட்டுண்டு, சிதறி, வாடி வதங்கி... அப்பப்பா. எத்தனை நஷ்டம்! இனிமேல் வருடம் பூரா எத்தனை கஷ்டம்.

சாஸ்திரிகள் பயமுறுத்தியதும் அவரவர்கள் தம் தம் பாபச் செயல்களை எண்ணிக்கொண்டு உள்ளூரப் பதறினார்கள்.

அட... டா... மறுபடியும் வாஸவேச்வரர் கோபித்துக் கொண்டு அவர்களைத் தண்டிக்கப் போகிறாரா?

பகவானே! எப்படியாவது மீதியுள்ள தாறுகள் பொழைக்கட்டும். உமக்கு நாலு தேங்காய் உடைக்கிறேன்." என்று முத்து வேண்டிக்கொண்டான்.

பொறாமை, வேட்கை, சண்டை, பூசல் என்று குமைந்து வீணாக தெய்வ கோபத்திற்கு ஆளானோமே என்று அவ்வூரார் உள்ளங்கள் வெதும்பின.

அப்போது சாஸ்திரிகள் சொன்னார் "ஸ்ரீகள் தான் அவாளோடே கற்பைக் காத்துக்கணும். அவா கையில் தான் எல்லாமிருக்கு. சீதை ராமனிடத்தில் இருந்த மாதிரி அவா இருந்தா... தியாகராஜஸ்வாமி சொல்றார்."

"மா ஜானகி செட்டபெட்டகா" இனிமையாகப் பாடுகிறார்.

"ஓ ராமா, என் ஜானகியால்தானே நீ இத்தனை புகழ் அடைஞ்சே என்கிறார் தியாகய்யர்... அது இல்லாமே நம்ம ஊரிலே எப்படியின்னா. ஊடகத்திலே, வீட்டிலே, கிணத்தோரத்திலே காதல். எப்படி? இந்திரனோட ஆசையின் வேட்கை எப்படியின்னு நீங்கள் அறிவேள்."

சாஸ்திரிகள் இந்திரனுடைய தாபத்தை வர்ணிக்க ஆரம்பித்ததும் கூட்டத்தில் சஞ்சலமுண்டாயிற்று. பட்பட் டென்று இருதயங்கள் அடித்துக் கொண்டன். சூடு மண்டைகளைப் பிளந்தது.

வெளியே வெண்ணிலவு காய்ந்தது. பிரிவெனும் நரகத்தில் சுழலும் பரசுவின் மனம் வெதும்பிற்று. அன்றொரு நாள் ஆற்றங்கறையில் அவளுடன் தனியே பேசியதெல்லாம் நினைவிற்கு வந்துவிட்டது.

முத்து மெதுவாக எழுந்து கூட்டத்திலிருந்து நழுவிக் கொண்டான்.

பிச்சாண்டி மனம் உருகிற்று. அவன் மேலக்கோடியாத்துத் திண்ணையை நோக்கினான். அது வெறிச்சிட்டிருந்தது. கொடுமை, கொடுமை. இப்படி மையல் கொடுத்துவிட்டு மறைந்திருந்தால் அதை என்னவென்று சொல்வது. காவல். அப்பா! அங்கேதான் என்ன கடுங்காவல். அவனால் இப்போதும் அருகிற் போக முடியவில்லையே! அவன் அந்தத் திண்ணையையே உற்றுப் பார்த்தான். அங்கே அவளைப் போல ஒரு பெண்ணுருவம். அவள் தான். அவளேதான் கண்ணிற்குத் தெரிந்தாற் போலிருந்தது. அவளுடைய மௌடி மொந்தைக் கள்ளைப் போல அவன் உள்ளத்தைக் கிளறியது. நாளைக்கு ஊரைவிட்டே மறையப் போகிறான். இன்று அவளை எப்படியாவது பார்த்து விடவேண்டும். யாரும் அறியா வண்ணம் அவன் மெல்ல மெல்ல மேலக் கோடியாத்துப் பக்கம் நகர்ந்தான்.

★★★

கதை முடிந்ததும் சுப்புக்குட்டி சாஸ்திரி, அவசர அவசரமாக பைக்குள் சுண்டல் பொட்டணத்தை அடைத்துக் கொண்டு, கோவிலை விட்டு வெளியேறி, முடுக்குத் தெருவை நோக்கிப் பறந்தார். அவருடைய உருண்டை வடிவம் பொந்தைப் போன்ற அந்த சந்திற்குள் புகுந்து இருட்டில் மறைந்தது.

★★★

'கிருத்திகா' என்ற பெயரில் திருமதி மதுரம் பூதலிங்கம் எழுதிவந்தார். *புகை நடுவில், சத்தியமேவ, பொன்கூண்டு, வாஸவேச்வரம், தர்மக்ஷேத்திரே, புதிய கோணங்கி, நேற்றும் இன்றும்* – இவை இவரின் படைப்புலக சாதனைகள்.

1953 முதல் எழுதி வரும் கிருத்திகாவின் நாவல்களில் சமூக அக்கறையும், தொலை நோக்கும் தெரியும். விமர்சன வெளிச்சத்தில் சமுதாயத்தை அடையாளப்படுத்தும் இவர் எழுத்தில் நளினமும், அங்கதமும் சுவை சேர்க்கும்.

ஆங்கிலத்தில் குழந்தைகளுக்கான புத்தகங்கள் எழுதியுள்ளார். இவருடைய சிறுகதைத் தொகுப்பும் ஆங்கிலத்தில் வெளிவந்துள்ளது.

www.ingramcontent.com/pod-product-compliance
Ingram Content Group UK Ltd.
Pitfield, Milton Keynes, MK11 3LW, UK
UKHW042132021026
15589UKWH00003B/780

9 789391 748692